நிருபிக்கப்பட்ட வெற்றி முறைகள்

எண்ணங்களை மேம்படுத்துங்கள்!

Dr. எம்.ஆர். காப்மேயர்
"அமெரிக்காவின்
வெற்றிகர - வெற்றிமுறை ஆலோசகர்"

நீங்கள் விரும்புவது எதுவானாலும் அதை அடைவது எப்படி?

நிருபிக்கப்பட்ட வெற்றி முறைகள்

செல்வந்தர் ஆவது எப்படி?

Dr. எம்.ஆர். காப்மேயர்
"அமெரிக்காவின்
வெற்றிகர - வெற்றிமுறை ஆலோசகர்"

நிருபிக்கப்பட்ட வெற்றி முறைகள்

இதோ உதவி!

"...உங்கள் பிரச்சனைகளை வெல்லுங்கள் ஆசைகளை அடையுங்கள்"

Dr. எம்.ஆர். காப்மேயர்
"அமெரிக்காவின்
வெற்றிகர - வெற்றிமுறை ஆலோசகர்"

உங்கள் வாழ்க்கைப் பாதையை
மாற்றக்கூடிய வல்லமை பெற்ற
டாக்டர் காப்மேயர்
எழுதிய நூல்கள்

எண்ணங்களை மேம்படுத்துங்கள்!

THOUGHTS TO BUILD ON

டாக்டர் M.R. காப்மேயர்

தமிழாக்கம்

பி.சி.கணேசன்

கண்ணதாசன் பதிப்பகம்

23, கண்ணதாசன் சாலை,
தியாகராய நகர்,
சென்னை-600017.
தொலைபேசி: 24332682

மதுரை ❖ கோவை ❖ பாண்டி ❖ வேலூர்

முதற் பதிப்பு : மே, 1992
நாற்பத்து ஒன்றாம் பதிப்பு : பிப்ரவரி, 2021
நாற்பத்து இரண்டாம் பதிப்பு : நவம்பர், 2022

Copyright© 1992 Dr. M.R.Kopmeyer.
Published in direct arrangement with the author. All Rights Reserved

E-mail: sales@kannadasan.co.in
Our Website: www.kannadasan.co.in
பதிப்பாசிரியர்: காந்தி கண்ணதாசன்

எச்சரிக்கை
காப்பிரைட் சட்டத்தின் கீழ் பதிவு பெற்றுள்ள இந்நூலில் இருந்து எப்பகுதியையும் முன் அனுமதியின்றி பிரசுரிக்கக்கூடாது. தவறினால் சிவில், கிரிமினல் சட்டங்களின்படி நடவடிக்கை எடுக்கப்படும்.

- காந்தி கண்ணதாசன் பி.ஏ., பி.எல்.,

No Part of this book may be reproduced or transmitted in any form or by any means electronic or mechanical including photocopying or recording or by any information storage and retrieval system without permission in writting from Gandhi Kannadhasan, B.A., B.L., Chennai.

Any violations of these conditions, legal action will be initiated in civil and criminal proceedings under the Copyright Act 1957.

Price Rs:300/-

"ENNANGALAI MEMPADUTHUNGAL" - Tamil
Translated from the English Original "*Thoughts to Build on*"

- Written By : Dr. M.R. Kopmeyer
- Translated By : P. C. Ganesan
- Forty Second Edition : November, 2022
- Publishing Editor : **Gandhi Kannadhasan**
- Published By : **Kannadhasan Pathippagham**
  23, Kannadhasan Salai,
  Thiyagaraya Nagar, Chennai -600 017.
  Ph: 044-24332682 / 8712 / 98848 22125

ISBN: 978-81-8402-159-2

Our Branches :

- No: 1212, Range Gowder Street, **Coimbatore** - 641001
  ☎ : 0422 - 4980023 / 98848 22139
- No.1, Annai Complex, III Street, Vasantha Nagar, **Madurai**-625 003.
  ☎ : 0452 - 4243793 / 98848 22126
- No. 37, Bharathy Street, **Puducherry** - 605 001.
  ☎ : 0413 - 4201202 / 98848 22128

Printed at : Kannadhasan Pathippagham, Chennai.

1

உயரமாக நில்லுங்கள்!

என்னுடைய வாழ்க்கையில், அதாவது நீண்ட, சம்பவங்கள் நிறைந்த வாழ்க்கையில் நான் தெரிந்துகொண்ட விஷயத்தை இரண்டு வார்த்தைகளில் சொல்லிவிடலாம்.

உயரமாக நில்லுங்கள்!

முக்கியமான, பயன் உள்ள, உதவக கூடிய இரண்டு வார்த்தைகள்.

'உயரமாக நில்லுங்கள்!' என்று நான் சொல்லுகின்றபோது நேராக நில்லுங்கள் என்று நான் சொல்லுவதாக மட்டும் அர்த்தமில்லை. நேராக நிற்பதும், அவசியம்தான். நான் சொல்ல வந்தது 'உங்களுடைய ஆளுமையை உயர்த்திக் கொள்ளுங்கள்' என்பதாகும். மூன்று நிலைகளில் உயரமாக நிற்பது அவசியமாகிறது.

1. உடல் அளவில்... உயர்ந்து நில்லுங்கள்.

2. மன அளவில்... உயர்ந்து நில்லுங்கள்.

3. ஆன்மிக அளவில்... உயர்ந்து நில்லுங்கள்.

உங்களுடைய ஆளுமையின் இந்த மூன்று நிலைகளிலும் நீங்கள் உயர்ந்து நிற்கும்போது, வாழ்க்கையில் எல்லாச் சூழ்நிலைகளையும் உங்கள் கட்டுப்பாட்டுக்குள் கொண்டுவரக் கூடிய தோற்ற அமைப்பு உங்களுக்குக் கிடைத்து விடுகிறது. வாழ்க்கையில் ஏற்படும் சகலவற்றையும் சமாளிக்கின்ற தன்னம்பிக்கை, திறமை, நிதானம் ஆகியவற்றுடன் வாழ்க்கைப் பாதையில் உங்களால் கம்பீர நடை போடவும் முடிகிறது.

வாழ்க்கைப் பயணத்தைத் துணிச்சலுடனும், வெற்றிகரமாக வும் நடத்துவதற்கு இதைவிடச் சிறந்த ஆலோசனைகளை என்னால் கூற முடியாது. மனிதர்களுக்கும் சரி, சந்தர்ப்பங் களுக்கும் சரி நீங்கள் தலைவணங்கத் தேவையில்லாத விரிவான ஆலோசனைகளை நான் சொல்லப் போகிறேன்.

1. உடல் அளவில்.. உயர்ந்து நில்லுங்கள்

இது ஒரு கலை. ஆனால் சுலபத்தில் கற்றுக் கொள்ளக் கூடிய கலை. இந்தக் கற்றுக் கொள்ளும்போது உன்னதமான உற்சாகத்தையும், துணிச்சலான ஆதிக்க உணர்வையும் நீங்கள் பெற்று இருப்பதை உணர்வீர்கள்.

முதலில், நிமிர்ந்து நிற்கக் கற்றுக் கொள்ளுங்கள். கூனிக் குறுகி நிற்காதீர்கள். அதேசமயம் விரைத்த நிலையிலும் நிற்காதீர்கள். நிமிர்ந்து நின்றால் போதும். அமைதியாக, சிரமப்படாமல், உடலை நிமிர்த்துங்கள். தலை எவ்வளவு உயரமாகச் செல்ல முடியுமோ அந்த அளவுக்கு உடலை நிமிர்த்துங்கள். கஷ்டப் படாதீர்கள். சுலபமாக நிமிர்த்தி, பாரம் கால்களை அழுத்தாமல் நிற்க முயற்சி செய்யுங்கள். இப்போது உங்கள் எடையை நீங்கள் உணராதது போன்ற ஒரு நிலை ஏற்படும்.

நடக்கும்போது சுலபமாக, எளிமையாக நடக்கப் பயிற்சி செய்யுங்கள். நடையில் தடுமாற்றம் வேண்டாம். பெண்டுலம் அசைவதைப் போல கால்களை முன்னும் பின்னுமாக சுலபமாக வீசி மிருதுவாக நடக்க முயற்சி செய்யுங்கள்.

தோளைத் தூக்கிக்கொண்டு நடக்காதீர்கள். பின்னுக்குத் தள்ளியும் நடக்காதீர்கள். தோள்களின் நிலையில் உங்கள் மார்பைக் கொண்டு மேலே சொன்ன கட்டுப்பாட்டுக்குள் கொண்டு வாருங்கள். மார்பை விரிய விடுங்கள். மார்பு உயர்ந்து முன்னே தள்ள நடக்கப் பழகுங்கள்.

தாடையை உயர்த்த வேண்டாம். அப்படி உயர்த்தினால் நீங்கள் கர்வம் கொண்ட மனிதர் என்கிற தோற்றத்தை அது ஏற்படுத்தும். தாடையை உறுதியாகவும், சம நிலையிலும் வைத்திருங்கள். எக்காரணம் கொண்டும் உங்களை சிரமப்படுத்திக் கொள்ளாமல் இவற்றைச் செய்யுங்கள். காற்றின் மேல் நின்று நடப்பதைப் போல உங்கள் நடை அமையட்டும்.

இப்படி உடலால் நீங்கள் நிமிர்ந்து நிற்கக் கற்றுக் கொண்டு விட்டால் தன்னம்பிக்கை, மற்றவர்களிடம் உங்களுக்கு ஏற்படு கின்ற செல்வாக்கு, மொத்தத்தில் உங்களுடைய முழுமையான தோற்றம் - அனைத்துமே சிறப்படைவதை கவனிப்பீர்கள். மற்றவர்கள் உங்களிடம் அதற்குப் பிறகு நடந்து கொள்ளும் விதத்தில் இருந்து இந்தச் சிறப்பினை நீங்கள் உணர முடியும்.

உடல் அளவில் நீங்கள் உயர்ந்து நிற்கும்போது உங்கள் தோற்றத்தில் உள்ள முதுமையில் பல ஆண்டுகள் குறைந்தும் போகும். வயோதிகத்தின் அடையாளமே குறுகிய தோள்களும், கூனல் விழுந்த முதுகும்தான். வயோதிகத்தின் இந்த அடை யாளங்கள் உடல் அளவில் நீங்கள் நிமிர்ந்து நிற்கும்போதும் மறைந்து விடுகின்றன. நிமிர்ந்து நிற்பது ஆரோக்கியத்திற்கும் நல்லது. நரம்புகளின் இறுக்கம் குறைகிறது. தசைகளின் அழுத்தம் விலகுகிறது. ரத்த ஓட்டம் சீராகிறது. மார்பு விரிவதால் சுவாசம் நன்கு நடைபெற்று தேவையான ஆக்ஸிஜன் கிடைக்கிறது.

உடலால் நிமிர்ந்து நிற்கும்போது, தோற்றம் மட்டும் இளமையாகக் காட்சியளிப்பது இல்லை. இளமையாகி விட்ட உணர்வு உங்களுக்கே தோன்றும்.

உங்களுடைய வயது எதுவாக இருந்தாலும், உடல் அளவில் நீங்கள் நிமிர்ந்து நிற்கும்போது உங்களுடைய ஆளுமையின் கவர்ச்சி கூடுதல் ஆகிவிடுகிறது. முன்னே சொல்லியுள்ள ஆலோசனைகளைத் திரும்பத் திரும்பப் படியுங்கள். உங்கள் அளவில் நிமிர்ந்து நிற்பது இயற்கையான பழக்கம் ஆகின்ற வரையில் அதைப் பயிற்சி செய்யுங்கள்.

இப்போது இரண்டாவது விஷயத்திற்கு வருவோம்.

2. மன அளவில்.. உயர்ந்து நில்லுங்கள்

'எப்போதும் முதல் தரமாகவே இருங்கள்' என்று ஒரு கோஷம் உண்டு. 'எப்போதும் முதல் தரமாகவே சிந்தியுங்கள்' என்கிற கோஷத்தை அதனுடன் சேர்த்துக்கொள்ள நான் விரும்புகிறேன். இரண்டாந்தர எண்ணங்களால் உங்கள் மூளையை நிரப்பிக் கொள்ளாதீர்கள். சிறியவற்றை சிந்திப்பதைப் போலவே பெரிய வற்றை சிந்திப்பதும் சுலபமானதுதான். நீங்கள் உங்களுடைய எண்ணங்களின் விளைவாகவே உருவாகிறீர்கள் என்பதை மறந்து விடாதீர்கள். "ஒருவன் ஆழமாக எதைச் சிந்திக்கிறானோ அதுவாகவே அவன் ஆகிறான்." உங்களுடைய அழுத்தமான எண்ணங்களின் அளவுக்கே நீங்கள் பெரிதாகவோ, சிறப்பானவர் களாகவோ, வெற்றி பெற்றவர்களாகவோ ஆகிறீர்கள். ஆகவே பெரியதையே நினையுங்கள், மன அளவில்... உயர்ந்து நில்லுங்கள்!

நீங்கள் கேட்பதைவிட, வாழ்க்கை உங்களுக்கு அதிகமாக எதையும் கொடுத்துவிடப் போவதில்லை. நிர்வாகிகள், வேலை கேட்டு வரும் மனுக்களில் பெரும்பாலானவை குறைந்த சம்பள வேலை கேட்டு வருவதாகவே சொல்லுகிறார்கள். ஒருசிலர் மட்டுமேதான் பெரிய சம்பள வேலைகளுக்கு மனுச் செய் கிறார்கள். மிக உயர்ந்த சம்பள வேலைகளுக்கு மனுச் செய்கிறவர்கள் அனேகமாக இல்லையென்றே சொல்லிவிடலாம்.

எவருமே பெரிதாக சிந்திப்பது இல்லை. கூட்டத்தில், நீங்கள் உயர்ந்து நிற்க வேண்டுமானால், உங்களை மற்றவர்கள் நிமிர்ந்து நோக்க வேண்டுமானால்... மன அளவில்.. உயர்ந்து நில்லுங்கள்.

சாதனைகளுக்கு உங்களுடைய எண்ணம்தான் எரிபொருள். காலையில் உங்களுடைய காரின் எஞ்சினில் குப்பையை நிரப்பிக் கொண்டு நீங்கள் புறப்பட மாட்டீர்கள். அதைப்போலவே உங்கள் மனதில் அச்சம், கோபம், வெறுப்பு, பொறாமை, குற்ற உணர்வு ஆகியவற்றை நிரப்பி அது செயல்படுவதைத் தடுக்காதீர்கள். சிறிய எண்ணங்கள் உங்களை சிறுமைப்படுத்த வேண்டாம்.

நிகழ்காலத்தில் சிக்கி நின்று விடாதீர்கள். உங்களின் நிகழ்காலம் எவ்வளவு முக்கியமற்றதாக வேண்டுமானாலும் இருக்கட்டும். உங்கள் எதிர்காலத்தைப் பற்றிப் பெரிதாகச் சிந்தியுங்கள். ஆக்கப்பூர்வமாகச் சிந்தியுங்கள்.

சிந்தியுங்கள்: "நான் எப்படி மேலும் சிறப்படைய முடியும்?"

சிந்தியுங்கள்: "நான் எப்படி இன்னும் அதிகமாகச் செய்ய முடியும்?"

இந்த இரண்டும், மதிப்பையும் அளவையும் அதிகமாக்கு கின்றன. கற்றுக் கொண்டு புதிய தகவல்களை சேகரியுங்கள். பொருள்கள் இல்லாமல் எதையும் கட்ட முடியாது. ஆகவே கற்றுக் கொள்ளுங்கள். கற்றுக் கொண்டதை வைத்து பெரிதாகச் சிந்தியுங்கள். அப்போது மன அளவில்... நீங்கள் உயர்ந்து நிற்க முடியும். வாழ்க்கையைப் பற்றிய உங்களுடைய கண்ணோட் டத்தில் பிரமிக்கத்தக்க மாற்றம் ஏற்பட்டு விட்டதை உணர்வீர்கள். மற்றவர்களின் பாராட்டுதலுக்கும் இலக்காவீர்கள்.

அடுத்து, உங்கள் ஆளுமையை உயர்த்துகின்ற மூன்றாவது விஷயத்திற்கு வருவோம்.

3. ஆன்மீக அளவில்.. உயர்ந்து நில்லுங்கள்

ஒழுக்கத்தால், ஆன்மீக அளவில் உயரமாக இல்லாத எவரும் மற்றவர்களின் மதிப்பீட்டில், ஏன், தங்களுடைய மனசாட்சி படியேகூட உயர்ந்து நிற்க முடியாது. ஆன்மிக அளவில் உயர்ந்து நிற்கும்போது, அது உங்களை உயர்த்துவதோடு அமைதியான உறுதியினை உங்களுக்கு அளிக்கிறது. வாழ்க்கையின் ஏற்றத் தாழ்வுகள் உங்களைப் பாதிக்காத நிலையினைப் பெற்று விடுகிறீர்கள்.

ஆன்மிக உயரத்தை நீங்கள் அடையாதபோது, ஆன்மிக அளவில் நீங்கள் உயர்ந்து நிற்க முடியாதபோது - உங்கள் கடவுளே சிறியவர் ஆகிவிடுகிறார்.

பிரபஞ்சத்தின் விஸ்தாரத்தை - காலத்தின் முடிவில்லாமையை - மரியாதைகளுக்கும் அப்பாற்பட்ட புனிதத்தை - ஏதோ ஒரு ஆன்மிக வழியில் நீங்களும் அவற்றின் ஓர் அங்கம் என்பதை அறியும்போது - அப்போது மட்டும்தான் ஆன்மிக அளவில் நீங்கள் உயர்ந்து நிற்க முடியும்.

அதுவே எல்லா நிலை பேதங்களுக்கும் காரணமாகிறது!

ஆகவே வாழ்க்கையை நீங்கள் முழுமையாக வாழ வேண்டுமானால்... உயர்ந்து நில்லுங்கள்.

1. **உடல் அளவில்... உயர்ந்து நில்லுங்கள்**
   - நம்பிக்கையைப் பெறுவதற்காக.

2. **மன அளவில்... உயர்ந்து நில்லுங்கள்**
   - ஞானத்தை அடைவதற்காக

3. **ஆன்மிக அளவில்... உயர்ந்து நில்லுங்கள்**
   - வெற்றி கொள்வதற்காக.

2

பிரித்து வெற்றி பெறுங்கள்

✳

நம்முயை எதிரிகள் 'பிரித்து வெற்றி' பெறுவதை தங்களின் சாமர்த்தியமாகவும், நோக்கமாகவும் கொண்டு இருப்பதாக அடிக்கடி நமக்கு நினைவூட்டப்படுகிறது.

ஒரு நாடு அல்லது அமைப்பு பிளவுபட்டு இருக்குமானால் வெற்றி பெறும் சக்தியை அது இழப்பதோடு, அதனால் விளையும் குழப்பத்தினால் தொடர்ந்து நீடிக்கின்ற ஆற்றலையும் இழந்து விடுகிறது என்பது உண்மையே.

'பிரித்து வெற்றி கொள்' - இந்தத் தத்துவத்தின் வலிமை குறித்து சந்தேகம் ஏற்படுவதற்கு வழியே இல்லை. ஆகவே நீங்களும் வெற்றிக்கு அதைப் பயன்படுத்தலாமே!

இந்தத் தத்துவத்தை முக்கியமான இரண்டு விஷயங்களில் எப்படி பயன்படுத்துவது என்று பார்க்கலாம்.

1. உங்களுடைய ஆரோக்கியம்: உடல், மனம், உணர்ச்சி.

2. உங்கள் வாழ்க்கையில் வெற்றி.

முதலில் உங்கள் ஆரோக்கியத்தை எடுத்துக் கொள்வோம். டாக்டர் வில்லியம் ஆஸ்லர் சொல்லியுள்ள, ''ஒரு சமயத்தில்

ஒருநாள் வாழ்க்கை போதும்,'' என்கிற கோட்பாட்டினை நாம் அனைவரும் அறிவோம். அவர் இன்னொன்றையும் மிகுந்த ஞானத்தோடு சொல்லி இருக்கிறார்: "நாளைய பளுவை நேற்றைய பளுவோடு சேர்த்து இன்று தூக்க முயற்சிக்கும்போது பலசாலியும் தடுமாறுகிறான்" - எவ்வளவு உண்மை!

ஒரே சமயத்தில் மிக அதிகமான பளுவைத் தூக்கிச் செல்ல முயற்சிக்கும்போது அது தங்களுடைய உடலை நசுக்குகிறது. மனதை நாசப்படுத்துகிறது. உணர்ச்சியை நொறுக்கி விடுகிறது.

ஆனாலும் பலர் நாளைய பாரத்தை கற்பனையில் சுமக்க ஆரம்பித்து விடுகிறார்கள். 'அதைப் பற்றி, நான் என்ன செய்யப் போகிறேன், ஒருவேளை இப்படி நடந்து விட்டால்.. இத்தனை வேலைகளைச் செய்ய எனக்கு எங்கே நேரம் இருக்கப் போகிறது... எவ்வளவு பேரை என்னால் சந்திக்க முடியும்... எவ்வளவு இடங்களுக்கு என்னால் போக முடியும்... இப்படி எத்தனையோ சிந்தனைகள்.

நாளை என்ன செய்யப்போகிறோம் என்கிற சிந்தனை யிலேயே இவர்கள் இன்றையப் பொழுதைக் கழித்து விடுகிறார் கள். மறுநாள் வேலைப் பளுவை இன்றைக்கே சுமக்க ஆரம்பிக் கிறார்கள். அதாவது இன்றைய வேலைப் பளுவோடு நாளைய வேலைப் பளுவையும் சேர்த்துக்கொண்டு விடுகிறார்கள். அதுமட்டுமல்ல, அடுத்து வர இருக்கின்ற நாட்களின் மொத்தப் பளுவையும் இன்றைக்கே சுமக்க ஆரம்பிக்கிறார்கள்.

பிறகு நேற்றைய வேலையை இன்றைக்கு மறுபடியும் செய்யத் தொடங்குகிறார்கள். 'நேற்று நான் அப்படி சொல்லாமல் இப்படிச் சொல்லி இருந்தால்... ஒருவேளை நேற்று கொஞ்சம் மாற்றி செய்திருந்தால்... முன்பே நான் இதை ஏன் யோசிக்காமல் போனேன்... இப்படி நேற்றைய விஷயங்கள் இன்றைய பளுவாகின்றன.

ஆக, நேற்றைய வேலைகளை மறுபடியும் இன்றைக்குத் திருப்பிச் செய்வதோடு, நாளைய பளுவையும் கற்பனையிலேயே இவர்கள் சேர்த்துக் கொண்டு விடுகிறார்கள்.

இவர்கள் என்ன செய்ய வேண்டும்? நேற்றைய பற்றிய மறுபரிசீலனையிலும், நாளைய பற்றிய கற்பனைகளிலும் நேரத்தை வீணாக்காமல் இன்றையப் பணிகளில் இவர்கள் கவனம் செலுத்த வேண்டும். பல ஆண்களும் பெண்களும் வேலைப் பளுவால் அவதிப்படுவதற்கு அவர்களின் இந்த மனோபாவமே காரணம்.

டாக்டர் வில்லியம் ஆஸ்லர், "ஒரு சமயத்தில் ஒருநாள் வாழ்க்கை போதும்', எனச் சொல்லியிருப்பதில் ஆச்சரியம் எதுவுமில்லை... இன்றைய தினத்தை மட்டும் வாழக் கற்றுக் கொள்வோம்.

பிரித்து வெற்றி பெறுங்கள்!

டாக்டர் ஆஸ்லர் சொன்னபடி உங்கள் வாழ்க்கையை, தனித்தனி நாட்களாகப் பிரித்துக் கொள்ளுங்கள். நேற்றைய நாட்களை முற்றிலும் மூடிவிடுங்கள். நாளைய தினங்களின் கதவுகளையும் சாத்தி விடுங்கள். இன்று ஒருநாள் மட்டும் வாழக் கற்றுக் கொள்ளுங்கள். அப்போது நீங்கள் வெற்றி கொள்வதற்கு ஒருநாள் பிரச்சினைகள் மட்டும்தான் இருக்கும். ஒருநாள் பிரச்சினைகளை எவரும் வெற்றி கொண்டு விடலாம்.

மதுவை கைவிட்டவர்களின் சங்கம் என்ன சொல்லுகிறது தெரியுமா? "குடிப்பதை எப்போதுமே நிறுத்தி விட்டதாக முடிவு செய்ய வேண்டாம். இன்றைக்கு மட்டும் குடிக்காமல் இருப்பேன் என்று ஒவ்வொரு நாளும் முடிவு செய்தால் போதும்." எப்போதும் என்பதும் தேவையில்லை. ஒருநாள் முடிவு போதும். ஆமாம், பிரித்து வெற்றி பெறுங்கள்.

ராபர்ட் லூயிஸ் ஸ்டீவன்சனைக் கேட்டுப் பாருங்கள். அவர் எழுதினார்: "ஒவ்வொருவரும் அவர்களுடைய பாரத்தை,

எவ்வளவு கடினமானதாக இருந்தாலும், இரவு வரும் வரை சுமந்தால் போதும். ஒவ்வொருவரும் எவ்வளவு கடினமானதாக இருந்தாலும் ஒருநாள் வேலையைச் செய்துவிட முடியும். ஒவ்வொருவரும் இருபத்து நான்கு மணி நேரங்களுக்கு இனிமையாக, பொறுமையாக, அன்பாக, தூய்மையாக வாழ்ந்துவிட முடியும்.''

பிரித்துக் கொள்ளுங்கள் - வெற்றி பெறுவதற்காக!

ஒவ்வொரு நாளையும், செய்ய வேண்டிய தனித்தனிப் பணிகளின் அடிப்படையில் பிரித்துக் கொள்ளுங்கள். அந்தச் சமயத்தில் செய்கின்ற வேலையில் மட்டும் முழுமையான கவனம் செலுத்துங்கள்... ஆமாம், அந்தச் சமயத்தில் செய்கின்ற வேலையில் மட்டும் கவனம் செலுத்தினால் போதும்.

முடிந்துபோன வேலையைப் பற்றி நினைத்துக் கொண்டு இருக்காதீர்கள். வில்லியம் ஜேம்ஸ் என்கிற மனவியல் நிபுணரின் ஆலோசனையைப் பின்பற்றுங்கள். ''முடிவெடுத்து ஒரு வேலையைத் தொடங்கிய பிறகு, அதன் விளைவு என்னவாக இருக்கும் என்கிற கவலையை அடியோடு விட்டு ஒழியுங்கள்.''

இனி செய்ய வேண்டிய வேலைகளைப் பற்றி சிந்திக்காதீர்கள். அந்த வேலையை செய்ய வேண்டிய நேரம் வரும்போது வரட்டும். எல்லா வேலைகளும் ஒரே சமயத்தில் பனிப் பாறைகளைப் போல உங்களை நோக்கி உருண்டு வரவேண்டாம். ஒவ்வொன்றாக, வரிசையாக, அவசரம் இன்றி, நேரக் கண்ணாடியில் மணல் துளிகள் விழுவதைப் போல ஒவ்வொன்றாக வரட்டும்.

இவ்வாறாக ஒரு நாளில் செய்ய வேண்டிய வேலைகளை தனித்தனியாகப் பிரித்துச் செய்து வெற்றி பெறுங்கள்.

இதனால் அமைதி, தெளிவு, சலனமற்ற மனம் ஆகியவை உங்களுக்குக் கிட்டுகிறது.

அடுத்து (2) வெற்றி!

உடல், மனம், உணர்ச்சி ஆகியவற்றை திறமையாகப் பயன் படுத்தி, சுலபமாக, அமைதியாக, எடுத்துக் கொண்ட வேலை களில் கவனம் செலுத்துகின்ற மனப்பான்மை உங்களுக்கு வந்து விட்டதால் - வெற்றி.

உங்கள் மனம் இப்போது நேற்றைய அல்லது நாளைய பிரச்சினைகளால் நிரம்பியிருக்கவில்லை. சொல்லப் போனால் இன்றைய தினத்தின் இதர அலுவல்கள் கூட உங்கள் மனதில் இடம் பெற்று இருக்கவில்லை. ஒரு பிரச்சினையின் தீர்வு மட்டும்தான் ஒரு சமயத்தில் உங்கள் கவனத்தில் இருக்கிறது. ஆகவே உங்கள் சிந்தனை வேறு எதிலும் சிதறாமல், அந்தச் சமயத்தில் ஈடுபட்டுள்ள பணியில் மட்டுமே இருக்கிறது.

இதுவே. வெற்றிக்கான வழி. பெரிய சிந்தனையாளர்களும், சாதனையாளர்களும் கையாண்ட வழி இதுதான். இந்த வழியில், கிடைக்கின்றன பெரிய அமைதியே தெளிந்த சிந்தனைக்கும், ஆரவாரமற்ற ஆற்றலுக்கும் காரணமாகிறது.

இதில் வேடிக்கை என்னவென்றால் பலரும் இதற்கு முன்னால் இந்த விஷயம் பற்றி சிந்திக்காததுதான். "பிரித்து வெற்றி கொள்" என்பது எல்லோருக்கும் தெரியும். ஆனால் இந்த வெற்றி முறையை எத்தனை பேர் தங்களுடைய சொந்த வாழ்க்கைக்குப் பயன்படுத்தியிருக்கிறார்கள்? அன்றாட வேலைகளுக்குப் பயன்படுத்தியிருக்கிறார்கள்?

முதலில் தங்களுடைய நாட்களையும் - பின்னர் தங்களுடைய பணிகளையும் - பிரித்து வெற்றி கண்டு இருந்தால், அவர்கள் சராசரி மனிதர்களாக இருந்திருக்க மாட்டார்கள். ஒருமைப்பட்ட சிந்தனையின் உறுதிக்கும் சொந்தக்காரர்களாகி இருப்பார்கள். வெற்றியும் தவிர்க்க முடியாமல் அவர்களை வந்து அடைந்து இருக்கும்.

3

ஏவுகணையிடம் இருந்து பாடம் கற்றுக் கொள்வது எப்படி?

✳

ஏவுகணையை நிர்மாணிக்கின்ற புத்திசாலித்தனத்தை வளர்த்துக் கொண்டுள்ள மனிதனுக்கு, அதனிடம் இருந்து சில பாடங்களைக் கற்றுக் கொள்ள புத்திசாலித்தனமும் இருக்க வேண்டும்.

குறிவைக்கப்பட்ட இடத்தை நோக்கிச் செல்லுகின்ற இயந்திர நுட்பம் ஏவுக்ணையில் இருக்கிறது. அது தன்னுடைய பாதையில் இருந்து சற்றே விலகினாலும் - செல்லுகின்ற திசையில் தவறு நிகழ்ந்தாலும் - இப்படி அடிக்கடி நிகழ்வது உண்டு. அதைச் செலுத்துகின்ற அமைப்பு தேவையான திருத்தங்களைச் செய்து, இலக்கை நோக்கிச் செல்லுகின்ற சரியான பாதையில் அதைத் திருப்பி விடுகிறோம்.

இங்கே இன்னொரு விஷயத்தையும் கவனத்தில் கொள்ள வேண்டும். ஏவுகணை நிலையாக இருக்கும்போது அதன் போக்கை அது திருத்திக் கொள்ள முடியாது. இலக்கை நோக்கி அது நகர்ந்து செல்லும்போதுதான் அதனுடைய தவறுகளை அது திருத்திக் கொள்ள முடியும்.

ஏவுகணையிடம் இருந்து நீங்கள் இப்போது என்ன தெரிந்து கொள்ளப் போகிறீர்கள்? வாழ்க்கை பூராவும் உங்களுக்குப் பயன் தரக்கூடிய நல்ல படிப்பினைகளை நீங்கள் கற்றுக் கொள்ள முடியும்.

1. வாழ்க்கையில் உங்களுக்கு இலக்கு இருக்க வேண்டும். மனவியல் நிபுணர்கள் 'லட்சியப்பூர்வமான வாழ்க்கை நோக்கு' என்று சொல்லுவார்கள்.

2. உங்கள் இலக்கை நோக்கி நீங்கள் செல்லுகின்றபோது ஏவுகணையைப் போலவே பாதை மாறுதல், திசை மாறுதல் போன்ற தவறுகளை நீங்களும் செய்வீர்கள்.

3. இந்தத் தவறுகளை, நீங்கள் தவறுகள் என்று ஏற்றுக் கொள்ளக் கற்க வேண்டும். இல்லாவிட்டால் திருத்தம் தேவையென்பதே உங்களுக்குத் தோன்றாமல் போய்விடும்.

4. தவறுகளை அடையாளம் கண்டு ஏற்றுக்கொண்டு விட்ட பிறகு அவற்றைத் திருத்திக்கொண்டு இலக்கு நோக்கிய சரியான பாதைக்கு நீங்கள் வந்துவிட வேண்டும். தவறு களுக்காக ஏவுகணை எவ்வாறு குழப்பமோ, வெட்கமோ அடைவதில்லையோ அதைப் போலவே நீங்களும் நேர்ந்து விட்ட தவறுகளுக்காக குழப்பம் அடையக் கூடாது. வெட் கப்படக் கூடாது. தவறு செய்வதும், அதைக் கண்டுபிடித்து ஏற்றுக் கொள்வதும், பின்னர் திருத்திக் கொள்வதும் இலக்கை நோக்கி சரியாகச் செல்லுகின்ற வழி என்பதை ஏவுகணையைப் போலவே நீங்களும் அறிந்து இருக்க வேண்டும்.

ஏவுகணைகள் எவ்வாறு ஒரே நேர்க்கோட்டில் சென்று இலக்கை அடைவதில்லையோ, அதைப் போலத்தான் மனிதர் களும் நேராகவே சென்று இலக்கை அடைந்துவிட முடியாது. ஏவுகணைகளும் சரி, மனிதர்களும் சரி அந்த அளவுக்கு முழுமை

பெற்று இருக்க முடியாது. அப்படியிருக்க வேண்டிய அவசியமும் இல்லை. அதனால்தான் திருத்திக் கொள்ளும் உபாயம் தேவைப்படுகின்றன.

ஏவுகணையில் அதைச் செலுத்துகின்ற அமைப்பு தவறு களைக் கண்டறிந்து திருத்துகின்ற சாதனத்தையும் கொண்டதாக இருக்கிறது. உங்களை வழிநடத்திச் செல்லுகின்ற அமைப்பு பற்றி உங்களுக்கு எந்த அளவுக்குத் தெரியும்?

வாழ்க்கையில் உங்களுக்கு இலக்கு இருக்கிறதா? ஒரே ஒரு முக்கியமான இலக்கைத்தான் நீங்கள் குறி வைத்திருக்கிறீர்களா? உங்களுடைய வழிகாட்டும் அமைப்பு ஒரே சமயத்தில் பல திசைகளில் அமைந்த பல்வேறு இலக்குகளை நோக்கி உங்களுக்கு வழிகாட்டுவதாக எண்ணிப் பாருங்கள். அது எவ்வளவு குழப்பமானதாக இருக்கும் என்று அப்போது உங்களுக்குப் புரியும்.

அதனால்தான் ஒரே இலக்கைக் கொண்டவன் சீக்கிரமாகவும், வெற்றிகரமாகவும் அதைச் சென்று அடைகிறான். ஒரே சமயத்தில் பல காரியங்களைச் சாதிக்க முயற்சிக்கிறவன் தடுமாற்றமான பாதையில் சென்று வாழ்க்கையை வீணாக்கிக் கொள்கிறான்.

நீங்கள் உங்கள் இலக்கை நோக்கித் தொடர்ந்து முன்னேறிக் கொண்டு இருக்கிறீர்களா? நீங்கள் அசையாமல் அப்படியே இருந்தால் உங்களுடைய வழிகாட்டும் அமைப்பு, திருத்தங்கள் எதையும் சொல்ல வழி இருக்காது. ஆகவே தொடர்ந்து சென்று கொண்டு இருங்கள். நிற்காதீர்கள். தவறு நேர்ந்து விடுமோ என்று தயக்கம் காட்டாதீர்கள். முன்னேறிச் செல்லுகின்றபோது தவறு நேர்ந்தால் திருத்திக் கொண்டு விடலாம். வாழ்க்கை என்பது சைக்கிள் விடுவதைப் போன்றது. சென்று கொண்டிருக்கும் போதே திசையில் தவறு ஏற்பட்டால் திருத்திக் கொண்டு விடலாம். சைக்கிள் ஓட்டுவதை நிறுத்தினால் பேலன்ஸ் தவறி, தடுமாறி விழ வேண்டி இருக்கும்.

தவறுகள் நிகழும் என்று நீங்கள் எதிர்பார்க்க வேண்டும். உடனுக்குடன் அவற்றை திருத்திக் கொள்வதற்காக கவனமாக அவற்றை கண்காணிக்கவும் வேண்டும். எவ்வளவுக்கு எவ்வளவு உடனடியாகத் தவறைத் திருத்திக் கொள்ளுகிறீர்களோ அந்த அளவுக்குப் பாதை மாறுவதையும் தவிர்க்கலாம். இலக்கு நோக்கிய திசையினையும் சரிப்படுத்திக் கொண்டு விடலாம்.

தவறுகளை வாழ்க்கையின் ஒருபகுதியாக நீங்கள் ஏற்றுக் கொண்டு விடுவதால் தவறுகளைப் பார்த்துக் குழப்பம் அடையவோ வெட்கப்படவோ அவசியம் இருக்காது. குற்ற உணர்வில் இருந்தும் விடுதலை பெறுவீர்கள். குற்ற உணர்வின் விளைவாக ஏற்படுகின்ற குழப்பங்களுக்கும் இடம் இருக்காது.

தவறுகளை வாழ்க்கையின் ஒரு பகுதியாக ஏற்றுக் கொள்ளுகிற போது, வழிகாட்டும் அமைப்பு ஒன்று உங்களிடம் செயல்படு வதையும் ஏற்றுக் கொள்வீர்கள். இந்த அமைப்பு உங்களின் முக்கிய லட்சியத்தை நோக்கி உங்களைச் செலுத்தும்.

லட்சியத்தை நோக்கிச் செல்லுகின்ற விதத்தில் உங்களின் வழிகாட்டும் அமைப்பை எப்படி நீங்கள் செயல்படுத்தப் போகிறீர்கள்? அதற்கான வழி இதோ:

அ) உங்களுடைய வழிகாட்டும் அமைப்பு கணிப் பொறி (கம்ப்யூட்டர்) போன்றது. உங்களுடைய நினைவு என்கிற கணிப்பொறியில், உங்கள் லட்சியம் பற்றிய முழுத் தகவல்களையும் கொடுங்கள். (இந்த கணிப்பொறி உங்களுடைய ஆழ்மனம்தான்) இப்படி நீங்கள் செய்து விட்டால், உங்கள் லட்சியம் என்ன என்பதை உங்களுடைய வழிகாட்டும் அமைப்பு சந்தேகத்திற்கு இடம் இன்றித் தெரிந்து வைத்துக் கொள்கின்றது.

ஆ) உங்கள் லட்சியம் என்ன என்பதை உங்களுடைய வழி காட்டும் அமைப்பு முழுமையாகத் தெரிந்து கொண்ட

பிறகு, லட்சியம் நோக்கி நேராக உங்களைச் செலுத்தும். எப்படி என்று நீங்கள் அதற்கு சொல்லித்தரத் தேவையில்லை. உங்களுடைய ஆழ்மனம் என்பது பிரபஞ்ச அறிவின் ஓர் அங்கம். பிரபஞ்சத்தின் அனைத்து நிகழ்ச்சிகளையும், உங்களின் இதயத் துடிப்பில் இருந்து கிரகங்களின் சுழற்சி வரை இந்த பிரபஞ்ச அறிவுதான் வழிகாட்டி செயல்படுத்திக் கொண்டு இருக்கிறது. உங்கள் லட்சியத்தை நோக்கி அது சுலபமாக உங்களை வழி நடத்திச் செல்லும்.

இ) நீங்கள் செய்ய வேண்டியதெல்லாம் உங்களுடைய வழிகாட்டும் அமைப்பு சொல்லுகின்ற வழியில் நடந்து அதற்கு முழுமையான ஒத்துழைப்பு கொடுப்பது மட்டும்தான். உங்கள் லட்சியத்தை அடைவதற்குத் தேவையான ஆற்றலும் சக்தியும் உங்களுக்குக் கிடைக்கும். மன இறுக்கம் இன்றி நீங்கள் இருந்தால் போதும். நீங்கள் செல்ல வேண்டிய திசையில் அது உங்களைச் செலுத்தும்.

ஏவுகணையின் வழிகாட்டும் அமைப்பை உருவாக்கி வைத்த மனிதன், தன்னிடமே அப்படி ஓர் அமைப்பு இருப்பதைக் கண்டு கொண்டிருக்கிறான். தன்னுடைய லட்சியத்தை மனப்பாடமாக தொடர்ந்து கற்பனை செய்வதன் மூலம், அதை நோக்கித் தன்னை அழைத்துச் செல்லுகின்ற வழிகாட்டும் அமைப்பு தன்னிடமே இருப்பதை அறிந்து கொண்டு இருக்கிறான்.

4

மன உளைச்சல்களை சமாளித்து பிரச்சினைகளைத் தீர்ப்பது எப்படி?

மன உளைச்சலை ஏற்படுத்தக் கூடிய எத்தனையோ விஷயங்கள் உலகில் இருப்பதை முதலில் நாம் ஒப்புக் கொள்ளு வோம்.

மன உளைச்சலை ஏற்படுத்துகின்ற நிலவரங்கள், மன உளைச்சலை ஏற்படுத்துகின்ற சூழ்நிலைகள், மன உளைச்சலை ஏற்படுத்தக் கூடிய சில மனிதர்கள் (இவர்கள் கூட சிலரிடம்தான் அப்படி இருக்கிறார்கள். வேறு சிலரிடம் அப்படி இருப்பதில்லை)

நல்லதையே நினைக்கிறவன், 'வாழ்க்கை என்பது பழங்கள் நிரம்பிய கூடை' என்று உற்சாகமாக கூறுகிறான். அந்தக் கூடையில் உள்ள சில பழங்கள் புளிப்பானவை என்று சேர்த்துச் சொல்ல அவன் தவறி விட்டான்.

மார்க்கஸ் அரேலியஸ், ரோம் சாம்ராஜ்யத்தை ஆட்சி புரிந்த ஞானம் படைத்த மன்னர்களில் ஒருவர். அவர் தன்னுடைய நாட் குறிப்பில் எழுதியிருக்கிறார்: "நான் இன்றைக்கு அதிகமாகப் பேசுகிற மக்களையும், சுயநலம், தற்பெருமை, நன்றியின்மை ஆகிய குணங்களைக் கொண்ட மக்களையும் சந்திக்கப்

போகிறேன். அவர்களைப் பார்த்து நான் ஆச்சரியமோ, கலவரமோ அடையப் போவதில்லை. இம்மாதிரி மனிதர்கள் இல்லாத உலகத்தை என்னால் கற்பனை செய்து பார்க்க முடியவில்லை."

மன உளைச்சலை ஏற்படுத்துகின்ற நிலவரங்கள், சூழ்நிலைகள், மக்கள் ஆகியோரை எப்படிச் சமாளிப்பது?

இவர்களை இரண்டு வகையாகப் பிரிக்கலாம். பொதுவாக இப்படிப் பிரித்தாலும் அதற்குள்ளேயும் சிறுசிறு வேறுபாடுகள் உண்டு. பொதுவான இரண்டு பிரிவுகளைப் பற்றி மட்டும் நாம் இப்போது பார்த்தால் போதும். இந்த இரண்டு முக்கிய பிரிவுகளை சமாளிக்கின்ற அடிப்படையிலேயே சிறு சிறு வேறுபாடுகளையும் சமாளிக்கப் பழகிக் கொள்ள வேண்டும்.

உளைச்சல் ஏற்படுத்தும் நிலவரங்கள், சூழ்நிலைகள், மக்கள் திருத்தவே முடியாத சில நிலைகளும் உண்டு. ஆனாலும் எந்த விஷயத்தையும் முயற்சித்துப் பார்ப்பதில் தவறில்லை. ஆனால் பல சந்தர்ப்பங்களில் முயற்சிக்குத் தகுந்த பலன் கிடைப்பதில்லை. கல் சுவருக்கு எதிராகத் தலையை மோதிக் கொள்வதால் எந்தவிதமான பலனும் இல்லை. அம்மாதிரி முயற்சிகளில் திரும்பத் திரும்ப ஈடுபடுவதிலும் அர்த்தமில்லை.

லட்சியத்தை அடைய, எந்த விலையைக் கொடுத்தாகிலும், எல்லாத் தடைகளையும் வெற்றி கொள்ள வேண்டும் என்று சொல்லுகிறவர்களும் இருக்கிறார்கள். ஒரு குறிப்பிட்ட முயற்சியில், எவ்வளவு தூரம் எப்படிச் செல்லலாம் என்பதை உங்கள் புத்தியைக் கொண்டு அனுமானித்து முடிவு செய்வதே நல்லது என்று நான் யோசனை சொல்லுகிறேன். ஏனெனில் வேறு லட்சியங்களோடு அதே உழைப்பினையும் முயற்சியினையும் நீங்கள் அளித்தால் உங்களுக்கு நல்ல பலன்கள் கிடைக்கக் கூடும்.

உளைச்சலைத் தரக் கூடிய நிலவரம் அல்லது சூழ்நிலை அல்லது மனிதரை நீங்கள் சமாளிக்க வேண்டி இருப்பதாக

வைத்துக் கொள்வோம். இவற்றைச் சமாளிப்பதில் எதுவுமே செய்ய முடியாத நிலை இருப்பதாகவும் வைத்துக் கொள்வோம். அப்போது மன உளைச்சல் மறைந்து விடும் என்று சொல்ல முடியாது. அது இருக்கத்தான் செய்யும். உங்களுடைய மன அமைதிக்காக அதோடு நீங்கள் தொடர்பு வைத்துக் கொள்ளத் தான் வேண்டும். சமாளிக்கத்தான் வேண்டும்.

எப்படி?

மனோதத்துவத்தை நடைமுறைப்படுத்தும் வழிகளைப் பற்றி அறிந்த ஹார்வர்டு பல்கலைக் கழகத்தைச் சேர்ந்த வில்லியம் ஜேம்ஸ் தன்னுடைய மாணாக்கர்களுக்கு என்ன சொல்லிக் கொடுத்தார் என்று பார்க்கலாம். ''அதை அப்படியே ஏற்றுக் கொள்ளும் மனநிலையைப் பெறுங்கள். எந்த ஒரு துரதிர்ஷ்டத்தின் விளைவுகளையும் சமாளிப்பதற்கு முதல்படி, நிகழ்ந்து விட்டதை அப்படியே ஏற்றுக் கொள்வதுதான்''. நான் இன்னொன் றையும் சேர்க்க விரும்புகிறேன். நடந்து விட்டதை மட்டுமல்ல, நடந்துகொண்டு இருப்பதையும் இனி எதிர்காலத்தில் நடக்கலாம் என்று இருப்பதையும் அதனுடன் சேர்த்துக்கொள்ளுங்கள். இருக்கிறபடியே ஏற்றுக்கொள்ளுங்கள். அதனோடு மல்லுக் கட்டாதீர்கள். வெற்றிகொள்ள முடியாததை அப்படியே ஏற்றுக் கொள்ளுங்கள். பிறகு அதற்கு உங்களை சரி செய்து கொள்ளுங் கள்.

விதி ஒரு கதவை மூடும்போது, நம்பிக்கை இன்னொரு கதவைத் திறக்கிறது. திறந்த கதவைத் தேடிச் செல்லுங்கள்.

இப்போது தீர்வு காணக் கூடிய உளைச்சல் பிரச்சினையைப் பரிசீலிப்போம். இப்படிப்பட்ட பிரச்சினைகளுக்குத் தீர்வு காண முடியும் என்பது மட்டுமல்ல, தீர்வு கண்டே ஆக வேண்டும். கீழே சொல்லப்பட்டுள்ள வழி உளைச்சல் பிரச்சினைக்கு மட்டுமல்ல எல்லாவிதமான பிரச்சினைகளுக்கும் தீர்வு காண்பதற்கும் பயன் உடையதாகும்.

எல்லாப் பிரச்சினைகளுமே உளைச்சல் தரக் கூடியவை என்று சொல்லி விடுவதற்கு இல்லை. பல பிரச்சினைகள் நம்முடைய திறமைக்குத் தூண்டுகோலாகவும் இருக்கலாம். எல்லாப் பிரச்சினைகளைப் பற்றியும் உங்களுடைய கண்ணோட்டம் இப்படித்தான் இருக்க வேண்டும். நான் ஓய்வு பெறுவதற்குப் பல வருடங்களுக்கு முன் லட்சக்கணக்கான டாலர்கள் முதலீடு செய்யப்பட்ட ஒரு விளம்பர நிறுவனத்தில்தான் வேலை பார்த்தேன். அப்போது, ''பிரச்சினை அணுகுமுறை வழி'' என்கிற ஒரு திட்டத்தை உருவாக்கினோம். 102 வாடிக்கையாளர் களுக்காக இதை உருவாக்கினோம். அதாவது எங்களுக்கு அளிக்கப்பட்ட ஒவ்வொரு சம்பவத்தையும் பிரச்சினை தீர்க்கும் விஷயமாக நாங்கள் அணுகினோம். பிரச்சினைகளைத் தீர்க்கும் சிறந்த வழிகளைப் பற்றி நாங்கள் ஆராய ஆரம்பித்தோம்.

பிரச்சினைகளைத் தீர்க்கும் மிகவும் பயன் உள்ள சில வழிகள் கீழே சுருக்கமாகக் கொடுக்கப்பட்டுள்ளன.

1. **பிரச்சினை என்ன என்பதை முதலில் எழுதிக் கொள்ளுங் கள்.** அதைப் பற்றி சிந்திக்க வேண்டாம். பிரச்சினையை அப்படியே எழுதினால் போதும். சரியாகவும், தெளிவாக வும், சுருக்கமாகவும் எழுதுங்கள். ஜெனரல் மோட்டார்ஸ் நிறுவனத்தின் பெரிய மேதையான சார்லஸ் கிட்டரிங் சொல்லியுள்ளதை நினைவில் வைத்துக் கொள்ளுங்கள். ''ஒரு பிரச்சினை சரியாகச் செயல்படுத்துவதே, அதற்கான பாதித் தீர்வாக அமைந்து விடுகிறது.''

2. **பிரச்சினைக்கு சரியான காரணம் என்ன என்று எழுதுங் கள்.** தகவல்களைச் சொல்லுங்கள். எல்லாத் தகவல்களை யும் சொல்லுங்கள். தகவல்கள் அனைத்தும் சரியானதாக, தெளிவானதாக, விருப்பு வெறுப்பு இல்லாததாக இருக் கட்டும். ஏற்கெனவே உள்ள எண்ணங்களுக்கு சப்பைக் கட்டு கட்டும் பிரச்சினை பற்றி ஏற்கெனவே சில கருத்துகளை

நீங்கள் கொண்டிருந்தால், உங்கள் கருத்துக்கு வலு சேர்க்கின்ற தகவல்களுடன், வலு சேர்க்காத தகவல் களையும் சேர்த்துக் கொள்ளுங்கள். கொலம்பியா பல்கலைக் கழகத்தைச் சேர்ந்த ஹெர்பர்ட் ஹாக்ஸ், "உலகத்தில் பாதி தொல்லைகளுக்குக் காரணம், ஒரு விஷயத்தைப் பற்றி போதுமான அறிவில்லாமல் முடிவுகளை சிலர் எடுப்பதே ஆகும்" எனக் கூறுகிறார். "ஒருவன் விருப்பு வெறுப்பு அற்ற தன்மையில் தகவல்களைச் சேகரிப்பதில் கவனம் செலுத்தி னால், அதன் விளைவாகவே அவனுடைய பல கவலைகள் மறைந்து போகும்'' எனக் கூறுகிறார். ஆகவே ஒரு பிரச்சினையைத் தீர்க்க முயலும் முன், பிரச்சினைக்கு சரியான காரணம் என்ன என்பதை உறுதிப்படுத்திக் கொள்ளுங்கள்.

3. பிரச்சினைக்கு சாத்தியமான தீர்வுகள் அனைத்தையும் எழுதுங்கள். ஒவ்வொரு தீர்வும் விருப்பு வெறுப்பு அற்ற தன்மையில் உருவானதுதானா என்று தீர்மானியுங்கள். வழக்கறிஞர் போல சாதக பாதகங்கள் இரண்டையும் விவாதித்து முடிவுக்கு வாருங்கள். இப்படி விவாதித்த பிறகே சாத்தியமான ஒவ்வொரு தீர்வையும் நீங்கள் எழுத வேண்டும்.

4. எந்தத் தீர்வை நடைமுறைப்படுத்துவது என்கிற திட்ட வட்டமான முடிவுக்கு வாருங்கள். முன்னே சொன்னபடி சாதக பாதகங்களைச் சரியாக விவாதித்து தீர்வுகளை நீங்கள் எழுதியிருந்தால் எந்தத் தீர்வை நடைமுறைப்படுத்துவது என்கிற முடிவுக்கு எளிதில் வந்துவிடலாம். முடிவு செய்வதில் சிரமம் இருந்தால், போதுமான நேரமும் இருந்தால், நீங்கள் குறித்துள்ள தீர்வுகள் அனைத்தையும் உங்கள் மனம் என்கிற கணிப்பொறியில் (ஆழ்மனம்) செலுத்துங்கள். சில நாட்களுக்கு அது தொடர்பான

வேலைகள் அங்கேயே நடக்கட்டும். நீங்கள் விஸ்ராந்தியாக இருங்கள். சீக்கிரமே சிறந்த தீர்வு எது என உங்கள் மூளை தீர்மானித்து விடும். பிறகு அந்தத் தீர்வை நடைமுறைப் படுத்தி விட்டு, ஏனைய தீர்வுகளை மறந்துவிடுங்கள்.

5. **உடனே அந்தத் தீர்வை நடைமுறைப்படுத்தி, அது தொடர்பான செயல்களில் விரைந்து ஈடுபடுங்கள்.** தொடர்ந்து ஈடுபடுங்கள். அப்படி நீங்கள் செய்யாவிட்டால் இதற்கு முன்னால் கூறியுள்ள ஆலோசனைகள் வீணாகிப் போகும். செயல்படுத்தத் தொடங்கிய பிறகு மறுபரிசீலனை செய்யாதீர்கள். செயல்படுத்துவதில் மட்டுமே கவனமாக இருங்கள். வில்லியம் ஜேம்ஸ் சொல்லியுள்ள ஆலோசனை மிகவும் பயன் உள்ளது. "ஒருமுறை முடிவெடுத்து செயல் படுத்த ஆரம்பித்து விட்டால், செயல் மட்டும்தான் தொடர வேண்டும். அதற்குப் பிறகு பலனைப் பற்றிய கவலையே இருக்கக் கூடாது."

மேலே சொல்லியுள்ள ஐந்து நிலைகளையும் நீங்கள் கவன மாகக் கையாண்டால், விளைவுகள் திருப்தி அளிப்பதாக அமை யும்.

மன உளைச்சல் தரும் நிலவரம், சூழ்நிலை, மனிதர்கள் ஆகியோரைச் சமாளிக்கவும், எதிர் கொள்ளுகின்ற பிரச்சினை களுக்குத் தீர்வு காணவும் நீங்கள் தெரிந்து கொண்டு விட்டால், கஷ்டங்களின் மீது வெற்றிகரமாகச் சவாரி செய்து சமாளித்து விடுவீர்கள்.

5

உண்மைத் தகவல்களையும் அபிப்பிராயங்களையும் பிரித்துப் பார்ப்பது எப்படி?

✶

கவலை, பயம் ஆகியவற்றின் ரேகைகள், நடுத்தர வயதினரின் முகத்தில் அழுத்தமாகப் பதிந்திருப்பதை நான் பார்த்திருக்கிறேன். "புத்திசாலித்தனம் அல்லாத முதலீடுகளினால் என் செல்வத்தை நான் இழந்து விட்டேன். மீண்டும் எதையாவது தொடங்கலாம் என்றாலும் எனக்கு வயதாகி விட்டது. நானும் என் குடும்பத்தினரும் எஞ்சிய வாழ் நாட்களை வறுமையிலும் அவமானத்திலும் கழிப்பதைத் தவிர வேறு வழியில்லை" என்று சொல்லுகிறவர்கள் இவர்கள்.

இப்படிப்பட்ட மனிதர்களிடம் உள்ள உண்மைத் தகவல் ஒன்றே ஒன்றுதான். அவர் கூறுகின்ற மற்ற அனைத்தும் அவருடைய அபிப்பிராயங்களே.

உங்களின் அபிப்பிராயங்களை உண்மைத் தகவல் என்று நீங்கள் ஏற்றுக் கொள்ளுகின்றபோது, உங்கள் வாழ்க்கையை அது அழித்து விடுகிறது.

இவரிடம் உள்ள ஒரே ஒரு உண்மைத் தகவல் எது? புத்திசாலித்தனம் அல்லாத முதலீடுகளினால் செல்வத்தை அவர் இழந்து விட்டார் என்பது மட்டுமே அந்த உண்மைத் தகவல்.

நடுத்தர வயதாகி விட்டதால், மீண்டும் ஒன்றைத் தொடங்கி, செல்வத்தை உருவாக்க முடியாது என அவர் சொல்லுவது அவருடைய அபிப்பிராயம் மட்டுமே.

தானும் தன்னுடைய குடும்பத்தினரும் இனி வறுமையிலும் அவமானத்திலும் வாழவேண்டி இருக்கும் என்று அவர் சொல்லு வதும் அவருடைய அபிப்பிராயம்தான்.

ஒரே ஒரு உண்மைத் தகவலை மட்டும் எடுத்து வைத்துக் கொண்டு பல அபிப்பிராயங்களையும் அதனுடன் இணைத்துப் பெரிதுபடுத்தி, நீங்கள் மேற்கொள்ளும் முடிவுகள் தவறானவை என்பதோடு மிகுந்த சேதத்தையும் விளைவிக்கக் கூடியவை.

மேலே வர்ணிக்கப்பட்டுள்ள நடுத்தர வயதினர் தோல்வியைக் கொஞ்சம் பரிசீலித்துப் பார்க்கலாம்.

அவர் கூற்றில் உள்ள ஒரே ஒரு உண்மைத் தகவலை ஆராய்வோம். புத்திசாலித்தனம் அல்லாத முதலீட்டால் பணத்தை இழந்து விட்டார் என்பது மட்டும்தான் உண்மைத் தகவல். அப்படி இழந்தது முட்டாள்தனம்தான். ஒருவேளை இன்னும் சற்று கவனமாக இருந்திருந்தால், நல்ல ஆலோசனைகள் கிடைத்திருந்தால், இந்த இழப்பை ஒருவேளை அவர் தவிர்த் திருக்கலாம். இப்படி இழப்பு ஏற்படுவது ஒன்றும் புதுமையான விஷயமல்ல. பெருமளவில் செல்வத்தைக் குவித்தவர்கள்கூட, அவ்வப்போது கணிசமான நஷ்டத்தை அடைந்திருக்கிறார்கள். செல்வம் சேர்ப்பதில் நஷ்டமும் தவிர்க்க முடியாதது என்று அவர்கள் ஏற்றுக் கொள்கிறார்கள்.

எத்தனையோ பேர் பெரும் செல்வத்தைக் குவித்து அதை இழந்தும் இருக்கிறார்கள். அநேகமாக அவர்கள் எல்லோருமே

பிறகு நஷ்டத்தை ஈடுகட்டி மறுபடியும் செல்வத்தைக் குவித்து இருக்கிறார்கள். செல்வம் சேர்ப்பது என்பது ஒரு கலை. அதற்கென்று ஒரு மனோபாவம் வேண்டும்.

ஆகவே நம்முடைய நண்பர் பணத்தை இழந்தார் என்பது கலவரம் அடையக்கூடிய ஒரு தகவல் அல்ல. நிச்சயமாகத் தன்னுடைய துரதிர்ஷ்டத்தை தன்னுடைய அபிப்பிராயங்களால் மேலும் மோசமாக்கிக்கொள்ள எந்தவிதமான காரணமும் இல்லை.

இப்போது உண்மைத் தகவல்கள் என்று அவர் தவறாகப் புரிந்து கொண்ட அபிப்பிராயங்களைக் கவனிப்போம். இது அவருடைய இயலாமைக்கும் மீண்டும் முயற்சிகளை மேற்கொள்வதற்கும் தடையாக அமைந்து விடுகிறது.

1. மீண்டும் தொடங்க வயதாகிவிட்டது என்கிறார். இது அவருடைய அபிப்பிராயம்தான். உண்மைத் தகவல் அல்ல. அவரே தன்னுடைய அபிப்பிராயத்தில் தொடர்ந்து தீவிரமான நம்பிக்கை வைத்தால் ஒருவேளை அவருடைய அபிப்பிராயமே உண்மைத் தகவல் என்கிற நிலைமை அடைந்துவிடலாம். அவர் கூற்று உண்மைத் தகவல் அல்ல. ஏனென்றால் பலரும் நடுத்தர வயதைத் தாண்டிய பிறகே பெரும் செல்வத்தைக் குவித்து இருக்கிறார்கள். இவரை விட வயதானவர்கள் எத்தனையோ பேர் பெரும் செல்வத்தை உருவாக்கி இருக்கிறார்கள். செல்வம் சேர்க்கும் மனோபாவத்தையும் கலையையும் கற்றுக்கொள்ள அவர்கள் எடுத்துக் கொண்ட அவகாசம் இது.

2. நானும் என்னுடைய குடும்பத்தினரும் வறுமையிலும் அவமானத்திலும் எஞ்சிய வாழ்நாட்களை கழிக்க வேண்டும் என அவர் கூறியிருப்பதும் அவருடைய அபிப்பிராயம் மட்டுமே. அவர் அதையே தொடர்ந்து நம்பினால்தான் உண்மைத் தகவல் என்கிற நிலையினை அது பெறும்.

முதலில் தவறான முதலீட்டில் பணத்தை இழப்பது அவமானப்பட வேண்டிய விஷயம் அல்ல. முதலீடு செய்கின்ற பலரும் ஏதோ ஒரு காலகட்டத்தில் இப்படி ஒரு நிலைக்கு ஆளாவதுண்டு. ஆனால் வழக்கமாக அவர்கள் இழந்ததை திரும்பப் பெறவே செய்கிறார்கள். செல்வம் பண்ணுகின்ற கலை அவர்களுக்குத் தெரிந்திருப்பதும் அதற்கான மனோபாவம் அவர்களிடம் இருப்பதுமே காரணம். ஆகவே நம்முடைய நண்பர் அவமான உணர்ச்சியைப் பெறுவதை விட்டுவிட்டு, ஒரு பாடம் கற்றுக் கொண்டு இருப்பதாக உணர்ந்தால், எதிர்காலத்தில் அவர் மேற்கொள்ள வேண்டிய முடிவுகளுக்கு அது பேருதவியாக இருக்கும்.

தன்னுடைய குடும்பம் இனிமேல் ஏழ்மையில் வாழ வேண்டி இருக்கும் என்பதும் அவருடைய அபிப்பிராயம்தான். அதிலும் கேலிக்கூத்தான அபிப்பிராயம். இதில் அபாயம் என்னவென்றால் அபிப்பிராயத்தை உண்மைத் தகவல் என அவர் தவறாக எண்ணுவது ஆகும். உங்களுடைய அபிப்பிராயமாக இருந்தாலும் சரி, மற்றவர்களின் அபிப்பிராயமாக இருந்தாலும் சரி அவற்றை உண்மைத் தகவல் என்று நீங்கள் ஏற்றுக் கெண்டால் உங்கள் வாழ்க்கைப் பாழாகிப்போகும்.

பத்து காசுக்கு பல நூறு அபிப்பிராயங்களை வாங்கலாம். உண்மைத் தகவல்கள் தங்கத்தின் மதிப்புக் கொண்டது, மெய்யாகவே!

தீர்க்கமான முடிவுகளை, மெய்யான தகவல்கள் அடிப்படையில் உருவாக்கி, உங்கள் வாழ்க்கையினை அமைத்துக் கொள்ளுங்கள். உண்மைத் தகவல்களின் ஆதாரத்தை நீங்கள் கண்டறிய முடியும். உண்மைத் தகவல்களை நீங்கள் நிரூபிக்கவும் முடியும்.

தவறான தகவல்களை ஏற்றுக் கொண்டு காரியத்தை நீங்கள் செய்கின்றபோது தவறான தீர்மானங்களுக்கு வருகிறீர்கள்.

பழங்காலத்தில் தொலைபேசி ஆப்பரேட்டரை தொடர்பு கொள்ள வேண்டுமானால் ஒரு கைப்பிடியைத் திருப்ப வேண்டும். ஒருவன் சரியாக மதியத்திற்குச் சற்று முன்னால் அவ்வாறு கைப்பிடியைத் திருகினான். அவ்வாறு அவன் செய்வதற்குக் காரணம் தொலைபேசி ஆப்பரேட்டரிடமிருந்து சரியான மணியைத் தெரிந்து கொள்ள வேண்டும் என்பதுதான். பல வாரங்கள் தொலைபேசி ஆபரேட்டர் தன்னுடைய கைக்கடிகாரத்தைப் பார்த்து அவனுக்கு மணி சொல்லிக் கொண்டு இருந்தான். ஒருநாள் ஆப்பரேட்டர் தன்னுடன் தொடர்பு கொள்ளுவது யார் எனக் கேட்டார். அவன் சொன்னான், "நகரத்தின் நடுப்பகல் சங்கை ஊதுகிறவன் நான்."

"என்ன ஆச்சரியம். நீ ஊதுகின்ற சங்கு ஒலியைக் கேட்டு என்னுடைய கைக்கடிகாரத்தை சரி செய்து கொண்ட பிறகுதான் உனக்கு நான் மணியைச் சொல்லுகிறேன்' என்றான் ஆபரேட்டர்.

உண்மைத் தகவல் எவ்வளவு விசித்திரமானது என்பதை மேலே உள்ள சம்பவம் எடுத்துக் காட்டுகிறது.

உண்மைத் தகவல்களையும் அபிப்பிராயங்களையும் பிரித்து உணர்கின்ற உங்கள் திறமையில்தான் எதிர்காலத்தைப் பற்றிய உங்களின் முடிவின் தன்மையும் அமைந்திருக்கும். உண்மைத் தகவல்களுக்கு ஒரு தன்மை உண்டு. அதன் உற்பத்தி ஸ்தானம் எது என்பதை சுலபத்தில் கண்டுபிடித்து விடலாம்.

6
சாம்பல் நிறப்பகுதியைக் கண்டுபிடித்தேன்

பல ஆண்டுகளுக்கு முன், எல்லாமே ஒன்று கருப்பாக இருக்க வேண்டும். அல்லது வெண்மையாக இருக்க வேண்டும் என்று நான் எண்ணியது உண்டு. ஒன்று இந்தக் கோடியில் நிற்பேன். அல்லது அந்தக் கோடியில் நிற்பேன். அசையாமல் நிற்பேன். என்ன இழப்பு நேரிட்டாலும் அந்த நிலையிலேயே உறுதியாக நிற்பேன்.

என்னுடைய நம்பிக்கைகள் வெறும் நம்பிக்கையாக மட்டும் இருக்காது. மற்றவர்களுக்கு சவால்களாகவும் இருக்கும்.

நிர்வாகி ஒருவர், வேலை செய்யும் தன்னுடைய மேஜையின் மீது ஓர் அறிவிப்பை வைத்து இருந்தார்: "எதையும் சிந்தித்து முடிவெடுங்கள். நான் சொல்லுகின்றபடி செய்யுங்கள்" இதுதான் அந்த அறிவிப்பு.

நானும் இந்த ரகம்தான். அது அந்தக் காலம். இப்போது முன்பை விட வயது எனக்குக் கூடிவிட்டது. ஆண்டுகள் செல்லச் செல்ல நானும் மாறிவிட்டேன். சரியாகச் சொல்ல வேண்டுமானால், அனுபவத்தில் இருந்து கற்றுக் கொள்ளத் தொடங்கி விட்டேன்.

மற்றவர்கள் வெற்றி பெறுவதைப் பார்த்து... அமைதியாக.. நளினமாக... நிச்சயமாக... வெற்றிக்கான வழி எனக்கு விளங்க ஆரம்பித்து விட்டது. முன்னிலும் சிறந்த வாழ்க்கை எனக்குப் புரிய ஆரம்பித்து விட்டது.

என்னைச் சுற்றி நான் எழுப்பிக் கொண்ட கோட்டைச் சுவர்களைத் தாண்டி நான் வளர ஆரம்பித்து விட்டேன். கோட்டையின் அசையாத் தன்மையே அதை ஒரு சிறைச்சாலையாக்கி விடுகிறது.

தற்காத்துக் கொள்ள எதுவும் இல்லாதபோது கோட்டை எதற்காக? லட்சியத்தை நோக்கி முன்னேறிச் செல்லுவதில் கோட்டையின் பங்கு எதுவும் இல்லை. முன்னேறிச் செல்லுவது தானே வாழ்க்கை!

வாழ்க்கையில் சாம்பல் நிறமான பகுதியும் இருப்பதைப் புரிந்து கொண்டேன். எல்லாமே, ஒன்று வெள்ளையாகவோ, அல்லது கறுப்பாகவோ இருக்க வேண்டிய அவசியமில்லை. எதுவுமே முற்றிலும் சரியானதாகவோ, தவறானதாகவோ இருக்க வேண்டிய அவசியமில்லை. எல்லாமே கருப்பாகவோ அன்றி வெளுப்பாகவோ இளைஞர்களுக்குத் தோன்றலாம். முதிர்ச்சி அடையாத வளர்ந்தவர்களுக்குத் தோன்றலாம். வேலை நிறுத்தம் கண்டன ஊர்வலங்கள், உள்ளிருந்தபடியே வேலை செய்யாமை போன்ற அனைத்திற்கும் இதுவே காரணம்.

பருவ வயதினரின் நடவடிக்கைகளைப் பார்த்து உலகம் புன்முறுவல் பூக்கிறது. அவர்களின் செயல்களை சுயநலத்திற்குப் பயன்படுத்திக் கொள்கிறவர்களைப் பார்த்து அல்ல. ஆனால் உலகம் தன்னுடைய காரியங்களை சாம்பல் நிறப் பகுதிகளில்தான் நிறைவேற்றிக் கொள்ளுகிறது. அனுபவம் இல்லாதபோது இந்த உண்மை எனக்குப் புரியவில்லை.

கருமையின் விளிம்பும் வெண்மையின் விளிம்பும் ஒன்றிக் கலக்கிற பகுதிதான் சாம்பல் நிறப் பகுதி. ஒருவரை ஒருவர் புரிந்து கொண்டு, இணக்கம் ஆகின்ற பகுதியும் இதுதான்.

சாம்பல் நிறப் பகுதியில்தான் ஒவ்வொருவருடைய கருத்தும் மரியாதையுடன் பரிசீலிக்கப்படுகிறது. இங்கேதான் ஒவ்வொரு வரும் அடுத்தவருக்குக் கொஞ்சம் விட்டுக் கொடுத்து பரஸ்பர ஆதாயம் பெறுகிறார்கள். இந்தப் பகுதியில் பேரம் கடுமை யானதாக இருக்கலாம். அல்லது சாதுர்யமானதாக இருக்கலாம். ஆனால் தொடர்ந்து முயன்றால் ஒருவரை ஒருவர் புரிந்து கொண்டு ஒத்துழைக்க இந்தப் பகுதி வழி வகுத்துக் கொள்கிறது.

சாம்பல் நிறப் பகுதியில், தொடர்ந்து பேச்சுவார்த்தைகள் நிகழ்த்தினால், பயனுள்ள முடிவுகளுக்கு வர முடியும்.

கூட்டுச் சிந்தனை இங்கேதான் உருவாகிறது. அனைவருக்கும் பொதுவான முடிவும் இங்கேதான் சாத்தியமாகிறது.

'உலகத்தில் எல்லா விஷயங்களுமே கருப்பாகவோ அல்லது வெளுப்பாகவோதான் இருக்க வேண்டும் என்கிற அவசிய மில்லை' என்கிற அளவுக்கு நான் முதிர்ச்சி அடைந்து விட்டதற் காக சந்தோஷப்படுகிறேன். கருத்துகளும் அபிப்பிராயங்களும் சங்கமிக்கின்ற இடம்தான் சாம்பல் நிறப் பகுதி. நல்லெண்ணம் உடையவர்கள் இங்கே சந்தித்து, தங்களுடைய வேற்றுமை களைப் பேசித் தீர்த்துக் கொண்டு ஒரே லட்சியத்தை நோக்கிச் செல்லவும் முடிகிறது.

சாம்பல் நிறப் பகுதியை கண்டுபிடித்ததற்காக நான் சந்தோஷப் படுகிறேன். நீங்களும் அதைக் கண்டுபிடித்து இருப்பீர்கள் என்று நம்புகிறேன்.

7

பயத்தை வெற்றி கொள்ளுங்கள்

சிலவகை உணர்ச்சிகள் நம்மை அழுத்தி விடுகின்றன. நம்முடைய ஆளுமையை உடைத்து விடுகின்றன. சகித்துக் கொள்ள முடியாத விஷயமாக வாழ்க்கையை ஆக்கி விடுகின்றன. சில சந்தர்ப்பங்களில் கொஞ்சமும் சகித்துக் கொள்ள முடியாத படியும் செய்து விடுகின்றன. கொலை, தற்கொலை போன்ற வற்றுக்கும் காரணமாகி விடுகின்றன.

வெறுப்பு, பழிவாங்குதல், குற்ற உணர்வு, தனிமைப்பட்டுப் போதல் ஆகியவற்றின் அடிப்படை இந்த அத்தியாயத்தின் தலைப்பாக உள்ள பயம் - இத்தகைய உணர்ச்சிகள் மகிழ்ச்சியை அழிப்பதோடு, பல சந்தர்ப்பங்களில் வாழ்க்கையினையும் அழித்து விடுகின்றன. உடலைக் கெடுத்து மனதைக் கெடுத்து, உணர்ச்சிகளையும் கெடுத்து நாசமாக்கி விடுகின்றன. இவற்றை பற்றிய விவரங்களை இந்தப் புத்தகத்தில் இன்னொரு பகுதியில் பார்க்கலாம். இப்போது பயத்தை வெற்றி கொள்ளுவதைப் பற்றி மட்டும் பார்க்கப் போகிறோம்.

பயத்தில் இருந்து, எல்லாவகையான பயத்திடம் இருந்தும் நீங்கள் விடுபட முடியுமானால், வாழ்க்கை சிறப்பானதாக இருக்கும். இன்னும் சில நிமிடங்களில், எல்லா வகை

பயத்தையும், முழுமையாக எப்போதுமே உங்களிடம் இருந்து விரட்டுவதற்கான வழிவகைகளைத் தெரிந்து கொள்ளப் போகிறீர்கள்.

முதலில் பயத்தை உங்களுக்குள்ளிருந்து வெளியில் கொண்டு வர வேண்டும். அப்போதுதான் அதை நேருக்கு நேராக உங்களால் சந்திக்க முடியும். பயம் நிஜமானதாகவும் தெளிவானதாகவும் இருந்து, இரவும் பகலும் அது உங்களை பயமுறுத்துகின்றபோது இந்த யோசனை உங்களுக்கு ஆச்சரியம் அளிக்கலாம். தொடர்ந்து என்னைக் கிழித்துக் கொண்டிருக்கும் இந்த பயத்தை நேருக்கு நேர் நான் எப்படிச் சந்திக்கப் போகிறேன் என நீங்கள் ஆச்சரியப் படலாம். அமைதி அடையுங்கள். சீக்கிரமே பயத்தில் இருந்து நீங்கள் விடுபட்டு விடலாம். மறைந்துள்ள பயங்கள், மறைக்கப் பட்டுள்ள பயங்கள் ஆகியவைதான் அதிகத் தொல்லைகளைக் கொடுக்கின்றன. அவை மறைந்து இருப்பதே அதற்குக் காரணம். ஆகவே பயத்தை வேட்டையாடப் புறப்படுவோம்.

நம்மிடம் நினைவு மனம் என்கிற ஒன்று இருப்பதும், நம்மை சுற்றியுள்ள பொருட்களை அது உணரச் செய்கிறது என்பதும் நம் எல்லோருக்கும் தெரியும். நாம் ஒன்றை பகுத்து உணர்வதற்கும் அதுவே காரணம். நம்முடைய குறிக்கோளுக்கும் நோக்கங் களுக்கும் ஏற்ப அது செயல்படுகிறது.

ஆழ்மனம் என்கிற ஒன்று இன்னும் ஆழமான நிலையில் செயல்படுகிறது என்பதும் நமக்குத் தெரியும். இதயத் துடிப்பு, சுவாசித்தல் போன்ற உடலின் பல்வேறு இயக்கங்களுக்கும் அது காரணமாக இருப்பதோடு, பிரபஞ்சத்தை இயக்கும் பிரபஞ்ச மனத்தோடும் அது தொடர்புடையதாக இருப்பதால் நம்முடைய உண்மையான தன்மையினை பிரதிபலிக்கின்ற ஆற்றலும் அதற்கு உண்டு. (நாம் எதுவாக விரும்புகிறோமோ அதை நோக்கி அது நம்மை அழைத்துச் செல்லுகிறது)

மேலேயுள்ள விளக்கங்கள் நம்முடைய நினைவு மனம், ஆழ்மனம் ஆகியவை பற்றிய மிகப் பொதுவான விளக்கங்களே. நீங்கள் இவற்றை அடையாளம் கண்டு கொள்ள வேண்டும் என்பதற்காகவே இந்த விளக்கங்கள். ஏனெனில் பயத்தை வேட்டையாடுகின்ற வேலையை நாம் இங்கேதான் செய்யப் போகிறோம்.

நம்முடைய் பயங்கள் நினைவு மனத்தில் இருக்குமானால், (அப்படிச் சில இருக்கவே செய்கின்றன) அவற்றை அடையாளம் கண்டு கொள்வதில் சிரமம் எதுவும் இருக்காது. அவற்றை அப்புறப்படுத்துவதும் சுலபம். ஆனால் நம்முடைய ஆழ்மனதில் பயங்கள் விதைக்கப்பட்டிருக்குமானால், அவை மறைந்தும் மறைக்கப்பட்டும் இருக்கின்றன. ஆகவே அவற்றை தோண்டித் தான் எடுக்க வேண்டும். அவற்றின் மாறுவேடத்தை கிழித்தெறி வதும் அவசியமாகிறது. இந்த முறைகளின் மூலம் அவற்றை நினைவு மனதிற்குக் கொண்டு வந்து அப்புறப்படுத்த வேண்டி உள்ளது.

ஆழ்மனதில் புதைந்தும் மறைந்தும் இருக்கும் இந்த பயங் களைப் பற்றி நீங்கள் தெரிந்து கொண்டிருப்பதால் சுலபத்தில் நீங்கள் அவற்றை அடையாளம் கண்டு கொள்ளலாம். அது பற்றிய விவரங்களை ஆராய்வது இந்தப் புத்தகத்தின் நோக்கம் அல்ல. மறைந்துள்ள அவற்றை வேட்டையாடுவதன் அவசியத்தை உணர்த்தி, அதற்கு உங்களைத் தூண்டுவதே நோக்கம்.

மறைந்துள்ள சில பயங்களின் அடையாளங்களாவன: 1. சாதாரண நடவடிக்கைகளில் இருந்து ஒதுங்கியிருத்தல். 2. விளக்கம் சொல்ல முடியாத பய உணர்ச்சி. 3. விளக்கம் சொல்ல முடியாத மன இறுக்கம். 4. நிஜமல்லாத நோய் அடையாளங்கள். உடலில் எந்த நோயும் இல்லாமலே நோயின் அடையாளங்களை உணர்கின்ற நிலை. இது தனிமைப்படுத்திக் கொள்ளும் ஓர் உபாயம். நோயாளிகளில் பாதி எண்ணிக்கையினர் இந்த வகையைச் சார்ந்தவர்களே. இம்மாதிரி அடையாளங்கள்

உங்களுக்கு இருந்தால், ஏதோ ஒரு பயம் உங்களுடைய ஆழ் மனதில் புதைந்து இருக்கிறது என்று அர்த்தம்.

உங்களுடைய பய வேட்டையில் மறைந்துள்ள பயங்களின் **அடையாளங்களை அலட்சியப்படுத்துங்கள்.** அவற்றை **அலட்சியப்படுத்திவிட்டு உண்மையான பயத்தைத் தேடிச் செல்லுங்கள்.** மாறுவேஷ பயங்கள் உங்களை ஏமாற்றாத நிலையில், உண்மையான பயத்தை வெளியில் இழுத்து, அதன் மாறுவேஷத்தைக் கிழித்து எறியுங்கள். மற்ற பயங்களைப் போலவே அதையும் சாதாரண பயமாக பாவியுங்கள். இவற்றை எப்படி அப்புறப்படுத்துவது என்பதை நாம் பார்க்கலாம்.

ஒருவேளை மறைந்து இருக்கும் பயங்களை உங்களால் கண்டுபிடிக்க முடியாமல் போனால், மனோதத்துவ நிபுணரின் உதவியை நாடுங்கள். எப்படி இருந்தாலும் நீங்கள் சமாளித்துக் கொண்டிருக்கும் பயத்தின் தன்மை என்ன என்று உங்களுக்குத் தெரிய வேண்டும். அதன் பிறகு கீழே சொல்லியுள்ள ஒரு முறையைப் பயன்படுத்தியோ அல்லது பல முறைகளைப் பயன்படுத்தியோ பயத்தை அப்புறப்படுத்தி விடலாம்.

1. **திட்டமிட்டு, தயக்கம் இன்றி, எதைச் செய்ய பயப்படு கிறீர்களோ, அதைச் செய்யுங்கள்!** 'நான் பயப்படுகின்ற விஷயத்தையே நான் செய்கிறேன்' என்று திரும்பத் திரும்ப உங்களுக்கு நீங்களே உணர்த்திக் கொள்ளுங்கள். அதையும் பயந்து கொண்டு செய்யாதீர்கள். துணிச்சலுடன் செய்யுங் கள். இதைச் செய்யும்போது முதலில் பயமாகத்தான் இருக்கும். பரவாயில்லை. பயப்படுவதையே செய்யுங்கள். பயத்தைப் பார்த்துச் சிரியுங்கள். பயத்தை கேலி செய்யுங்கள். பயத்தை உதையுங்கள். மிதியுங்கள். பயப்படுவதையே செய்து கொண்டு இருக்கிறேன் என்கிற உணர்ச்சியை மட்டும் இழக்காதீர்கள். எப்படியும் செய்து கொண்டே இருங்கள்.

2. **பயப்படுவதையே திரும்பத் திரும்பச் செய்யுங்கள்.** ஆமாம். திரும்பத் திரும்பச் செய்யுங்கள். இதற்கு ''பயத்தை வெளியேற்றுகின்ற முறை'' என்று சொல்வார்கள். பயப் படுவதையே திரும்பத் திரும்பச் செய்யுங்கள்; அதைப் பற்றிய பயம் உங்களிடம் இருந்து நீங்குவதாக!

3. **பயத்தைப் பார்த்துச் சிரியுங்கள்.** பயத்தால் அதைத்தான் தாங்கிக் கொள்ள முடியாது. அதைக் கேலி செய்யுங்கள். பயப்படுவதையே திரும்பத் திரும்பச் செய்யுங்கள்.

4. **வருவது வரட்டும்;** கொள்ளைக் கூட்டம் ஒன்று இருந்தது. ஒருநாள் கொள்ளைக் கூட்டத் தலைவனிடம் இருந்த இரண்டு நண்பர்கள் சுட்டுக் கொல்லப்பட்டு விட்டார்கள். அவன் மட்டும் தப்பித்துவிட்டான். ''நீயும் சுடப்படுவதற்கு சந்தர்ப்பம் இருந்தது அல்லவா' என்று அவனைக் கேட்ட போது, ''நான் அதற்காகக் கவலைப்படவில்லை. உயிர் என்றோ ஒருநாள் போக வேண்டியதுதானே'' என்றான். இந்த மனோபாவம் தேவை. அப்போதுதான் பயம் நம்மை என்ன செய்துவிடும் என்கிற எண்ணம் தோன்றும்.

6. **சராசரி விதியை நம்புங்கள்.** சராசரி விதி என்பது ஒரு விஷயத்தைத் தெளிவுபடுத்துகிறது. நாம் பயப்படுகின்ற பல விஷயங்கள் நடப்பது இல்லை. நீங்கள் பயப்படுகின்ற விஷயம் நடப்பதற்கான சந்தர்ப்பம் குறைவு என்பதால் நீங்கள் பயப்பட வேண்டிய அவசியமே இல்லை. எவருமே, எப்போதும், எந்த இடத்திலும் பத்திரமாக இருக் கிறார்கள் என்று சொல்லிவிட முடியாது. நீங்கள் பத்திரமாக இருப்பதாக நம்பிக்கையுடன் நினைக்கலாம்.

6. **எல்லா உண்மைத் தகவல்களையும் சேகரியுங்கள்.** அபிப் பிராயங்களை அல்ல; தகவல்களை மட்டுமே. பல பயங்களுக்கும் பூர்வீக மனிதன் தெரியாததைப் பற்றி

கொண்டிருந்த அச்சமே காரணமாக இருக்கிறது. பயம் ஏன் ஏற்பட்டது என்கிற காரணம் உங்களுக்குத் தெரிகின்றபோது அதன் விளைவாக பயம் பறந்தோடிப் போவதைக் கவனிப் பீர்கள். பலருடைய பயமும், உண்மையைத் தெரிந்து கொள்வதைப் பற்றிய பயமாகவே இருக்கிறது. மோசமான வியாதி இருக்குமோ, வேலை போய்விடுமோ போன்ற பயங்கள் இந்த வகையைச் சார்ந்தவை. பயப்படுகின்ற விஷயம் எதுவோ அதைத் துணிச்சலுடன் தெரிந்து கொள் ளுங்கள். மோசமான நோயாக இருந்தாலும் கூட, உரிய காலத்தில் அதைத் தெரிந்து கொள்வதால் பல நோய்கள் குணமாகி உயிர்கள் காக்கப்பட்டு இருக்கின்றன.

பயம் உங்கள் மனதைச் சாப்பிட அனுமதிக்க வேண்டாம். அதைப் பற்றி ஆக்கபூர்வமான காரியங்களில் ஈடுபடுங்கள். அறிவு என்னும் ஒளியில் உங்கள் பயங்கள் விரைந்து விலகி ஓடிவிடும்.

வேலை போய்விடுமோ என்று அச்சப்படாதீர்கள். உங்கள் குறை என்ன என்று உரியவர்களிடம் கேட்டுத் தெரிந்து கொள்ளுங்கள். அப்படி நீங்கள் கேட்டுத் தெரிந்து கொள்ளு வதை உங்களுடைய மேலதிகாரி பாராட்டுவார். ஒருவேளை நீங்கள் வேலையை இழப்பது தவிர்க்க முடியாதது என்றால், அதைப் பற்றி நீங்கள் சீக்கிரமே தெரிந்து கொண்டு, உரிய வேலை தேடிக் கொள்வதுதானே புத்திசாலித்தனமாக இருக்கும்.

7. **பயத்திலிருந்து பாதுகாப்பை முழுமையாக ஏற்படுத்திக் கொள்ளுங்கள்.** எதிர்மறை பயத்தை முன்கூட்டியே எதிர்பார்த்து, ஆக்கப்பூர்வமான உணர்ச்சிகளின் மூலம் அதைத் தடுத்து நிறுத்திவிடலாம்.

இந்த முறை உங்களுக்கு மிகவும் பயன் உடையதாக இருக்கும். நீங்கள் கற்றுக்கொள்ளுவதையே எடுத்துக்

கொள்ளுங்கள். தண்ணீரைப் பார்த்தால், அதில் மூழ்கி விடுவோமோ என்கிற பயம் உங்களுக்கு இருப்பதாக வைத்துக் கொள்ளுங்கள். அம்மாதிரி சந்தர்ப்பங்களில் தண்ணீரில் எவ்வளவு நேரம் இருக்க முடியுமோ அவ்வளவு நேரம் இருந்து பழகுங்கள். பயமில்லாமல் தண்ணீரில் இருங்கள். நீந்துவற்குள்ள எல்லா முறைகளையும் கற்றுக் கொள்ளுங்கள். சீக்கிரமே தரையில் நிற்கும்போது எவ்வளவு பயம் இன்றி இருந்தீர்களோ, அதைப் போலவே தண்ணீரிலும் இருக்கின்ற பழக்கம் உங்களுக்கு வந்து விடும். நீந்துவதில் மகிழ்ச்சி அடையவும் செய்வீர்கள்.

8. **ஆழமான மத நம்பிக்கையுடன் இருங்கள்.** தனிப்பட்ட உங்களுடைய மதப் பழக்க வழக்கங்களில் தலையிடுவது இந்தப் புத்தகத்தின் நோக்கம் அல்ல. ஆனால் பயத்தை வெல்லுவதற்கான வழிகளில் மத நம்பிக்கையும் ஒரு சிறந்த வழியாக இருப்பதால் அதை விட்டு விடுவதும் சாத்திய மில்லை.

மேலே சொல்லியுள்ள வழிகளில் ஒன்றையோ பலவற்றையோ கையாண்டு பயத்தை நீங்கள் விரட்டி விடலாம். வாழ்க்கையின் பெரிய சுமையான பயத்தில் இருந்து விடுதலை பெறுகிறபோது புதிய ஆற்றலையும் சுதந்தர உணர்ச்சியினையும் அனுபவிப் பீர்கள். பய்த்தை வெற்றி கொண்ட பெருமிதமும் உங்களுக்கு ஏற்படும்.

8

அதிசய மருந்து

உங்களுக்குத் தேவையான அதிசய மருந்தை எவ்வளவு வேண்டுமானாலும் தயாரித்துக் கொள்ளலாம் என்பது உங்களுக்குத் தெரியுமா? உலகத்திலேயே மிகவும் அற்புதமான மருந்து அது! நீங்கள் அதை சுலபமாகத் தயாரிக்கலாம். ஆனால் அந்த மருந்தை மற்றவர்களுக்குத் தயக்கம் இல்லாமல் நீங்கள் கொடுக்க வேண்டும். அதிகமாகக் கொடுக்கக் கொடுக்க, நீங்கள் அதை அதிகமாகவும் தயாரிக்க முடியும். செலவு ஒன்றும் இல்லை, பலன்களோ ஏராளம்!

நீங்கள் தயாரிக்கும் இந்த அதிசய மருந்தை நீங்கள் பிறருக்குக் கொடுப்பதால் உங்களுக்குக் கிடைக்கக் கூடிய அற்புதப் பலன்கள் பல கீழே தரப்பட்டுள்ளன.

1. பள்ளிக் குழந்தைகள், இந்த மருந்தைக் கொடுத்தவுடன் மேலும் ஆர்வமாகப் படிக்கிறார்கள். அதிக மதிப்பெண்கள் பெறுகிறார்கள்.

2. வியாபாரத்தில் உங்கள் பங்குதாரர்கள் இந்த மருந்தால் உங்களுடன் நன்றாக ஒத்துழைத்து நீங்கள் வெற்றிகளைக் குவிக்கவும், செல்வத்தைச் சேகரிக்கவும் உங்களுக்கு உறுதுணையாக இருக்கிறார்கள்.

3. உங்கள் குடும்பத்தினரும் நண்பர்களும் இந்த மருந்தின் விளைவாக உங்களைப் பற்றி மகிழ்ச்சி அடைவதோடு, உங்களிடம், நெருக்கமாக இருக்க ஆசைப்படுகிறார்கள்.

4. இந்த மருந்தினால், எங்கு சென்றாலும் உங்களால் மகிழ்ச்சியைப் பரப்ப முடிகிறது.

5. இந்த மருந்தை நீங்கள் கொடுக்கும்போது, உங்களுக்கும், அது போதுமான அளவில் கிடைத்து, உங்களை மகிழ்ச்சியாகவும், புகழ்மிக்கவராகவும், செல்வந்தராகவும் ஆக்கி விடுகிறது.

மருந்துகளைப் பற்றி மிகைப்படுத்திச் சொல்லுவது சரியல்ல என்கிற ஒரு மரபு இருப்பதால் மேலே சொல்லியுள்ள மருந்தின் குணத்திற்கு அத்தாட்சி என்ன என்று பார்த்து விடலாம்.

முதலில் அதை அடையாளம் கண்டு, அதற்குப் பெயர் சூட்டலாம்.

என்ன! புகழ்ச்சி என்கிற எளிய விஷயம் அதிசய மருந்தாக செயல்பட்டு அற்புதங்களை நிகழ்த்துகிறதா?

புகழ்ச்சி என்பது அதன் பெயர்.

ஆம்! புகழ்ச்சி என்பது ஓர் அற்புத மருந்துதான். அது அதிசயங்களை நிகழ்த்துவதும் உண்மைதான். மனவியல் நிபுணர்களில் முன்னணியில் இருப்பவரான டாக்டர் ஆல்ஃபிரெட் ஆட்லர் என்ன சொல்கிறார் என்று கேட்போம். கவலை, பயம், கிலேசம் ஆகியவைகளுக்கு இரையான தன்னுடைய நோயாளியிடம் "யாரையாவது திருப்தி செய்ய வேண்டும். அல்லது யாருக்காவது மன மகிழ்ச்சியை உண்டாக்க வேண்டும் என்று நீங்கள் தொடர்ந்து எண்ணிக் கொண்டிருந்தால் பதினான்கு நாட்களில் உங்களுடைய குறைபாடுகள் நீங்கிவிடும்" எனச் சொல்வாராம்.

மற்றவர்களைத் திருப்திப்படுத்துவதற்கு வழி என்ன? வேறு எதையும்விட மனிதர்கள் பொதுவாக எதை அதிகமாக விரும்பு கிறார்கள்?

அமெரிக்காவின் மிகப் பெரிய தத்துவ ஞானியும் மனோ தத்துவ நிபுணரும் ஆன வில்லியம் ஜேம்ஸ் சொல்வதைக் கேட்போம். ''மனித இயல்பின் ஆழமான தத்துவம் என்ன வென்றால் பாராட்டைப் பெறுவதற்காக ஏங்குவதுதான்.''

இந்த ஏக்கத்தை, புகழ் உரையால் நீங்கள் போக்க முடியும்.

ஆகவே புகழ்ச்சி என்பது வில்லியம் ஜேம்ஸ் சொன்னதை மட்டும் நடைமுறைப்படுத்தவில்லை. யாரோ ஒருவரை திருப்தி செய்ய வேண்டும் என்கிற டாக்டர் ஆட்லரின் யோசனை யினையும் பூர்த்திசெய்கிறது.

உங்களுடைய அதிசய மருந்தான புகழ்ச்சி, பதினான்கு தினங்களில் கவலை, பயம், கிலேசம் ஆகியவற்றை குணப்படுத் தும் என்பதற்கு மிக உயர்ந்த அத்தாட்சி கிடைத்து விட்ட தல்லவா?

இந்த அத்தியாயத்தில் முதலில் நான் குறிப்பிட்டுள்ள காரியங்களை அதிசய மருந்தான புகழ்ச்சி செய்கிறதா என்று பார்க்கலாம்.

1. விஞ்ஞானபூர்வமாகப் பள்ளிக் குழந்தைகளிடம் செய்யப் பட்ட சோதனைகளில், அவர்களின் புத்திசாலித்தனமும் திறமையும் புகழப்பட்டபின், அவர்களுக்கு வைக்கப்படும் பரீட்சை சுலபமானதாக இருக்கும் என்று அவர்களுக்குச் சொல்லப்பட்டது. அந்தப் பரீட்சையில் அவர்கள் சராசரியை விட சிறப்பாகச் செய்ததோடு, நல்ல மதிப்பெண்களும் பெற்றார்கள்.

அதே பள்ளிக் குழந்தைகளிடம் இன்னொரு பரீட்சை வைக்கப்பட்டது. அதுவும் முதலில் வைத்த பரீட்சை

போலவே சுலபமானதுதான். ஆனால் அதற்கு முன் குழந்தைகளிடம் அவர்களைப்பற்றி நிறைய குறைகள் சொல்லப்பட்டன. பரீட்சை கடினமாக இருக்கும் என்றும் அவர்கள் சிறப்பாகச் செய்யமுடியாது என்றும் அவர்களுக்குச் சொல்லப்பட்டது. அவர்கள் அந்தப் பரீட்சையை மோசமாகச் செய்ததுடன் மிகக் குறைந்த மதிப்பெண்களே வாங்கினார்கள்.

புகழ்ச்சி என்கிற ஒரே ஒரு வித்தியாசத்தை தவிர வேறு வித்தியாசமில்லை. புகழ்ச்சி என்கிற அதிசய மருந்து பல அற்புதங்களை நிகழ்த்தும் என்பதற்கு மேலும் சில சான்றுகள்:

2. வர்த்தக பங்குதாரர்கள் புகழ்ச்சியின் காரணமாக ஒத்துழைத்து உங்கள் வெற்றிக்கும் செல்வச் சேமிப்புக்கும் உறுதுணை ஆகிறார்கள். புகழ்ச்சி அவர்களுக்குக் கிடைக்கும்போது, அவர்களின் ஒத்துழைப்பு உங்களுக்குக் கிடைக்கிறது. நீங்கள் புகழும்போது தன்னம்பிக்கையினையும் பாதுகாப்பு உணர்ச்சியினையும் அவர்கள் பெறுகிறார்கள். அவர்களை நீங்கள் குறை சொல்லும்போது முயற்சிக்கு நீங்கள் இடையூறாக இருப்பதாக எண்ணுகிறார்கள். ஆகவேதான் வர்த்தக உறவுகள் அனைத்துக்கும் புகழ்ச்சி தேவைப்படுகிறது. உங்களை அவர்கள் விரும்புவதோடு, நீங்கள் அவர்களுக்கு உதவுவீர்கள் என்கிற நம்பிக்கையில் அவர்கள் உங்களுக்கு உதவுகிறார்கள்.

3. குடும்பத்தினரையும் நண்பர்களையும் அடிக்கடி புகழுங்கள். அவர்கள் உங்களுடன் சேர்ந்து இருக்க விரும்புவார்கள். காரணத்தை வில்லியம் ஜேம்ஸ் விளக்குகிறார். மனித இயல்பின் முக்கிய தத்துவமே புகழ்ச்சிக்காக ஏங்குவதுதான். அந்த ஏக்கத்தை உங்களின் புகழ்ச்சியால் பூர்த்தி செய்யுங்கள். எல்லோருமே உங்களுடன் சேர்ந்து இருக்க ஆசைப்படுவார்கள்.

4. புகழ்ச்சி என்கிற அதிசய மருந்தால், செல்லும் இடங்களில் எல்லாம் உங்களால் மகிழ்ச்சியைப் பரப்ப முடியும். ஒருவாரம் இதைச் செய்து பாருங்கள்.

5. இந்த அதிசய மருந்தை நீங்கள் கொடுக்கும்போது, நீங்கள் மகிழ்ச்சியாக இருக்க அந்த மருந்து உங்களுக்கு நிறையக் கிடைக்கிறது. வெற்றி, புகழ், செல்வம் ஆகியவை கிடைக்கவும் உதவுகிறது. நீங்கள் வெளிச்சத்தை மற்றவர்கள் மீது திருப்புகின்றபோது, அதன் பிரதிபலிப்பு உங்கள் மீது அதிகமாக வரத்தொடங்குகிறது. உங்கள் மீது நீங்களே வெளிச்சம் பாய்ச்சுவதைவிட இது அதிகப் பிரகாசமானது. இறுதியாக, மற்றவர்களை நீங்கள் புகழ்வது வாழ்க்கையில் வெற்றி பெறுவதற்குத் தேவையான மனோபாவத்தை உங்களிடம் ஏற்படுத்துகிறது. டாக்டர் வால்டர் ஸ்கார்ட் சொல்லுகிறார், 'வெற்றி ஆனாலும் தோல்வி ஆனாலும் மனதின் ஆற்றலைப் பொறுத்து அமைவதைவிட, மனோபாவ நிலைகளைப் பொறுத்தே அது அமைகிறது' என்கிறார்.

புகழ்ச்சி என்பது கொடுக்கின்ற ஒரு விஷயம். பைபிள் சொல்வதைப் போல, 'பெறுவதைவிட கொடுப்பது ஆசீர்வதிக்கப்பட்ட காரியம் என்பது மட்டும் அல்ல, பெறுவதற்காகக் கொடுக்கவும் வேண்டும்.' இதுவே வாழ்க்கை திரும்பத் திரும்ப உணர்த்துகின்ற ஒரு படிப்பினை.

மிகவும் விரும்பப்படுகின்ற வெகுமதியைக் கொடுங்கள். பாராட்டுதலுக்காக ஏற்படுகின்ற ஏக்கத்தை நிறைவு செய்யுங்கள்.

புகழ்ச்சி - உங்களுடைய அதிசய மருந்தை தாராளமாகக் கொடுங்கள்!

9

சலிப்படைகிறீர்களா?

சில ஆண்டுகளுக்கு முன் அமெரிக்காவில் சில பேருந்து தொழிலாளர்கள் தாங்கள் செய்த வேலையில் சலிப்படைந்து முன்பு இருந்த ஊதியத்தைவிட குறைந்த ஊதியத்தில் புதிய வேலைகளில் அமர்ந்து விட்டதாக செய்தி வெளியாகியிருந்தது. இந்தச் செய்தியை சுவாரஸ்யமான செய்தியாகக் கருதுவதற்குப் பல காரணங்கள் உண்டு.

1. ஒரு பத்திரிகை ஆசிரியர் இதை முதல் பக்கச் செய்தியாக வெளியிட்டதற்கு ஒரு காரணம் சொல்லியிருந்தார். மனித ஆர்வத்தைத் தூண்டக்கூடிய செய்தி இது என்பது அவருடைய கருத்து. அந்தப் பேருந்து ஓட்டுநர்கள் என்ன காரணத்திற்காக சலிப்படைந்தார்களோ, அதைப்போலவே ஏனைய அலுவல்களில் உள்ளவர்களும் சலிப்படையக் கூடும். பலரும் தாங்கள் பார்க்கின்ற வேலையில் பிறருடன் தொடர்பு கொள்ளுகின்றபோது பல காரணங்களுக்காக சலிப்படையவே செய்கிறார்கள்.

2. இதன் விவரம் என்ன? அந்தப் பத்திரிகைச் செய்திப்படி பதினான்கு பேருந்து ஓட்டுநர்கள், ஓட்டுநர் வேலையை ராஜினாமா செய்துவிட்டு பேருந்துகளை சுத்தப்படுத்து

கின்ற பணியில் அமர்ந்தார்களாம். இந்த வேலையில் அவர்களுக்கு சம்பளமும் குறைவு. பதினெட்டு ஆண்டுகள் அவர்களுக்கு இருந்த சீனியாரிட்டியையும் இழக்க வேண்டி இருந்தது. எதற்காக அவர்கள் இப்படிச் செய்தார்கள்? ஸ்டியரிங் வீலை பிடிப்பதை விட்டுவிட்டு விளக்குமாற்றை பிடிக்க அவர்கள் முன் வந்ததற்குச் சொன்ன காரணங்கள் இதோ:

அ) பயணிகள் சரியான சில்லரையைக் கொடுப்பதில்லை. சில்லரை கேட்டு நச்சரிக்கிறார்கள்.

ஆ) பயணிகளுக்கும் எங்களுக்கும் இடையே ஒத்துழைப்பு இருப்பதில்லை.

இ) பனிக் காலங்களில் சிறுவர்கள் பனிக் கட்டிகளை எங்கள் மீது வீசுகிறார்கள்.

ஈ) மாற்றம் நன்றாக இருக்கிறது.

ஓட்டுநர் வேலையை விட்டுவிட்டு சீனியாரிட்டியை இழந்து, குறைந்த சம்பளம் பெற்றுக் கொண்டதற்கு அவர்கள் சொன்ன காரணங்கள் மேலே உள்ளவை.

இந்த ஓட்டுநர்களை நாம் கண்டனம் செய்ய வேண்டாம். பலரும் மனிதர்களின் குறைபாடுகளை சமாளிக்க முடியாமல், தனிமையை அளிக்கும் வேலையினை நாடிச் சென்று இருக் கிறார்கள். கொஞ்சம் மோசமான துப்புரவுத் தொழிலையும் யாராவது செய்துதானே ஆக வேண்டும்?

பேருந்துகளை சுத்தப்படுத்தும் தொழிலில் மட்டும் மகிழ்ச்சி கிடைத்துவிடும் என்று எப்படிச் சொல்ல முடியும்? தொல்லை கொடுக்கும் பயணிகள் வேண்டுமானால் இல்லாமல் இருக்கலாம். ஆனால் பயணிகள் விட்டுச்செல்லுகின்ற குப்பைக் கூளங்கள் பேருந்துகளில் இருக்கத்தானே செய்யும்? அவர்கள் போட்ட

குப்பைகளையும், அசுத்தங்களையும் மொத்தமாகக் கூட்டி ஒதுக்குகின்றபோதும், சில்லரைக்கேட்டு அவர்கள் செய்த நச்சரிப்பு போல வேறுவிதத்தில் தொல்லையாகத்தானே இருக்கும்.

3. இந்தப் பிரச்சினை இரண்டு காரணங்களால் உருவாவதாகச் சொல்லலாம்.

அ) மன அளவிலும் உணர்ச்சிப்பூர்வமாகவும் சிறிய விஷயங்களைப் பெரிது படுத்துவது ஒரு காரணம். ஒவ்வொரு பிரச்சினையின் சரியான பரிமாணம் என்ன என்று உணர்ந்து கொள்ள முடியாமல் இது செய்து விடுகிறது.

ஆ) சிறு சிறு உரசல்களைப் பெரிதுபடுத்திக் கொண்டே போகும் போது, அவை அனைத்தும் ஒன்றாகச் சேர்ந்து பெரும் பாரமாக ஆகிவிடுகிறது. இம்மாதிரி விஷயங்களை, வேலையின் தவிர்க்க முடியாத ஓர் அம்சம் என்று எடுத்துக் கொண்டுவிட்டால், அலட்சியப்படுத்தி மறந்து விட்டால், பிரச்சினை தோன்றாது.

லிங்கன் சொல்லியிருப்பதைப்போல, "ஒரு மனிதன் எந்த அளவுக்கு மகிழ்ச்சியாக இருக்க வேண்டும் என மனதில் தீர்மானித்துக் கொள்கிறானோ, அந்த அளவுக்குத்தான் அவன் மகிழ்ச்சியாக இருக்க முடியும்.' இந்தச் சந்தர்ப்பத்தில் பேருந்து ஓட்டுநர் ஒருவரைப் பற்றி சொல்லப்படுகின்ற விஷயம் என்னுடைய நினைவுக்கு வருகிறது. அவர் தன்னுடைய தொழிலில் தினமும் பல்லாயிரக்கணக்கான மனிதர்களை சந்திப்பதில் மகிழ்ச்சி அடைந்தார். அவர்களைப் புன்னகையோடு வரவேற்பது அவருக்குப் பழக்கம். கொஞ்சம் ஓய்வு கிடைத்தாலும் அவர்களுடன் உரையாடி மகிழ்வார். உரையாடாதபோது உற்சாகமாக ஏதாவது பாட்டு ஒன்றை முணுமுணுத்துக் கொண்டு இருப்பார். இவ்வாறு பல ஆண்டுகளை சேவையில் கழித்தபிறகு ஓய்வு பெற்றார். வழக்கமாக அவருடைய பேருந்தில் பயணம் செய்யும்

பயணிகள் அவருக்குத் தேனீர் விருந்து கொடுத்து வழியனுப்பி வைத்தார்கள். சில பயணிகள் அவருடைய பிரிவுக்காகக் கண் கலங்கினார்கள். அவரும் கண் கலங்கினார். பேருந்து ஓட்டுநராகப் பணியாற்றி இவ்வளவு பேரின் நல்ல எண்ணத்தைச் சம்பாதிக்க முடிந்த மகிழ்ச்சி அவருக்கு!

ஆமாம், சூழ்நிலைகள், மக்கள் ஆகியோரைப்பற்றி உங்களுக்கு உள்ள மனோபாவமே பெரிய வித்தியாசங்களுக்குக் காரணமாகி விடுகின்றன. ''ஒரு மனிதன் எவ்வளவு மகிழ்ச்சியாக இருக்க வேண்டும் என்று மனதில் தீர்மானிக்கிறானோ, அந்த அளவுக்குத்தான் மகிழ்ச்சியாக இருக்கிறான்'' என்று லிங்கன் சொன்னது எவ்வளவு உண்மை!

10

அடித்தளத்தை உறுதியாக வைத்துக் கொள்ளுங்கள்!

✳

ஒரு தேசம் உறுதியாக நிற்பதும் சரிந்து விழுவதும் எவ்வளவு பலமான அடித்தளத்தின் மீது அது கட்டப்பட்டுள்ளது என்பதைப் பொறுத்தே அமைகிறது.

சட்டம்தான் அதன் அடித்தளம்.

சட்டங்களின் ஞானமும் நேர்மையும் - பாகுபாடு அற்ற முறையில் அந்தச் சட்டங்கள் செயல்படுவதும் - சட்டங்களை மீறினால் கடுமையான தண்டனையில் இருந்து தப்பிக்க முடியாது என்பதுமே ஒரு தேசத்தின் எதிர்காலத்தை நிர்ணயிக்கிறது.

இவை அனைத்திலும் ஒரு தொய்வு ஏற்பட்டுக் கொண்டிருப் பதைப் பார்க்க முடிகிறது.

பொதுமக்களின் ஆதரவைப் பெறுவதற்காக சட்டங்கள் தாராளமாகவே தளர்த்தப்படுகின்றன. இது அறிவுடைமையும் அல்ல, நேர்மையும் அல்ல. புதிய சட்டங்கள் இயற்றியும், இருக்கின்ற சட்டங்களைத் திருத்தியும், வியாக்கியாயனங்களின்

மூலமும் குறிப்பிட்ட குழுக்களுக்கு லாபத்தை ஏற்படுத்திக் கொடுப்பதால், மற்றவர்கள், பாதிப்புகளுக்கு உள்ளாகவும் நேரிடுகிறது. சமுதாயத்தை ஒழுங்குபடுத்துகின்ற அமைப்பு முறை தவறிப் பயன்படுத்தப்படுகிறது. அபாயம் தெளிவானது. சட்டங்கள் நீதியை நிலைநிறுத்துவதற்காகவே தவிர, சந்தர்ப்ப லாபத்திற்காக அல்ல.

சட்டங்களை அமல் செய்கின்றபோது சந்தர்ப்பத்திற்கு ஏற்ற வியாக்கியாயனங்களும் செய்யப்படுவதுண்டு. சட்டத்தை அமல் செய்வது தனி நபரின் விருப்பம் என்பதான நிலையும் தோன்றி விட்டது.

இதன் விளைவாக தனி நபர்களும் குழுக்களும் தங்களுக்குச் சாதகமான சட்டங்களுக்கு மட்டும்தான் பணிவோம் என்றும், பாதகமான சட்டங்களுக்குப் பணிய மாட்டோம் என்றும் துணிச்சலுடன் சொல்லுகின்ற நிலைமை தோன்றிவிட்டது. சட்ட மீறலை அனுமதிக்கின்ற எந்த தேசமும் நீடித்து நிற்பது சாத்திய மில்லை. சட்டத்தை மதிக்க மாட்டோம் என்று சொல்லுவதே கடுமையான தண்டனைக்குரியது என்கிற நிலையும் அவசிய மாகிறது.

ஒருவர் ஒரு குழுவின் தலைவர் என்பதாலோ, உரத்துப் பேசுகின்ற திறமை படைத்தவர் என்பதாலோ சட்டத்திற்கு அப்பாற்பட்டவராக ஆகிவிட முடியாது. சட்டத்தை மீறி தியாகிகள் ஆகிறவர்களைக் கண்டு பயப்பட ஆரம்பித்து விட்டோம். இது கண்ணியமற்ற பயமாகும். சட்டத்தை மீறுவது தண்டிக்கப்பட வேண்டிய விஷயமே தவிர, தியாகம் அல்ல. இந்த பயம் நீடித்தால் சட்டத்தை அமல் செய்கிறவர்களின் பாடு திண்டாட்டம் ஆகிவிடும்.

சட்டத்தை மீறினால் தண்டனை உறுதி என்று ஆகிவிட்டால் தான், சட்டத்தை அமல் செய்கின்ற இயந்திரமே சிறப்பாகச் செயல்பட முடியும்.

சூதாட்டம் போன்றவற்றிற்கு கடுமையான தண்டனை இல்லாதபோது, மக்கள் மனம் தவறான பாதைகளுக்குச் செல்லுவது சுலபமாகிறது.

குற்றவாளிகளுக்கு புனர்வாழ்வு அளிப்பது அவசியம்தான். அவர்களை நல்ல பாதைக்குத் திருப்ப புத்திசாலித்தனமான வழிகளைக் கையாள வேண்டும். ஆனால், அதைவிட முக்கியம் மனிதர்களைக் குற்றவாளிகள் ஆகாமல் தடுப்பதாகும்.

மக்கள் குற்றமே புரியாதவர்களாக இருக்க வேண்டும் என்பது இறுதி லட்சியம். ஆனாலும் சட்ட மீறலைத் தடுக்கின்ற முயற்சிகள் தொடர்ந்தும் உறுதியாகவும் கடைப்பிடிக்கப்பட வேண்டும்.

சட்டத்தை மதிப்பது, சட்டத்தை அமல்படுத்தி ஒழுங்கை நிலைநாட்டுவது ஆகியவற்றைப் பொறுத்துதான் ஒரு தேசத்தின் வாழ்க்கையே இருக்கிறது. ஆகவே சட்டம் நேர்மையாகவும், பாரபட்சம் இல்லாமலும் அமல் செய்யப்படுவது அவசியம்.

ஒரு தேசம் சட்ட அடித்தளத்தின் மீதுதான் நிலைத்து நிற்க முடியும். அந்த அடித்தளம் உறுதியானதாகவும், பாதுகாப்பானதாகவும் இருக்கும்படி நாம் பார்த்துக்கொள்ள வேண்டும்.

11
பைத்தியக்காரர்கள் ஒன்றுபடுவதில்லை

சில ஆண்டுகளுக்கு முன், மனநோய் மருத்துவமனைகள் வசதிகளைப் பெறாது இருந்த காலத்தில், பார்வையாளர் ஒருவர் மருத்துவமனை சூப்பிரெண்டுடன் சுற்றிப் பார்த்துக் கொண்டு வந்தார். பால்கனியை அடைந்தபோது ஆபத்தான மன நோயாளிகள் சிலர் ஒரே வார்டில் வைக்கப்பட்டிருப்பதை கவனித்தார். அப்படிப்பட்ட நூறு நோயாளிகளை மூன்று காவலர்கள் கண்காணித்துக் கொண்டிருந்தார்கள்.

பார்வையாளருக்கு இது ஆச்சரியமாக இருந்தது. "ஆபத்தான இந்த நூறு நோயாளிகளும் அந்த மூன்று காவலர்களை தாக்கு வார்கள் என்கிற அச்சம் உங்களுக்கு ஏற்படவில்லையா?" எனக் கேட்டார்.

சூப்பிரடெண்ட் அமைதியாகப் பதில் சொன்னார்: "பயப்பட வில்லை. பைத்தியக்காரர்கள் ஒருபோதும் ஒன்றுபடுவதில்லை."

அவருடைய இந்த வாசகத்தில் தனி நபர்களுக்கும், தேசங் களுக்கும் குழுக்களுக்கும் ஒரு படிப்பினை இருக்கிறது. நம்மில் பலர் காலம் காலமாக வந்துள்ள ஓர் அறிவுரையை சரியாகக் கவனிக்கத் தவறி விட்டோம்.

"ஒற்றுமையே பலம்!"

"ஒன்றுபட்டால் உண்டு வாழ்வு; ஒற்றுமை நீங்கில் வீழ்ச்சியே!"

ஒருவேளை இதைவிட ஒரு வாசகம் நம்முடைய மனதில் நன்றாகப் பதியக் கூடும்.

"பைத்தியக்காரர்கள் ஒன்றுபடுவதில்லை!"

மக்கள் கூட்டமாகவும், குழுக்களாகவும், தேசங்களாகவும் எந்த அளவுக்கு எண்ணத்தில் ஒற்றுமை, உணர்ச்சியில் ஒற்றுமை நோக்கத்தில் ஒற்றுமை ஏற்படுகிறதோ அந்த அளவுக்குத்தான் நம்முடைய சக்திகளும் ஒன்றுபட முடியும்.

ஆற்றலின் ரகசியம் பற்றி ரகசியம் எதுவும் இல்லை. எண்ண ஒருமையோடு உணர்ச்சி, நோக்கங்கள் ஆகியவற்றின் ஒருமை இணைவதுதான் அந்த ரகசியம். மனிதர்களும் குழுக்களும் தேசங்களும் இவ்வாறு இணைந்து ஒத்திருக்கும்போது அவர்களுடைய கூட்டுச் சக்தியும் மிகுதியாகிறது.

ஒற்றுமையின்மை எவ்வளவு பலகீனமானது!

மிகவும் ஆபத்தானதும் கூட! எவ்வளவுக்கு எவ்வளவு விலகிச் செல்லுகிறோமோ, அவ்வளவுக்கு அவ்வளவு எதிர் அணி களாகவும் ஆகிவிடுகிறோம். எதிர் அணியில் நிலை கொள்ளும் போது மிக மோசமான மோதல் நிலைக்கு ஆளாகி விடுகிறோம்.

நம்முடைய பிரிந்திருக்கும் குணமே நம்மைப் பைத்தியக் காரர்கள் என்ற நிலைக்குத் தள்ளி விடுகிறது.

ஏனெனில், பைத்தியக்காரர்கள் ஒருபோதும் ஒன்றுபடுவது இல்லை!

12

ஆக்ரமிப்பு உணர்ச்சி ஏமாற்றத்தின் விளைவே!

ஏமாற்றத்தினால் ஏற்படுகின்ற ஆக்கிரமிப்பு உணர்ச்சியே தனி மனித சோகங்களுக்குக் காரணமாகின்றது. ஒருவருக்கு ஒருவர் ஒத்துப்போக முடியாமையில் இருந்து பெரிய போர்கள் நடப்பதுவரை இதுவே காரணமாகிறது.

எல்லா வகையான ஆக்ரமிப்புக்கும் ஏமாற்ற உணர்ச்சியே ஆதாரக் காரணமாகிறது. ஆக்ரமிப்பு உணர்ச்சி வெளிப்படை யாகத் தெரிந்தாலும் தெரியாவிட்டாலும் ஏமாற்றம்தான் காரணம். அதற்குக் காரணமான சூழ்நிலைகளை இங்கே பட்டியல் போட்டுக் காட்டுவது சாத்தியமில்லை. இருந்தாலும் ஏமாற்றத் தால் விளைகின்ற ஆக்ரமிப்புகள் சிலவற்றை இங்கே குறிப்பிட லாம்.

குழந்தைகள் தவறான வழிகளில் நடந்து கொள்ளுதல், பள்ளிப் படிப்பில் தோல்வி ஏற்படுதல், இளமைப் பிராய தான்தோன்றிப் போக்குகள், மகிழ்ச்சியளிக்காத திருமணங்கள், வியாபாரத் தொல்லைகள், விரும்பத்தகாத மனித நடவடிக்கைகள், சிறுபான்மையினர் - இனவெறி கொண்டோரின் கட்டுப்பாடு

அற்ற நடவடிக்கைகள், கலவரங்கள், புரட்சிகள், போர்கள் ஆகியவை சிறு உதாரணங்கள்.

ஏமாற்ற உணர்வே இவற்றுக்கு எல்லாம் காரணமாக இருப்பதால், அதுபற்றி விசேஷ கவனம் செலுத்துவது அவசியமாகிறது. இந்த விஷயம் குறித்து சிந்தனையை ஊக்குவிப்பதுதான் இந்தப் புத்தகத்தின் நோக்கமே தவிர, இவ்வளவு பெரிய பிரச்சினைக்குத் தீர்வு கண்டுபிடித்துச் சொல்லுவது அல்ல. இந்த அத்தியாயத்தில் தீர்வுக்கான பகுதிகளைச் சுட்டிக்காட்டி, உங்கள் கவனத்தை அந்தத் திசையில் திருப்பி, பயன் உள்ள சிந்தனையைத் தூண்டுவதே நோக்கம் ஆகும்.

நம்முடைய நோக்கத்தை எளிமைப்படுத்த, ஆக்கிரமிப்பு உணர்வு ஏமாற்றத்தின் விளைவுதான் என்பதை முதலில் முழுமையாக ஏற்றுக் கொள்வோம். இந்த ஆக்ரமிப்பு உணர்வு எப்போதுமே வெளிப்படையாகத் தெரிவதில்லை என்பதையும், இது அழுத்தி வைக்கப்பட்டு ஆழ் மனதில் குடிகொண்டு பின்னர், மறைமுகமான வெறுப்பு, எதிர்ப்பு, தவறான போக்கு ஆகிய ரூபங்களில் வெளிப்படுவதையும் கவனத்தில் வைத்துக் கொள்வோம். ஆக்ரமிப்பு நடவடிக்கைகளை வெளிப்படுத்தாமல் இருப்பதற்குத்தான் சொல்லிக் கொடுத்து இருக்கிறார்கள். ஆனால் ஆக்ரமிப்பு உணர்வு நம்மிடம் இருந்து அப்புறப்படுத்தப் படுவதில்லை. அது ஆழ் மனதில் அடக்கி வைக்கப்பட்டு, அப்புறப்படுத்தப் படாமல் இருக்கும்போது, அளவிட முடியாத தீமைகளை செய்யக் கூடியதாக ஆகிவிடுகிறது.

இன்னும் சற்றுக் கவனமாகப் பார்ப்போம்.

குழந்தையின் நடவடிக்கைகளைக் கட்டுப்படுத்த முயற்சிக்கிறோம். அப்படி எதற்குச் செய்கிறோம் என்று அறிந்து கொள்ளுகின்ற சக்தி அதற்கு இருக்காது. ஆகவே அது ஏமாற்ற உணர்வைப் பெறுகிறது. சாதாரணமாக அதற்கு நாம் கற்பிக்கும் நல்ல பழக்கங்கள்கூட அதனிடம் ஏமாற்ற உணர்வை ஏற்படுத்தி

மிக அதிகமான பிடிவாதத்தைத் தோற்றுவிக்கிறது. இரண்டு வயதிற்கும் நான்கு வயதிற்கும் உட்பட்ட குழந்தைகளிடம் இதன் உச்சக்கட்டத்தைப் பார்க்க முடியும்.

குழந்தை வளர்ந்து பெரியவனாகும்போது, குடும்பம், பள்ளிக்கூடம், சமுதாயம் ஆகியவற்றில் சிலவகை ஏமாற்றங் களுக்கு ஆளாகிறது. ஒவ்வொரு ஏமாற்றமும் ஆக்கிரமிப்பு உணர்வை அதனிடம் தூண்டுகிறது. சில வெளிப்படலாம்; வேறு சில ஆழ்மனதில் புதைந்து போகலாம்.

இளைஞர்களுக்கு முதியவர்களின் அனுபவம் இல்லாததால், சமுதாய வாழ்க்கையில் முதியவர்களைப் போல அவர்களால் பங்கு பெற முடியாமல் போய்விடுகிறது. மற்றபடி அவர்கள் முதியவர்களுக்கு இணையான திறமை படைத்தவர்களே.

பதினைந்து வயதுடைய பையன்களையும் பெண்களையும் முதியவர்கள், வயது வந்தவர்களாக ஏற்றுக் கொள்வதில்லை. வயது வந்தவர்களுக்குரிய மரியாதையும் அவர்களுக்கு அளிக்கப் படுவதில்லை. அவர்கள் இன்னமும் வளர்ச்சி பெறவில்லை என அவர்களுக்கு அடிக்கடி சுட்டிக் காட்டப்படுகிறது. அவர்களின் நடவடிக்கைகளுக்கு வரம்பு கட்டப்பட்டு விடுகிறது. அவர்களின் சுதந்தரம் அனுமதிக்கப்படுவதில்லை. குழந்தைகளாக இருந்த போது அவர்களுக்கு இருந்த கட்டுப்பாடுகள் நீடிக்கின்றன.

இவை எல்லாம் ஓரளவுக்குத் தேவைதான் என்பதில் சந்தேகம் இல்லை. ஆனால் இவை நடைமுறைப்படுத்தப்படும் விதம் பற்றி தான் நாம் ஆழ்ந்து பரிசீலிக்க வேண்டும். வயது வந்த ஒரு இளைஞனை குழந்தை போல நடத்துவது - அது எவ்வளவு அவசியமானதாக இருப்பினும் - நோக்கம் எவ்வளவு சிறந்ததாக இருப்பினும் - அது சம்பந்தப்பட்டவர்களிடம் பெரிய ஏமாற் றத்தை ஏற்படுத்துகிறது. ஆக்ரமிப்பு உணர்ச்சி ஏமாற்றத்தின் விளைவாகவே ஏற்படுகிறது.

இப்போது நம்முடைய கவனத்தை மகிழ்ச்சி அற்ற திருமணங்களின் மீது திருப்புவோம். பல விவகாரத்துகளுக்கு என்ன காரணம்? ஏமாற்றமே காரணம் என்று திருமணம் சம்பந்தப்பட்ட ஆலோசகர்கள் கூறுகிறார்கள். இம்மாதிரி பெரிய பிரச்சினைகளுக்குத் தீர்வு சொல்ல நான் முயற்சிக்கப் போவதில்லை. தீர்வு காண வாய்ப்புகள் என்ன என்பதைக் குறித்து உங்கள் கவனத்தைத் திருப்பி சிந்திக்க வைப்பதுவே நோக்கம்.

வாழ்க்கையின் வேறு பகுதிகளுக்கும் ஏமாற்றம் சென்று மிகப் பெரிய நாசத்தை விளைவிக்கிறது. வர்த்தகத்தில் உள்ள சிக்கல்கள், தொடர்புகள், போட்டிகள், பேராசைகள் போன்றவை ஏமாற்றத்தின் பல வகைகளும் குடிகொள்ளும் இடமாகி விடுகிறது. வியாபாரப் போட்டி ஆக்ரமிப்பு மனப்பான்மையினை உருவாக்கி விடுகிறது.

சமுதாயத்தின் உயர் நிலைகளைக் கைப்பற்றுவதற்கு உங்களுக்குள்ள பேராசை, உங்கள் தொழிலில் ஊழியர்கள் பல்வேறு காரணங்களுக்காக மேற்கொள்ளுகின்ற வேலை நிறுத்தங்கள் ஆகிய பலவும் ஏமாற்றத்தை ஏற்படுத்தி, ஆக்ரமிப்பு மனப்பான்மையினைப் பெரிதாக்கி விடுகிறது. நரம்புத் தளர்ச்சி, குடல் புண், மாரடைப்பு போன்றவற்றிற்கு வர்த்தகப் பிரமுகர்கள் ஆளாவதில் வியப்பில்லை.

தொழில் துறையில், அதன் அமைப்பு ரீதியாகவே உருவாகின்ற இவற்றை ஒழிப்பதற்கோ, ஏன் குறைப்பதற்கோ கூட சுலப வழி எதுவும் இல்லை. ஏனெனில் தொழில் என்பது ஒரு போட்டி, ஆக்ரமிப்பு, போராட்டங்கள் - சில சந்தர்ப்பங்களில் தொழில் நடைபெறுவதற்கே இவை தேவைப்படக் கூடும்.

இருந்த போதிலும் தொழிலில் ஏற்படுகின்ற ஏமாற்றங்களை எந்த அளவுக்குத் தவிர்க்க முடியுமோ அந்த அளவுக்குத் தவிர்ப்பது ஒரு வழி. இதைச் செய்யாவிட்டரல் தொழிலில் ஏற்படுகின்ற இறுக்கம் தொழிலையே சின்னாபின்னப்படுத்தி

விடும். ஏமாற்றத்தைக் குறைத்துக் கொள்ளுவதின் மூலமாகவும் அல்லது ஏமாற்றத்தை ஆக்ரமிப்பு அல்லாத வழிகளில் திருப்புவதன் மூலமாகவும் மிகுதியான பலன்களைப் பெற முடியும்.

ஏற்கெனவே தொழில் போட்டிகளைத் தொழிலுக்குரிய நியாயங்கள் போல் தொழில் துறையினர் ஏற்றுக் கொண்டு விட்டார்கள். தொழில் துறை நிர்வாகிகள் தொழிலில் நடக்கின்ற வாழ்க்கைப் போராட்டமாக இதை வர்ணிக்கிறார்கள்.

உலகத்தின் பல்வேறு பகுதிகளிலும் சிறுபான்மையினர் ஈடுபடுகின்ற கலவரங்களை ஏமாற்றத்தின் விளைவாகத் தோன்றுகின்ற ஆக்கிரமிப்பு என்று குறிப்பிடலாம். பல ஆண்டு களாகத் தொடர்ந்து நிலவி வருகின்ற ஏமாற்றம் குரோத மனப்பான்மையாகவும், ஏற்க முடியாத கோரிக்கைகளாகவும் உருப்பெற்று விடுவதும் உண்டு.

இதன் விளைவாக தலைமைகளும் உருவாகச் சந்தர்ப்பங்கள் இருக்கின்றன. இப்படி உருவாகும் தலைமைகள் பொறுப் புணர்ச்சியுடன் அகிம்சை வழிகளை உபதேசிப்பதும் உண்டு. இன்னும் சில தலைவர்கள் வன்முறைக்குத் தூண்டி விட்டு அதன் மூலம் தங்களுடைய தலைமை பலத்தை நிரூபிக்க முயல்வதும் உண்டு.

ஆரம்ப ஏமாற்றங்களுக்கு நியாயம் இருப்பதையும் மறுப்பதற் கில்லை. ஏமாற்றத்திற்கான காரணங்களை நீக்கி, தேவையான உதவிகளைச் செய்வதும் அவசியமே. ஆனால் நிறைவேற்ற முடியாத கோரிக்கைகளை முன் வைத்து, அவை நிறைவேற்றப் படாவிட்டால் வன்முறையில் இறங்குவோம் என சிறுபான்மை யினர் பெரும்பான்மையினரை பயமுறுத்தும்போது, பெரும் பான்மையினர் சொல்ல முடியாத துயரங்களுக்கும், கஷ்டங் களுக்கும் ஆளாகின்றனர். ஆக்ரமிப்பு, எதிர் ஆக்ரமிப்பில் போய் முடிகிறது. சமூகக் குழப்பங்கள், உள்நாட்டுப் போர்கள் ஆகியவை

ஏற்படவும் இவை காரணமாகி விடுகின்றன. அரசியல் ஆதாயங்களுக்காக தற்காலிக நிவாரணங்கள் அளிக்கப்படலாம். எதிர் ஆக்ரமிப்பு உணர்ச்சி இதனால் ஓரளவுக்குக் குறையலாம்.

தேசிய உணர்ச்சி, இன உணர்ச்சி ஆகியவை ஆதிக்க உணர்ச்சி யாக விஸ்வரூபம் எடுக்கும்போது, மற்ற நாடுகளிடம் ஏமாற்றங் களைத் தோற்றுவிக்க அது காரணமாகி விடுகிறது. இந்த ஏமாற்றங் களும் ஆக்கிரமிப்பு உணர்ச்சிகளாக வடிவெடுக்கின்றன. இந்தப் போக்குகள் விஷச் சக்கரம் போலத் தொடர்ந்து பல தீமைகளுக்குக் காரணமாகின்றன. இந்தப் போக்குகள் அறிவுக்குப் பொருந் தாதவை என்பதோடு, தற்கொலைக்கு ஒப்பானதாகும்.

இப்படி நான் சொல்லுகின்றபோது குழந்தை வளர்ப்பில் அவர்களின் மனம் போனபடி அனுமதிப்பதையோ, அல்லது சர்வதேச உறவுகளில் பணிந்து போவதையோ ஆதரிப்பதாக அர்த்தமில்லை. சுயக் கட்டுப்பாடும், தேவைப்பட்டால் வெளிக் கட்டுப்பாடும் நல்ல நடத்தையை உருவாக்கக் கடியவை என்கிற என்னுடைய நம்பிக்கையினை நான் வெளிப்படுத்துவதாகவே கருத வேண்டும்.

ஏமாற்றத்தால் விளையும் ஆக்கிரமிப்பு உணர்வை பயமுறுத் தலுக்குப் பயன்படுத்துவதை நான் ஏற்கவும் இல்லை. மதிக்கவும் இல்லை. இது குழந்தைகளில் இருந்து பெரியவர் வரை அனை வருக்குமே பொருந்தும். ''நான் விரும்புவதைச் செய்வதற்கு என்னை அனுமதிக்கா விட்டால் ஏமாற்றம் ஏற்பட்டு அதன் விளைவாக ஆக்ரமிப்பு உணர்ச்சியை வெளிப்படுத்துவேன்'' என்கிற போக்கு எவரிடம் இருந்தாலும் அதை ஏற்க முடியாது.

எல்லா சந்தர்ப்பங்களிலும் ஏமாற்றம்தான் ஆக்ரமிப்பு உணர்ச்சிக்குக் காரணமாக இருக்கிறது என்று சொல்லிவிட முடியாது. சில சந்தர்ப்பங்களில் ஆக்ரமிப்பைச் செய்வதற்கு ஏமாற்றத்தை ஒரு முகாந்திரமாகச் சொல்லுகின்ற வழக்கமும் இருக்கிறது.

ஆகவே, ஏமாற்றத்தை அப்புறப்படுத்துவது எல்லா சந்தர்ப்பங் களிலுமே சிறந்த தீர்வாக இருக்கும் என்று சொல்ல முடியா விட்டாலும், பல வேளைகளில் இது பயனுடையதாக இருப்பதால், ஏமாற்றத்தை அப்புறப்படுத்த என்ன செய்யலாம் என்று நாம் யோசிக்கலாம்.

ஏமாற்றத்தைத் தவிர்ப்பதோ அல்லது நீக்குவதோ, பொது அறிவுக்கு ஏற்ற முறையில் கீழ்க்கண்டவாறு அமையலாம்.

1. முதலில் ஏமாற்றத்தை ஏற்படுத்தாதீர்கள். தேவையற்ற கட்டுப்பாடுகளை விதிக்காமலும், சொந்த கோபதாபங்களை பிறர் மீது திணிக்காமலும் பார்த்துக் கொள்ளுங்கள்.

   அ) தேவைக்கதிகமாக ஒரு தனி நபரை அல்லது குழுவை ஒரு கட்டுப்பாட்டுக்குள் வைத்திருக்க முயலாதீர்கள்.

   ஆ) மற்றவர்களின் முன்னேற்றத்திற்குத் தடை செய்வ தற்கு முயற்சிக்காதீர்கள். நியாயமான லட்சியத்தை நோக்கி அவர்கள் செல்லுவதற்கு முட்டுக்கட்டைப் போடாதீர்கள்.

   இ) மற்றவர்களோடு, முரண்பட்டு வாதம் புரியாதீர்கள். இம்மாதிரி சந்தர்ப்பங்களில் மௌனம் மிகவும் பயன் உடையதாக இருக்கும்.

   ஈ) மற்றவர்களைத் தொல்லைப்படுத்தாதீர்கள். அப்படிச் செய்வதன் மூலம் உங்களுடைய ஏமாற்றத்தை வெளிப்படுத்துவதாகத்தான் அர்த்தம்.

   உ) உங்களுடைய எண்ணத்தை வெளிப்படையாக மற்ற வர்களின் மீது திணிக்காதீர்கள். உங்கள் எண்ணத்தை மற்றவர்கள் ஏற்க வேண்டுமானால், நீங்கள் சொல்வது தான் சரி என்று அவர்கள் எண்ணுகின்ற சூழ்நிலை யினை நீங்கள் உருவாக்க வேண்டும்.

ஊ) மற்றவர்களைக் குறைத்து மதிப்பிடாதீர்கள். கேலி செய்யாதீர்கள். புகழைக் குறைக்க முயலாதீர்கள். ஒவ்வொருவனும் தான் பாராட்டப்பட வேண்டும், மற்றவர்கள் தன்னைப் பற்றி உயர்வாக நினைக்க வேண்டும் என்றுதான் எண்ணுகிறான்.

2. ஏற்கெனவே ஏமாற்றம் இருந்தால், உடனே அதை அப்புறப் படுத்துங்கள், அப்போது ஆக்கிரமிப்பு உணர்ச்சி தோன்ற வழியிருக்காது.

அ) ஏமாற்றத்தை அளிக்கின்ற காரியங்கள் செய்வதை நிறுத்துங்கள். ஏமாற்றம் அளிக்கக் கூடிய செயல்களை கீழ்க்கண்ட சோதனைகளுக்கு உட்படுத்துங்கள். 'இந்தக் காரியம் முற்றிலும் தேவையானதுதானா அல்லது என்னுடைய சொந்த விருப்பத்தின் வெளி யீடா?' பல தடைகள், கட்டுப்பாடுகள், முரண்பாடுகள், மோதல்கள் ஆகியவை தேவையில்லாதவை என்ப தைப் புரிந்து கொள்வீர்கள். இவற்றைத் தவிர்ப்பதன் மூலம் ஏமாற்றத்தால் விளைகின்ற ஆக்கிரமிப்பையும் தவிர்த்து விடலாம்.

ஆ) பொதுவாக தேவையான கட்டுப்பாடுகள் தேவை யானவை என்றே ஏற்றுக் கொள்ளப்பட்டு விட்டன. அவற்றைச் சரியான முறையில் விளக்கி விட்டால் போதும். அப்போது அவை ஏமாற்றத்தை ஏற்படுத்து வது இல்லை. குழந்தைகளிடம் ஒரு காரியத்தை ஏன் செய்யக் கூடது என்று விளக்கி விட்டால், அந்தக் கட்டுப்பாடு அவர்களுக்கு ஏமாற்றத்தை அளிப்ப தில்லை.

இ) ஏமாற்றத்தை ஏற்படுத்துகின்ற ஒன்றை செய்யும்போது, அதற்கு மாற்றாக, விரும்பி ஏற்கக் கூடிய ஒன்றையும்

செய்யுங்கள். அது கட்டுப்பாட்டினால் விளையக் கூடிய ஏமாற்றத்தைச் சரி செய்து விடும்.

ஈ) ஏமாற்றம் அளிக்கின்ற நிலைக்கு எதிரான நிலையை மேற்கொள்ளுங்கள். உதாரணமாக ஒருவருடைய திறமையை குறைத்துப் பேசி அவருடைய முக்கியத் துவத்தைக் குறைத்திருந்தால், உடனே அதற்கு எதிர்நிலையாக அவருடைய நல்லியல்புகள் சிலவற்றைப் பாராட்டுங்கள். இதை நீங்கள் மனப்பூர்வமாகச் செய்தால், ஏமாற்ற உணர்வை நீக்கிவிடலாம்.

உ) ஏமாற்ற உணர்வை அப்புறப்படுத்துங்கள். அல்லது குறையுங்கள். ஒருவனுக்கு என்ன நிகழ்ந்தது என்பதை விட, அவன் அதைப் பற்றி என்ன நினைக்கிறான் என்பதுதான் கவனிக்க வேண்டிய விஷயமாகும். நீங்கள் விதிக்கும் கட்டுப்பாடுகளும் தடைகளும், மிகவும் பெரிய விஷயங்கள் அல்ல என்கிற எண்ணத்தை ஏற்படுத்தி விட்டால், ஏமாற்றத்தின் சக்தி குறைந்து போகிறது.

3. சில சந்தர்ப்பங்களில் ஆக்கிரமிப்பு உணர்ச்சியை முதலில் அப்புறப்படுத்த அல்லது அடக்க வேண்டியிருக்கும். அதாவது ஏமாற்றத்தை அப்புறப்படுத்தும் முன் இதைச் செய்ய வேண்டும். இதைச் செய்வதற்கான வழிகள் கீழே தரப்பட்டுள்ளன.

அ) ஆழ் மனதில் இருந்து ஆக்கிரமிப்பு உணர்ச்சியை வெளியே கொண்டு வாருங்கள். அதற்கு முழுமை யான வெளிப்பாடு கிடைக்கும்போது அது அடியோடு நீங்கிப் போகிறது.

ஆ) ஆக்கிரமிப்பு உணர்ச்சிகள் ஆரம்பம் ஆவதற்கு அனுமதிக்காதீர்கள். ஆக்கிரமிப்பை தடுப்பதற்கான,

முன்னே சொல்லப்பட்ட முறைகளைக் கடைப்பிடி யுங்கள்.

இ) ஏமாற்றத்தை ஏற்படுத்துகின்ற ஆக்கிரமிப்பு உணர்ச்சியை முழுமையாக அடக்கி ஆக்ரமிப்பை நீக்குங்கள். அதேசமயம் ஆக்ரமிப்பு உணர்ச்சியை நீண்ட காலம் அடைத்து வைத்தால் மேலும் தீவிர மான ஆக்ரமிப்பை ஏற்படுத்துகிறது. ஆகவே ஆக்ரமிப்பு உணர்ச்சியை அழுத்த முயலும்போதே ஏமாற்றத்தையும் சீக்கிரத்தில் அப்புறப்படுத்த முயலுங்கள்.

ஈ) ஆக்கிரமிப்பு உணர்ச்சியை பயன் உள்ள காரியங் களுக்குத் திருப்பி விடுங்கள். ஆக்ரமிப்பு என்பதே தீமையானது அல்ல. அது மிகப் பெரிய சக்தியை வெளிப்படுத்துகிறது. இந்தச் சக்தியை ஆக்கப் பூர்வமான திசைகளில் செலுத்தினால், சம்பந்தப்பட்ட வரின் வெற்றிக்கும் அது துணையாகிறது.

சிறுவர்களிலிருந்து பெரியவர்கள் வரை ஏமாற்றம் - ஆக்கிர மிப்புச் சக்கரம் எப்படி சக்தியுடன் வேலை செய்கிறது என்பதை இந்த அத்தியாயத்தில் எடுத்துக்காட்ட முயன்றிருக்கிறேன். ஒரு சில பக்கங்களில் பல பிரச்சினைகளுக்கும் தீர்வைச் சொல்லுவது முடியாத காரியம். இந்தப் புத்தகத் தலைப்புக்கு நியாயம் வழங்கும் விதத்தில் முடிந்த அளவுக்கு முக்கியமான கருத்து களைச் சொல்லியிருக்கிறேன்.

13

நியாயப்படி பார்த்தால்...

கொஞ்ச நாட்களுக்கு முன்பு தொலைக்காட்சியில் ஓர் அரசியல் விவாதத்தை நான் கவனித்தேன். தொடர்ந்து நடந்த வானொலி நிகழ்ச்சியில், அந்த விவாதம் பற்றி மக்கள் தங்களுடைய கருத்துகளைத் தொலைபேசியில் கூறும்படி சொல்லப்பட்டது. அதை அப்படியே ஒலிபரப்பினார்கள். பேசிய அனைவரின் வார்த்தைகளை மட்டுமல்ல, குரலின் தன்மை யினையும் பார்வையாளர்கள் உணர முடிந்தது.

அரசியல் விவாதத்தை நான் தெரிந்து கொண்டதை விட, தொலைபேசியில் கருத்துத் தெரிவித்தவர்களிடம் இருந்து மனிதர்களின் மனோபாவம் பற்றி அதிகமாகத் தெரிந்து கொள்ள முடிந்தது. நீங்களும் மனிதர்களின் மனோபாவம் அறிந்து செயல்பட வேண்டிய சந்தர்ப்பங்கள் நிறைய இருக்கும். ஆதலால் நான் கவனித்த சில விஷயங்களை உங்களுடன் பகிர்ந்து கொள்ளுவது அவசியம் என்று கருதுகிறேன்.

புதிய உத்தி எதையும் நான் கண்டுபிடித்து விடவில்லை. பழமையானதும் மிகவும் பயன் அளிக்கக் கூடியதுமான அது, மிகவும் பயன் அளிக்கக் கூடியது என்பதை அழுத்தமாகச் சொல்லுகிறேன்.

அந்த அரசியல் விவாதம் மிகவும் சிறப்பானது என்று சொல்லிவிட முடியாது. வழக்கறிஞர் வழக்கு மன்றத்தில் விஷயங்களை அடுக்குவதைப் போல, வாக்காளர்கள் இன்னொரு கட்சியிடம் வைத்துள்ள நம்பிக்கையினை சிதைப்பதற்காக வாதங்கள் எடுத்து வைக்கப்பட்டன. மறுப்பளித்தவர் அமைதியாகவும், அழுத்தமாகவும் தன்னுடைய நியாயங்களை மட்டுமே எடுத்துச் சொன்னார்.

இதோ ஒரு முக்கியமான விஷயம்: மறுப்பளித்தவர் திரும்பத் திரும்ப ஒன்றை வலியுறுத்தினார். எதிர்தரப்பினர் குற்றச் சாட்டுகள் நியாயமற்றவை, ஏனென்றால் அவை உண்மை அல்லாதவை. தெளிவில்லாதவை. சந்தர்ப்பத்தில் இருந்து பிரித்து எடுத்துச் சொல்லப்பட்டவை எனக் கூறினார்.

விவாதத்தில் கலந்து கொண்ட இரு தரப்பினரில் எவர் பக்கம் நியாயம் இருந்தது எனச் சுட்டிக் காட்டுவது இந்த அத்தியாயத்தின் நோக்கம் அல்ல. நியாயமற்றது என்கிற சொல்லைப் பயன்படுத்திய விதம் சிந்தனைக்குரியது.

முன்னர் குறிப்பிட்டபடி தொலைபேசியில் பார்வையாளர்கள் தங்கள் கருத்தைச் சொன்னார்கள். ஒரு சிலரைத் தவிர, பலரும் நியாயமற்ற என்கிற அந்தப் பதப் பிரயோகத்தின் சக்திக்கு ஆட்பட்டு, அதைப் பயன்படுத்தியவரின் நியாயத்துக்கு ஆதரவாகக் குரல் கொடுத்தார்கள். 'நியாயமற்ற' என்று அவர் கூறியதை அவர்கள் ஒப்புக் கொண்டது தெளிவாகத் தெரிந்தது.

நான் டெலிவிஷன் விவாதத்தைக் கவனித்தவரையில் அது மிகுந்த கண்ணியத்தோடுதான் நடத்தப்பட்டது. ஆனாலும் 'நியாயமற்ற' என்ற அந்தச் சொல், நியாயமான விஷயங்களைச் சற்று வலிமையுடன் எடுத்துச் சொன்னவரைக் கூட குற்றவாளி ஆக்கி விட்டது. நான் நாற்காலியில் சாய்ந்து 'நியாயமற்ற' என்கிற அந்தச் சொல்லின் உணர்ச்சிபூர்வமான சக்தியைப் பற்றி சிந்திக்கலானேன்.

மொழியில் சில வார்த்தைகளுக்கு மகத்தான சக்தி ஏற்பட்டு விடுகிறது. 'உண்மையற்ற' என்கிற சொல் கூட சிந்தனையைத் தூண்டக் கூடியதுதான். ஆனால் 'நியாயமற்ற' என்கிற சொல் உணர்ச்சிகளை உசுப்பி விடக் கூடிய சக்தி படைத்திருப்பதையும் கவனித்தேன்.

குறைகூறும் எத்தனையோ வார்த்தைகளை சகித்துக் கொள்ளுகின்ற மக்கள், 'நியாயமற்ற' என்கிற சொல் பிரயோகிக்கப்படும் போது அழுத்தமான பாதிப்புகளுக்கு உள்ளாகிறார்கள். கையாலாகாத ஒருவனை பலசாலி தாக்கி அநீதி புரிவதைப் போன்ற உணர்வை அவர்கள் பெறுகிறார்கள்.

இதிலிருந்து தெரிந்து கொள்ள வேண்டியது ஒன்று உண்டு. வார்த்தைகளைத் தேர்ந்தெடுத்துப் பயன்படுத்த வேண்டும். ஏனெனில் மனோபாவ நிலையில் சில வார்த்தைகள் மிகுதியான பாதிப்பை ஏற்படுத்துகின்றன என்பது உண்மை.

14

மகிழ்ச்சியை அறுவடை செய்யுங்கள்!

*

நீங்கள் எப்போதாவது பணத்தை கண்டெடுத்து இருக்கிறீர்களா?

நடைபாதையில் நடந்து செல்லுகின்றபோதோ, காரை நிறுத்திவிட்டு ஒதுங்குகின்றபோதோ, அல்லது ஒரு கடைப் பக்கமாகச் செல்லுகின்றபோதோ, எப்போதாவது பளிச் சென்று கண்களில் படுகிற நாணயத்தை கவனித்து இருக்கிறீர்களா?

அப்படி ஒரு நாணயம் எதிர்பாராமல் உங்கள் கண்ணில் பட்ட்ருந்தால், என்ன நடந்தது என்பதை கொஞ்சம் நினைவுப் படுத்திப் பாருங்கள். உங்களுக்கு ஏற்பட்ட எதிர்பாராத மகிழ்ச்சி நினைவுக்கு வருகிறதா? அந்த நாணயத்தை எடுத்து, அதிர்ஷ்டம் உங்களுக்கு ஏற்பட்ட மகிழ்ச்சியில் அதைச் சற்று நேரம் உற்றுக் கவனித்து இருப்பீர்கள். மற்றவர்களிடம் உங்களுக்கு ஏற்பட்ட அந்த அதிர்ஷ்டத்தைச் சொல்லி மகிழ்ந்து இருப்பீர்கள். கிடைத்த பணத்தைப் பலரும் பத்திரப்படுத்தத்தான் விரும்புகிறார்கள். தங்களுடைய அதிர்ஷ்டத்தின் அடையாளமாக, அதை விசேஷமாகப் பாதுகாக்கிறார்கள். தங்களின் அதிர்ஷ்டத்தை நினைவுப் படுத்துகின்ற விஷயமாகவும் அதைக் கருதுகிறார்கள்.

ஏதோ எதிர்பாராமல் ஒரு ரூபாய் நாணயத்தை கண்டெடுத்த தற்கு முக்கியத்துவம் எதுவும் இல்லை. அப்படி ஏதாவது இருக்க முடியுமா என்ன?

பணத்தின் மதிப்பு முக்கியமில்லை. ஒரு ரூபாயை வைத்துப் பெரிதாக எதையும் வாங்கிவிடவும் முடியாது. மதிப்பு நாம் பெறுகின்ற உணர்ச்சியில்தான் இருக்கிறது. அதிர்ஷ்டம் வந்து விட்டதைப் போல ஓர் எண்ணம்! அதைக் கண்டெடுத்ததில் இருந்து அதிர்ஷ்டம் உங்களுக்கு ஏற்பட ஆரம்பித்து இருப்பதைப் போலவும் நீங்கள் எண்ணக் கூடும்.

இது அவசியமானதுதானா? நிச்சயம் அவசியமானதுதான். மனோதத்துவ நிபுணர்கள், ஒரு காரியம் நடப்பதை விட அந்தக் காரியம் நடப்பதால் உங்களுக்கு ஏற்படுகின்ற உணர்ச்சிதான் முக்கியமானது எனக் கூறுவார்கள். மனதின் ஆற்றலை விட மனோபாவங்களே மிகவும் பயன் உள்ளவையாக இருக்கின்றன. நீங்கள் உங்களைப் பற்றி என்ன நினைக்கின்றீர்களோ அப்படியே நீங்கள் ஆகிறீர்கள்.

நீங்கள் அதிர்ஷ்டசாலி என எண்ணிக் கொள்ளுவதும் பயன் உள்ள ஒரு மனோபாவம் என்பதை நினைவில் வைத்துக் கொள்ளுங்கள்.

'நான் அதிர்ஷ்டசாலி என்கிற உணர்ச்சியை எப்போதுமே கொண்டிருங்கள்' என்று வெற்றிக்கு ஆலோசனை சொல்லுகின்ற வர்கள் கூறுகிறார்கள். ஏன்? ஏனெனில் வாழ்க்கையில் நல்லவையே நடக்கும் என்கிற எதிர்பார்ப்பினை அது உங்களிடம் ஏற்படுத்துகிறது. நீங்கள் எதை எதிர்பார்க்கிறீர்களோ அது உங்களுக்குக் கிடைக்கிறது.

இந்த அதிர்ஷ்ட மனோபாவம் எல்லாரிடமும் ஏற்பட வேண்டும் என்று நான் விரும்புகிறேன். ஆகவே அவர்கள் கண்டெடுக்கும் படியாக நாணயங்களை தூவி வைக்கிறேன்.

தெருவில் நடந்து செல்லும்போது, என்னுடைய காலணியின் நாடாவைக் கட்டுகின்ற பாவனையில் கீழே குனிந்து ஒரு நாணயத்தை நழுவ விட்டு, பிறகு அங்கிருந்து சென்று விடுகிறேன். காரை நிறுத்துகின்ற இடத்தின் பின் சக்கரத்தை பழுது பார்ப்பதைப் போல பாவனை செய்து, ஒரு நாணயத்தை நழுவ விட்டு நடக்கிறேன். ஒரு கடையின் முன் நின்று பொருள்களைப் பார்த்தபடியே ஒரு நாணயத்தைக் கீழே விட்டுச் செல்லுகிறேன்.

நிச்சயமாக நான் திரும்பிப் பார்ப்பதில்லை. அந்த நாணயத்தை யார் கண்டெடுக்கிறார்கள் என்று நின்று கவனிப்பதில்லை. அப்படி நான் செய்தால் அதைக் கண்டெடுப்பவரின் முகத்தில் எப்படிப்பட்ட குழந்தைத்தனமான குதூகலம் ஏற்படும் என நான் செய்திருந்த கற்பனை வீணாகிப் போகும். திரும்பிப் பார்க்காத போது என்னுடைய இஷ்டத்திற்கு நான் காட்சியை கற்பனை செய்து கொள்ள முடியும்.

எல்லா நாணயங்களுக்குமே இரண்டு பக்கங்கள் இருப்பதைப் போல நான் இரைத்த நாணயத்திற்கும் இரண்டு பக்கங்கள் உண்டு. அதைக் கண்டெடுக்கின்றவர்கள் தங்களை அதிர்ஷ்டசாலிகள் என எண்ணிக் கொள்ளுவது ஒரு பக்கம். வாழ்க்கையோடு நான் நடத்துகின்ற மகிழ்ச்சியான விளையாட்டு மற்றொரு பக்கம்.

நீங்களும் ஏன் நாணயங்களை அவ்வப்போது நழுவ விடக் கூடாது?

15

எதையும் முழுமையாக, சிறப்பாக செய்ய ஒரு வழி

எதையும் சிறப்பாகவும், முழுமையாகவும் நீங்கள் செய்ய வேண்டுமானால் அதற்கு ஒரு வழி இருக்கிறது. கற்பனையில் அதைப் பயிற்சி செய்வதுதான் அந்த வழி. தொழில் நிபுணர்கள் இதைத்தான் செய்கிறார்கள். ஒரு துறையில் நிபுணத்துவம் பெற இது ஒரு சிறந்த வழி.

போலித்தனமான விஷயம் என்று எண்ணாதீர்கள். மனோ தத்துவ ரீதியில் ஏற்கப்பட்டுள்ள முறை இது. கால்ஃப் விளையாட்டில் பந்தை குறிபார்த்து அடிக்கும் முன் அதற்குத் தேவையான அனைத்தையுமே முன் கூட்டித் திட்டமிடுவது முடியாத காரியம். பியானோ வாசிக்கும்போதும், டைப் அடிக்கும் போதும் ஒவ்வொரு விரல் அசைவையும் நீங்கள் எப்படித் திட்டமிட முடியாதோ, அதைப் போலத்தான்.

துரித கதியில் நினைவு மனம் செயல்பட முடியாது. அதே சமயம் ஆழ்மனம் பிரமிக்கத் தக்க வேகத்தில் செயல்படக் கூடிய சக்தியை இயற்கையாகவே பெற்று இருக்கிறது. உங்களுடைய நினைப்பு, உணர்வு, செயல் ஆகிய அனைத்தையுமே வழிநடத்திக் கொண்டிருப்பது உங்களுடைய ஆழ்மனம்தான். இதயத்

துடிப்பில் இருந்து நீங்கள் நடத்த விரும்புகின்ற லட்சியப் பயணம் வரை அனைத்துமே ஆழ்மனக் கட்டுப்பாட்டில்தான் நடைபெறு கிறது.

விளையாட்டில் பயிற்சி பெற உங்கள் கற்பனையில் (ஆழ்மனதைப் பயன்படுத்தி) எப்படி பயிற்சி செய்வது என்று பார்க்கலாம். கிரிக்கெட் விளையாட்டில் பந்து வீசுவதை எடுத்துக் கொள்வோம். எப்படிச் சிறப்பாகப் பந்து வீசுவது என்று முதலில் நீங்கள் கற்றுக் கொள்ள வேண்டும். அந்தத் துறையில் நிபுணர் ஒருவர் உங்களுக்குப் பயிற்சி அளிக்கிறார். சிறந்த பந்து வீச்சாளர் பந்து வீசுவதை நீங்கள் கவனிக்கிறீர்கள். பந்து வீச்சு பற்றிய விளக்கப் புத்தகங்களையும் படித்துத் தெரிந்து கொள்கிறீர்கள்.

இவற்றை எல்லாம் தெரிந்து கொண்ட பிறகு பந்து வீசி பயிற்சி செய்கிறீர்கள். இரண்டு விதங்களில் இதை நீங்கள் செய்கிறீர்கள்.

1. சொல்லிக் கொடுக்கின்ற ஒருவரின் மேற்பார்வையில் பந்து பயிற்சி செய்கிறீர்கள்.

2. பந்துவீசத் தெரிந்து கொண்டபின், எப்படிச் செய்தால் பந்து வீச்சின் போக்கு எப்படி அமையும் என ஒவ்வொரு அசைவையும் கற்பனையில் பயிற்சி செய்து பார்க்கிறீர்கள். எப்படி சிறப்பாகப் பந்து வீச வேண்டும் என்று பயிற்சி பெற்று விட்ட நிலையிலும், கற்பனையிலும் சில விஷயங் களைப் பயிற்சி செய்வது அவசியமாகிறது. ஏனெனில் எதிர்காலத்தில் இந்தக் கற்பனையின்படிதான் நீங்கள் பந்துவீசப் போகிறீர்கள்.

கற்பனையில் பயிற்சி செய்வது எப்படி? கவனம் சிதறாத ஒரு தனி அறையில் அமர்ந்து விச்சிராந்தியாக இருக்கிறீர்கள். அந்த நிலையில் உங்களுடைய சிறப்பான, முழுமையான அசைவு களை ஒவ்வொன்றாய் மனப்படமாகப் பார்க்கிறீர்கள். திரும்பத் திரும்பப் பார்க்கிறீர்கள்.

உண்மையில் ஒவ்வொரு அசைவையும் மனப்படங்களாக உங்கள் ஆழ்மனதில் செலுத்துகிறீர்கள். உங்கள் நினைவு மனம் இடுகின்ற கட்டளைகளை அப்படியே புரிந்து கொள்ளுகின்ற சக்தி உங்கள் ஆழ்மனதிற்கு இல்லை. மனப்படங்களாக அமையும் போது தான் ஆழ்மனம் புரிந்து கொள்ளுகிறது. ஆகவே எப்படி யெல்லாம் பந்து வீச வேண்டும் என்று நீங்கள் தொடர்ந்து கற்பனை செய்கிறீர்களோ அப்படிப் பந்து வீசுகின்ற திறமை யினை உங்களுடைய ஆழ்மனம் உங்களுக்கு ஏற்படுத்திக் கொடுக்கிறது.

ஆழ் மனதில் மனப்படங்களாக நீங்கள் உருவாக்குகின்றவை செயல் வடிவம் பெறத் தொடங்குகின்றன என்பது மனோதத் துவத்தில் நிரூபிக்கப்பட்டுள்ள ஒன்று ஆகும்.

கற்பனைப் பயிற்சியின் மூலம் ஒரு செயலில் நீங்கள் முழுமையை ஏற்படுத்திக் கொண்டுவிட முடியும். ஆகவே உங்களுடைய மனப்படங்கள் முழுமை பெற்றவையாக இருக்கும்படி பார்த்துக் கொள்ளுங்கள்.

கற்பனையில் பயிற்சி செய்வதன் விளைவாகக் கிடைக்கின்ற பலன் இது. நடைமுறையில் செயல்படுகின்றபோது ஒவ்வொரு நுணுக்கத்தையும், திட்டமிட்டுச் செயல்படுத்துவது முடியாத காரியம். கற்பனைப் பயிற்சி இந்த முடியாத காரியத்தைச் சாத்தியமானதாக ஆக்கி விடுகிறது.

'பயிற்சி முழுமை பெற வைக்கிறது' என்பது ஒரு வாசகம். ஆனால் கற்பனையில் நீங்கள் முழுமையான பயிற்சியைச் செய்கின்ற போதுதான், பயிற்சியின் முழுமையான பலன் உங்களுக்குக் கிடைக்கிறது.

ஒரு காரியத்தைத் தொடர்ந்து செய்வது மட்டும் பயிற்சி ஆகிவிடாது. எப்படிச் சரியாகச் செய்ய வேண்டும் என்பதை உங்களுக்கு நீங்களே சொல்லிக் கொடுத்துக் கொள்ள வேண்டுமானால் அது பயன்படலாம்.

ஆகவே முழுமையாக உங்கள் கற்பனையில் பயிற்சி செய்யுங்கள். பயிற்சியின் ஒவ்வொரு நிலையினையும் மனப் படங்களாக்கிப் பயிற்சிசெய்து, ஆழ்மனதில் பதியச் செய்யுங்கள். அப்போதுதான், அந்தக் காரியத்தை நீங்கள் செயல்படுத்து கின்றபோது முழுமை அடைய முடியும்.

ஒவ்வொரு துறையிலும் நிபுணர்கள் இப்படித்தான் உருவாகியிருக்கிறார்கள். தங்கள் திறமையினை வளர்த்துக் கொண்டிருக்கிறார்கள். இந்தப் பயிற்சி முறை வாழ்க்கையின் எல்லாத் துறைகளுக்குமே பொருந்தும்.

நம்முடைய காலத்திலேயே வாழ்ந்து கொண்டிருக்கின்ற புகழ் பெற்ற ஒரு பெண்மணி சொல்லியுள்ள விஷயம் இங்கே குறிப்பிடத்தக்கது. 'மனிதர்கள் உட்கார்ந்திருக்கின்ற ஓர் அறைக் குள் செல்லும் முன், அங்குள்ள ஒவ்வொருவருக்கும் எப்படி வணக்கம் சொல்லுவது என்று கற்பனை செய்து பார்த்த பிறகேதான் அந்த அறைக்குள் செல்லுவது என்னுடைய வழக்கம்' எனக் கூறுகிறார்.

கற்பனையில் பயிற்சி செய்வதுதான் எந்தச் செயலிலும் முழுமை பெறுவதற்குச் சிறந்த வழி என்று நிரூபிக்கப்பட்டு விட்ட பிறகு, நீங்களும் ஏன் அதைக் கடைப்பிடிக்கக் கூடாது?

16

வாழக் கற்றுக் கொள்ளுங்கள்

வாழ்ந்திருப்பது அல்லது நிலைத்திருப்பது பற்றி இப்போ தெல்லாம் நாம் அடிக்கடி கேள்விப்படுகிறோம். ஆபத்தில் தப்பிப் பிழைத்திருப்பது, எத்தனையோ வகை ஆபத்துகள் - கேட்கும் போதே அச்சமாக இருக்கிறது.

இன்றைய அமைப்பில் நாமும் ஒரு மனிதனாக வாழ்வதற்கு நம்மை நாமே தயார்படுத்திக் கொள்ளுவது அவசியமாகிறது.

வரலாற்றை கண்ணோட்டமிட்டு உயிர் வாழ்தல் எப்படி நடைபெற்றிருக்கிறது என்று பார்க்கலாம். நிலப்பரப்பில் உயிர் இனங்கள் தோன்றிய காலத்திலிருந்து ஆரம்பித்துப் பார்க்கலாம்.

காலம், காலமாக உயிர் வாழ்வதற்கு இரண்டு நடவடிக்கைகள் தொடர்ந்து மேற்கொள்ளப்பட்டு வந்திருக்கின்றன.

1. இருக்கின்ற சூழ்நிலைக்கு சரி செய்து கொள்ளுதல்.

2. சரி செய்துகொண்ட பிறகு, இருப்பதை மேலும் சிறப்புடை யதாக ஆக்கிக் கொள்ளுங்கள்.

கடந்த காலத்தில் இந்த இரண்டு நடவடிக்கைகள் எப்படி நடந்து இருக்கின்றன என்பதனையும் தற்காலத்தில் எப்படி அது செயல்பட முடியும் என்பதனையும் பார்க்கலாம்.

சூழ்நிலைக்கு ஏற்றவாறு சரி செய்து கொள்ளுதலைப் பற்றி முதலில் பார்க்கலாம்.

வரலாற்றுக் காலத்திற்கு முன்பும், பரிணாமம் தொடர்ந்த காலத்திலும், தாவரங்களும் சரி, பிராணிகளும் சரி, சூழ்நிலைக்குத் தங்களை சரி செய்து கொண்டவை மட்டுமே வாழ்ந்திருக்கின்றன.

வெப்ப நிலை, மண் வளம், ஈரப் பசை, வளர்ச்சிக்கான இதர தேவைகள் ஆகியவற்றுக்குச் சரி செய்து கொள்ள முடியாத தாவரங்கள் உயிர் வாழ்ந்ததில்லை. சரி செய்து கொள்ள முடிந்தவை, உயிர் வாழ்வதற்குத் தேவையான முதல் படியில் அடி எடுத்து வைத்தன.

மிருகங்களின் நிலையும் இதுதான். ஒரே சூழ்நிலையில் பல மிருக இனங்கள் ஒன்றாக வாழ வேண்டியிருந்தது. இந்த நிலையில் பிற மிருகங்களின் தாக்குதலில் இருந்து தப்பி ஓடுகின்ற திறமை பெற்றவைகளும், மற்ற மிருகங்களை வெல்லக் கூடியவைகளும் அல்லது அமைதியாக இணைந்து வாழக் கற்றுக் கொண்டவைகளும் மட்டுமே உயிர் பிழைத்தன.

சூழ்நிலைக்குச் சரி செய்து கொண்ட பிறகு தோன்றுகின்ற இரண்டாவது கட்டம், இருப்பதைத் தொடர்ந்து சிறப்புடையதாக ஆக்கிக் கொள்ளுவதாகும். இதைக் காட்டுச் சட்டம் என்று கூறலாம். இது உயிர் வாழ்தலின் அடிப்படை விதியும் ஆகும். உயிர் வாழ்தல் என்பது, சரி செய்து கொள்ளுதலைப் பொறுத்த விஷயம் மட்டுமல்ல. இருப்பதை மேலும் சிறப்பானதாக ஆக்கிக் கொண்டு போட்டியைச் சமாளிப்பதும் ஆகும்.

உதாரணமாக, ஒரு அழகிய சிறிய மலர் பருவ கால சூழ்நிலைக்கு ஏற்ப தன்னைச் சரி செய்து கொள்ளும் ஆற்றல் பெற்றதாக இருக்கலாம். ஆனால் பெரிதாகவும், கனமாகவும், விரைந்தும் வளரக் கூடிய இதர தாவரங்களால் அமுக்கப்பட்டு அழிந்து போகலாம். ஆகவே அந்த மலர் உயிர் வாழ வேண்டுமானால் இவற்றைத் தாக்குப்பிடிக்கும் சக்தியை அது வளர்த்துக் கொள்வது அவசியமாகிறது.

ஒரு மிருகம் இயற்கை சூழ்நிலைகளுக்கும், இதர மிருகங் களோடு இணைந்து வாழ்வதிலும் தன்னைச் சரி செய்து கொள்ளும்போது, தற்காலிகமான உயிர் வாழ்க்கையை அது பெறக் கூடும். ஆனால் போட்டியிடும் மிருகங்களுக்கு இணையாகவோ, அல்லது அதிகமாகவோ அது தன்னுடைய சக்தியை வளர்த்துக் கொள்ளத் தவறி விடுமானால், சீக்கிரமே தாழ்ந்த நிலையினை அடைந்து போட்டியில் வாழ முடியாத நிலையைப் பெற்று விடுகிறது.

தாவரங்கள், மிருகங்கள் ஆகியவற்றின் பரிணாம வரலாற் றைப் பார்க்கும்போது, உயிர் வாழ்வதற்கான முன்னர் குறிப்பிட்ட இரண்டு நிலைகளும், நிலப்பரப்பில் உயிரினங்கள் தோன்றிய காலத்திலிருந்து இன்றுவரை அவசியமானதாகவே இருந்து வந்திருக்கிறது.

ஆகவே இந்தக் காலத்தில் உயிர் வாழத் தேவையான இரண்டும் பல்வேறு சூழ்நிலைகளுக்கும் எவ்வாறு பொருந்து கிறது என்பதை உங்களை உதாரணமாக வைத்தே பார்க்கலாம்.

உயிர் வாழ்வதற்குத் தேவையான முதல் நிலை சூழ்நிலைக்குச் சரி செய்துக் கொள்வதாகும். உங்களின் குடும்பம் வசிக்கும் இடம், தொழில், வர்த்தகம் வர்த்தகம் ஆகிய எதிலும் - எந்தச் சமயத்திலும், நீங்கள் பொருத்தமானவராக, சரி செய்து கொள்ளு கின்றவராக, ஒத்துழைப்பு கொடுக்கின்றவராக இருப்பதை

ஏற்றுக் கொள்ளுகின்றவராக உங்களை வைத்துக் கொள்ளுவது அவசியமாகிறது.

"என்ன? ஒரு சுதந்திர நாட்டில் தான் நினைப்பதைச் செய்ய முடியாதா? விரும்புகின்றபடி நடந்து கொள்ள முடியாதா?

பழக்க வழக்கங்களில் இருந்து நான் மாறுபட முடியாதா? என்னுடைய தனித்தன்மையினை நான் வெளியிட முடியாதா? நான் எதற்காக சரி செய்து கொள்ள வேண்டும்? பழக்க வழக்கங்களுக்குக் கட்டுப்பட வேண்டும்?

இதற்கான பதில் எளிமையானது. சுலபத்தில் சொல்லி விடலாம். முதலில் நீங்கள் இருக்கின்ற இடத்திற்குப் பொருந்த வேண்டும். சரி செய்து கொள்ள வேண்டும், அனுசரித்துப் போக வேண்டும். ஏன் தெரியுமா? உயிர் வாழ்வதற்காக!

உயிர் வாழ்தல் என்று சொல்லுகின்றபோது, உயிருடன் இருத்தல் அல்லது இறந்து போதல் என்பது பொருளல்ல. சில சமயங்களில், அதுவும் நேரலாம். உயிர் வாழ்தல் என்பது பயனுடைய, மற்றவர்கள் ஏற்றுக் கொள்ளக் கூடிய இணக்கமான மனிதராக வாழ்வது என்பதுதான்.

முதலில் நீங்கள் பொருந்த வேண்டும். சரி செய்து கொள்ள வேண்டும். ஒத்துழைக்க வேண்டும். பங்கேற்க வேண்டும். நடைமுறையை ஏற்க வேண்டும் - குடும்பத்தாருடன், அக்கம் பக்கம் வசிப்பவர்களுடன், உத்தியோகத்தில், வர்த்தகச் சூழ்நிலை யிலும், ஆம். அனைத்திலும்! மற்றவர்கள் உங்களை ஏற்றுக் கொள்ளும்படியாக முதலில் நீங்கள் உங்களை சரி செய்து கொள்ள வேண்டும். அது இணக்கமான சூழ்நிலையில் உங்களை வைக்கும். வேறு விதமாக நீங்கள் நடந்து கொண்டால் உங்களை மற்றவர்கள் ஏற்க மாட்டார்கள். எதிர்ப்பைத்தான் சம்பாதித்துக் கொள்வீர்கள். தொல்லைகளை அறுவடை செய்வீர்கள்.

சூழ்நிலைக்குத் தேவையானபடி நீங்கள் அனுசரித்து நடக்கும்போது, வரவேற்கத் தக்க மனிதராக சமுதாயத்தில் இடம் பெறுகிறீர்கள். இப்போது உயிர் வாழ்தலில் இரண்டாவது நிலையில் கவனம் செலுத்தலாம்.

அதாவது உங்களிடம் இருப்பதை மேலும் சிறப்பானதாக ஆக்கிக் கொள்ளலாம்.

இரண்டாவது நிலையை தகுந்த உதாரணத்தின் மூலம் புரிந்து கொள்ளலாம். உங்கள் தொழிலில் நிர்வாகப் பொறுப்புக்கு நீங்கள் பதவி உயர்வு பெற்று விட்டதாக எடுத்துக் கொள்வோம். புதிய சூழ்நிலைக்கு உங்களைச் சரி செய்துக் கொள்ளாமல் நீங்கள் உங்கள் பணியைத் தொடங்கினால் உங்களுடைய பதவி உயர்வு கொடுத்தவர்களின் எதிர்பார்ப்புகளுக்கு அனுசரணையாக நீங்கள் நடக்காமல் போனால் - அந்த நிர்வாக அமைப்பில் பணியாற்று கின்ற மற்றவர்கள் ஏற்கின்ற நிலைக்கு உங்களை நீங்கள் சரி செய்து கொள்ளாமல் போனால் - புதிய பொறுப்பில் நீங்கள் 'உயிர் வாழ' முடியாது. ஏனென்றால், சூழ்நிலைக்குச் சரி செய்தல் என்கிற முறை நிலைக்கு முரணாக நீங்கள் செயல்பட்டு விட்டீர்கள்.

அப்படி அல்லாமல் வாழுவதற்குத் தேவையான முதல் கோட்பாட்டின்படி நீங்கள் நடப்பதாக வைத்துக் கொள்வோம். புதிய பொறுப்பின் சூழ்நிலைகளுக்கு உங்களை சரி செய்து கொண்டு விடுகிறீர்கள். உங்களுக்குப் பதவி உயர்வு கொடுத்தவர் களின் எதிர்பார்ப்புகளுக்கு ஈடாக நடந்து கொள்ளுகிறீர்கள். நிறுவனத்தின் கொள்கைகளுக்கு முழுமையான ஒத்துழைப்புத் தருகிறீர்கள். நிறுவனத்தின் நடவடிக்கை அனைத்திலும் உற்சாகமாகப் பங்கு பெறுகிறீர்கள். அப்போது அந்த நிறுவனத்தில் வரவேற்கத் தக்க ஒரு மனிதராக நீங்கள் ஆகி விடுகிறீர்கள். புது உத்தியோகத்தில் 'உயிர் வாழும்' தகுதி இயற்கையாகவே உங்களுக்கு ஏற்பட்டு விடுகிறது. உயிரினங்கள் தோன்றிய

காலத்திலிருந்து, உயிர் வாழ்தலுக்குத் தேவையென்று நிரூபிக்கப் பட்ட முதல் கோட்பாட்டினை நீங்கள் அனுசரித்து நடந்ததுதான் காரணம்.

இப்போது இரண்டாவது கோட்பாட்டினை பயன்படுத்தும் நிலையில் நீங்கள் இருக்கிறீர்கள். சூழ்நிலைக்கு உங்களைச் சரி செய்து கொண்ட பிறகு, உங்களிடம் இருப்பதை மேலும் சிறப்பாக்கிக் கொள்ளுவது அவசியமாகிறது. உங்கள் வேலைத் திறமையை வளர்த்துக் கொள்ளுகிறீர்கள். நிர்வாகத்தோடு உங்களுக்கு உள்ள உறவை மேலும் பலப்படுத்திக் கொள்ளு கிறீர்கள். 'நான் மேலும் எப்படிச் சிறப்பாகச் செயல்பட முடியும்' - இதை உங்கள் குறிக்கோளாக ஆக்கிக் கொள்ளுங்கள்.

எதற்கும் ஒத்துப் போகாதவர்கள் மற்றவர்களின் கவனத்தைத் தங்கள் மீது திருப்புவதில் வெற்றி பெறலாமே தவிர, மற்றவர்களால் ஏற்றுக் கொள்ளப்படுகின்ற நிலையைப் பெறுவது முடியாது. தங்களை மற்றவர்கள் மீது திணிப்பவர்கள் இந்த அத்தியாயத்தில் சொல்லப்பட்டுள்ள படிப்பினைகளை ஏற்க மாட்டார்கள்.

நிலப்பரப்பில் உயிரினங்கள் தோன்றியபோதே உருவான நிலைகள் இன்றைக்கும் செல்லுபடி ஆகக் கூடியவையாக இருந்து வருகின்றன. ஆகவே இவற்றை நீங்கள் கவனமுடன் பரிசீலிப்பது அவசியம். இந்த நிலைகளை வாழ்க்கையில் பல்வேறு கட்டங்களிலும் நீங்கள் பரிசீலித்துப் பார்த்தது உண்டா?

சூழ்நிலைக்கு சரி செய்து கொள்ளப் பழகிக் கொள்ளுங்கள். நீங்கள் வாழுகின்ற சமுதாயம் அல்லது அமைப்பின் நடை முறைக்குக் கட்டுப்படுங்கள். இவற்றை செய்த பிறகு உங்களிடம் உள்ளதை மேலும் சிறப்பானதாக ஆக்கிக் கொள்ள தொடர்ந்து முயலுங்கள்.

என்ன ஆரம்பித்து விட்டீர்களா?

17

ஒரு கதவு மூடும்போது இன்னொரு கதவு திறக்கிறது

"இருண்ட தினத்தை, மறுநாள் வரை வாழ்ந்து விட்டால், அந்த நாள் தானாகவே கழிந்து போகும்" என்று வில்லியம் கூப்பர் பல ஆண்டுகளுக்கு முன் எழுதினார்.

இது அன்றும் உண்மை. இன்றும் உண்மை, என்றும் உண்மை.

நம் எல்லோருடைய வாழ்க்கையிலும் இருண்ட நாட்கள் உண்டு. ஒவ்வொரு இருண்ட நாளும் கழியத்தான் போகிறது. அழுத்தமான சோகங்களை நம்மீது திணிக்கின்ற வாழ்க்கை, மென்மையான அன்பினால் அந்த சோகத்தையும் துடைக்கவே செய்கிறது. இருண்ட நாள் கழிந்து, புதிய நாள் உதயமாகிறது.

நம்முடைய இருண்ட நாட்கள் கடந்து போய், அதன் சோகங்கள் கொஞ்சம் கொஞ்சமாக மறதிக்குள் புதையட்டும். ஒவ்வொரு நாளும், கடந்த கால இருளைப் புதுப்பித்துக் கொண்டே இருக்காதீர்கள். இறந்துபோன கடந்த காலம் இறந்ததைப் புதைக்கட்டும்.

உலகத்தில் எதுவுமே எப்போதும் நீடிப்பதில்லை. தொல்லைகள் கூட, தாமாகப் புதுப்பிக்கா விட்டால், சிறிது காலமே இருந்து மறைந்து விடுகிறது. துயரம், சோகம், பயம், கஷ்டம் போன்றவற்றை, அவை விலகக் கூடியவை என்கிற உணர்வில் நீங்கள் தாராளமாக எதிர் நோக்கலாம். தவிர்க்க முடியாத ஒன்று எதிர்ப்படும்போது, அதை அப்படியே ஏற்கச் சித்தமாக இருங்கள். ஏனெனில் அதுகுறித்து நீங்கள் செய்வதற்கு எதுவும் இல்லை. ஆகவே அதையே பிடித்துத் தொங்கிக் கொண்டு இருக்காதீர்கள். மூழ்கும் கப்பலின் மேல் தளத்தை கழுவி சுத்தப்படுத்திக் கொண்டிருப்பது வீண் வேலை. அது மூழ்கத்தான் வேண்டும் என்றால், மூழ்கத்தான் போகிறது. நீங்கள் செய்ய வேண்டியது எல்லாம் மூழ்கும் கப்பலை விட்டு விட்டு அடுத்தப் பயணக் கப்பலை தேடுவதுதான்.

எதிர்காலத்தின் கதவுகள் உங்களுக்காகத் திறந்து இருக்கின்றன. ஏற்கெனவே மூடிவிட்ட கடந்த கால கதவைப் பார்த்தபடியே தயங்கிக் கொண்டு இருக்காதீர்கள். ஒரு கதவு மூடும்போது இன்னொரு கதவு திறக்கிறது என்பது வாழ்க்கையின் நியதி. மூடிவிட்ட கதவை சோகத்தோடு பார்த்தபடி காலத்தைக் கழிக்கிறோமே தவிர, திறந்த கதவை நாடிச் செல்லுகின்ற நல்ல காரியத்தை நாம் செய்வதில்லை.

இருண்ட தினம் கழிந்துபோகும் என உணர்வது மிகப் பெரிய மனபலத்தைக் கொடுக்கும். நீங்கள் தூக்க முடியாத மிகுந்த பலம் இருக்கிறது. கடந்த கால பாரங்களை சுமப்பதோடு ஒவ்வொரு நாள் பாரத்தையும் நீங்களே முதுகில் ஏற்றுக் கொள்ளும்போது தடுமாற ஆரம்பிக்கிறீர்கள்.

ஒவ்வொரு நாள் பாரமும் அன்றைக்குப் போதுமானதாக இருக்கட்டும். ஒருநாள் பாரத்தை மட்டும் சுமப்பதற்கு உங்களிடம் போதுமான பலம் இருக்கிறது. டோரத்தி டிகிஸ் சொன்னார்: ''நேற்று நான் நின்றேன். இன்று என்னால் நிற்க

முடியும். நாளைக்கு என்ன நடக்கும் என்பதை பற்றிய எண்ணம்ஏற்பட நான் அனுமதிக்கப் போவதில்லை."

இன்றைய இருண்ட நேரம் கழிந்து விட்ட பிறகு நாளை எப்படி இருக்கும்? ஒன்றைப் பற்றி நீங்கள் நிச்சயமாக இருக்கலாம். நாளை வித்தியாசமானதாக இருக்கும். ஏனெனில் வாழ்க்கை மாறிக் கொண்டே இருப்பது. நாளைக்கு நடக்க இருக்கும் மாற்றங்களை உங்களால் கட்டுப்படுத்த முடியாது. ஆனால் உங்கள் வாழ்க்கையில் நடக்க இருக்கும் மாற்றங்களின் மீது உங்கள் செல்வாக்கை நீங்கள் பயன்படுத்த முடியும். ஒவ்வொரு சம்பவத்தின் மீதும் நீங்கள் கொண்டிருக்கும் மனோபாவம், அது குறித்து நீங்கள் மேற்கொள்ளும் நடவடிக்கை ஆகியவை முற்றிலும் உங்களைப் பொறுத்த விஷயமே.

மனோபாவம், நடவடிக்கை ஆகிய விஷயங்களில் என்ன செய்ய வேண்டும் என்பதை நீங்கள் தீர்வு செய்ய முடியும். இருண்ட நிலத்தின் கதவு மூடப்படும்போது, புதிதாகத் திறந்தக் கதவை நீங்கள் தேடிக் கண்டுபிடிக்கலாம். அதன் வழியாக நடந்து செல்லலாம்... துணிச்சலாக... நம்பிக்கையுடன்... ஒளி பொருந்திய மறுநாளை நோக்கி!

18

மறந்து விடுங்கள்!

ஒரு சிறிய சம்பவம், ஒரு சின்ன உறுத்தல் உங்கள் மனதை தொல்லைப்படுத்திக் கொண்டு இருக்கிறதா? மறந்து விடுங்கள்! இப்போதே மறந்து விடுங்கள்!

சம்பவங்களின் மிகுதி அடுத்த வாரமோ அல்லது அடுத்த மாதமோ அல்லது அடுத்த ஆண்டோ பழைய நினைவு அடியோடு மாறத்தான் போகிறது. சீக்கிரமாகவோ அல்லது காலம் தாழ்த்தியோ அதை மறக்கத்தான் போகிறீர்கள். ஏன் இப்போதே மறக்கக் கூடாது? கோபம், உறுத்தல், தொல்லை ஆகியவற்றுக்குக் காரணமான நிகழ்ச்சியை எதற்காக நினைவில் வைத்து ஒரு நிமிஷத்தையாவது நீங்கள் வீணாக்க வேண்டும்? எப்படியும் சிறிது காலத்தில் மறக்கப் போகின்ற விஷயம்தானே அது?

உங்கள் மனம் தற்காப்பிற்காக, விரும்பத்தகாத உறுத்தலான எண்ணங்களை ஒதுக்கி உற்சாகம் அளிக்கக் கூடிய விஷயங்களின் பக்கமே திரும்புகிறது. ஆகவே இன்றைக்கு ஏற்படுகின்ற இந்த உறுத்தல்களை நீங்கள் மறக்கத்தான் போகின்றீர்கள். ஆகையால் இப்போதே மகிழ்ச்சியில் அவை தலையிட நீங்கள் எதற்காக அனுமதிக்க வேண்டும்? நீங்கள் நினைவில் வைத்துக் கொள்ளப்

எண்ணங்களை மேம்படுத்துங்கள்!

போகாத ஒரு அற்ப விஷயத்துக்காக எதற்காக இப்போது உணர்ச்சிவசப்பட வேண்டும்?

முழுமையாகவும் சீக்கிரமாகவும், மறக்கக் கூடிய சுபாவம் உடையவராக நீங்கள் இருந்தால் உங்களுடைய மகிழ்ச்சிக்கும், உங்களைச் சார்ந்தவர்களின் மகிழ்ச்சிக்கும் அது பேருதவியாக இருக்கும். ஆகவே பயன் உள்ள சில யோசனைகள் கீழே தரப்பட்டுள்ளன.

1. எதாவது உறுத்தல் உங்களைத் தொல்லைப்படுத்துகின்ற போது, அதை அலட்சியப்படுத்தி, உடனே மறந்து விடுங்கள். எப்படியும் நீங்கள் அதை மறக்கத்தான் போகிறீர்கள். அதனால் இப்போதே மறந்து விடுங்கள். எப்படி மறப்பது என்பதைப் பார்க்கலாம்.

2. மகிழ்ச்சி அளிக்காத விஷயங்களை மறக்கத் தூண்டும் இயல்புடையது உங்கள் மனம். அதற்கு நீங்கள் உதவியாக இருந்தால், போதும். எப்படி?

3. எது உங்களுக்கு மன உறுத்தலைக் கொடுக்கிறதோ அதற்கு சம்பந்தம் இல்லாத எண்ணங்களிலும் நடவடிக்கைகளிலும் உங்கள் நேரத்தைச் செலவிடுங்கள்.

4. உறுத்தலை மேலும் அனுமதிக்காதீர்கள். வெந்த புண்ணில் வேல் செருகாதீர்கள். உணர்ச்சி பூர்வமாக உறுத்தலை அலட்சியப்படுத்துங்கள்.

சிறுசிறு உறுத்தல்களே வாழ்க்கையில் மகிழ்ச்சிகள் குறையக் காரணமாகின்றன. ரத்த அழுத்தம், குடல் புண் போன்ற உணர்ச்சி சம்பந்தப்பட்ட நோய்கள் தோன்ற உறுத்தல்களே காரணமாகின்றன.

உறுத்தல் என்கிற சிறிய கொசு கடிக்காவண்ணம் உங்கள் தோல் தடிப்பாகட்டும். உறுத்தல்களை உடனுக்குடன் மறந்து விடுங்கள். காலதாமதமின்றி உடனே மறந்து விடுங்கள்.

19

தள்ளுவண்டி - ஒரு படிப்பினை!

மனநோய் மருத்துவமனையில், மன நோயாளி ஒருவன், தள்ளுவண்டியை தலைகீழாக வைத்துத் தள்ளிக் கொண்டிருந்தான். வந்திருந்த பார்வையாளர், 'ஏன் அப்படித் தள்ளுகிறாய்?' என்று அவனைப் பார்த்துக் கேட்டபோது, அவன் சொன்னான், "நான் ஒன்றும் பைத்தியமில்லை. நான் நேற்று நேராகத்தான் தள்ளினேன். அதில் குப்பையைப் போட்டு நிரப்பி விட்டார்கள்."

இந்தப் பதிலை வைத்துப் பார்த்தால், அந்த மனநோய் மருத்துவமனையில் உள்ள நோயாளிகளை வெளியே அனுப்பி விட்டு, நம்மில் பலரை அங்கே கொண்டு போய் வைக்க வேண்டும் என எனக்குத் தோன்றுகிறது.

பலரும், நல்ல நோக்கத்துடனே கைவண்டிகளை சரியான நிலையில் தள்ளிக் கொண்டு போய், அதில் மற்றவர்கள் குப்பைக் கூளங்களை நிரப்ப அனுமதித்து விடுகிறார்கள். அதாவது பலரும் தங்களுடைய பிரச்சினைகள், கவலைகள், துயரங்கள் ஆகிய வற்றை நம்முடைய சுமையாக்கி விடுகிறார்கள்.

உங்களுடைய கைவண்டியை வாழ்க்கைப் பாதை வழியாக நீங்கள் தள்ளிச் செல்லுகின்றபோது, அந்த வண்டியில் மற்றவர்கள்

தங்கள் பாரங்களை இறக்கி வைத்து விடுகிறார்கள். நீங்கள் உங்கள் கைவண்டியைத் தலைகீழாகச் செலுத்துங்கள் என்றுதான் சொல்லுகின்றேன். கடவுளுக்கு ஒருவன் கடிதம் எழுதினான், 'பிரபஞ்சத்தின் நிர்வாகிப் பதவியை நான் ராஜினாமா செய்து விட்டேன்' என்று. அவனைப் போல நீங்களும் இருங்கள்.

அவன் ராஜினாமா செய்ய வேண்டிய அவசியமே இல்லை. ஏனெனில் அவனை எவரும் நியமிக்கவில்லை. என்னையோ உங்களையோ அந்தப் பொறுப்பில் யாரும் நியமிக்கவில்லை.

மனித சமுதாயத்தின் பிரம்மாண்டமான பிரச்சினைகளை அவன் தன்னுடைய தள்ளு வண்டியில் ஏற்றிக் கொள்ள, தான் போகின்ற இடங்களெல்லாம் அந்த பாரத்தை தள்ளிக் கொண்டே சென்றான். அந்த பிரம்மாண்ட பிரச்சினையைத் தீர்க்கின்ற தகுதியோ திறமையோ பொறுப்போ நிச்சயம் அவனுக்கு இருக்கவில்லை. உங்களுக்கும் எனக்கும் இல்லாததுபோல்.

ஒரு மனிதன் தன்னுடைய தள்ளு வண்டியில் மற்றவர்களின் பிரச்சினைகளை ஏற்றிச் செல்லுவதைப் பார்க்கும் மக்கள், தங்கள் பிரச்சினைகளையும், அந்தத் தள்ளுவண்டியில் ஏற்றினார்கள். அவன் தன்னுடையப் பிரச்சினைகள் சிலவற்றையும் அதில் ஏற்றிக் கொண்டான். முடிவில் தாங்க முடியாத பாரம் அந்த வண்டியில் ஏறி விட்டது. வண்டியும் பாரம் தாங்காமல் உடைகின்ற நிலைக்கு வந்துவிட்டது. கடைசியில் மன நோயாளிக்கு ஏற்பட்ட புத்திசாலித்தனம் இவனுக்கும் வந்துவிட்டது. தள்ளு வண்டியைத் தலைகீழாகச் சாய்த்தான். அவனுக்குச் சம்பந்தம் இல்லாத கவலைகளில் இருந்தும் சுமைகளில் இருந்தும் அவன் விடுபட்டான்.

நாம் இப்படி சொல்லுகின்றபோது, மற்றவர்களின் பிரச்சினை களில் தலையிட்டு உதவ முடியுமானால், தலையிடாமல் ஒதுங்கி நில்லுங்கள் என்று சொல்லுவதாக அர்த்தமில்லை. தேர்ந்தெடுத்துத் தலையிடுங்கள் என்பதுதான் என்னுடைய வேண்டுகோள். உலகத்தின் எல்லா பிரச்சினைகளையும் நீங்கள் தீர்க்க முடியாது

என்பதால் அதைப் பற்றி நீங்கள் எதற்காகக் கவலைப்பட வேண்டும்? என்னை யாரும் அமெரிக்காவின் ஜனாதிபதியாகத் தேர்ந்தெடுக்கவில்லை. இருந்தாலும் அடிக்கடி ஜனாதிபதியின் பொறுப்புகளை நான் மேற்கொண்டு இருப்பதைப் போல எண்ணுகிறேன். இந்த பிரச்சினை பற்றி ஜனாதிபதி என்ன செய்ய வேண்டும், அந்தப் பிரச்சினை பற்றி அவர் என்ன செய்ய வேண்டும் என்றெல்லாம் அலட்டிக் கொள்ளுகிறேன். நான் விரும்பாத, எனக்குக் கிடைக்காத, எனக்குக் கிடைக்க முடியாத ஒரு பொறுப்பின் கவலைகளை நான் எதற்காகக் கற்பனை செய்ய வேண்டும்? இருந்தாலும், ஜனாதிபதி இப்படிச் செய்தாரே, இப்படி அல்லவா செய்ய வேண்டும் என்று நான் கவலைப்படு கிறேன். ஆகவே, நான் இப்போது என்னுடைய கைவண்டியைத் தலைகீழாகத் திருப்பி தள்ளத் தொடங்குகிறேன்.

தினசரி பத்திரிகைகளைப் படிக்கும்போது மேலிட உத்தரவு களைப் படிப்பதைப் போலப் படிக்கிறேன். அதில் காணப்படும் சில விஷயங்கள் குறித்து மிகுந்த அக்கறை எடுத்துக் கொள் கிறேன். அவற்றைத் தீர்க்க என்ன செய்ய வேண்டும் என்று யோசிக்கிறேன். இருந்தாலும் அந்த விஷயங்கள் எதுவும் என்னைப் பாதிக்கின்ற விஷயங்கள் அல்ல என்பதும் எனக்குத் தெரியும். உலகத்தின் எங்கோ ஒரு மூலையில் அவை நடக்கின்றன. அங்கெல்லாம் நான் போனதும் இல்லை, போகின்ற வாய்ப்பும் இல்லை. அங்குள்ளவர்களின் பிரச்சினைகளைத் தீர்ப்பதைப் பற்றி யோசிக்கிறேன். எவருமே தங்கள் பிரச்சினை களைத் தீர்க்கும்படி வண்டியை கேட்கவில்லை எனறாலும்! ஆகவே நான் தள்ளுகின்ற வண்டியை இப்போது தலைகீழாகத் தள்ளத் தொடங்கி இருக்கிறேன்.

பல்வேறு தர்ம ஸ்தாபனங்களில் தலைவராக இருக்கும்படி என்னைக் கேட்டு இருக்கிறார்கள். அதற்கான சில தகுதிகள் எனக்கு இருக்கலாம். ஆனாலும் அடுத்தத் தெருவில் உள்ள என்னுடைய நண்பர் இந்த விஷயங்களில் அனுபவம் வாய்ந்தவர், பல தரும நிதி நிறுவனங்களில் பங்கேற்று அவற்றுக்கு வெற்றி

கரமாக நிதி சேர்த்துக் கொடுத்தவர். வேலை பார்த்து வந்த நிறுவனத்தில் இருந்து அவர் ஓய்வு பெற்ற பிறகு தன்னுடைய முழு நேரத்தையும் தரும காரியங்களைக் கவனிப்பதில் செலவிட்டு வருகிறார். தரும ஸ்தாபன வேலைகளை என்னை கவனிக்கச் சொன்னால், அந்த வேலையை அவருடைய தள்ளு வண்டியில் வைத்து விடுவேன். ஏனெனில் அவருடைய வண்டி அந்த பாரத்தைத் தாங்குகின்ற விதத்தில் கட்டப்பட்டுள்ள வண்டி.

தரும பணியில் எனக்கு அலட்சியம் எதுவும் இல்லை. எந்தப் பணி யாரால் சிறப்பாக நடைபெறும் என்கிற தேர்வு மட்டுமே தான் இது. நானும் என் மனைவியும் ஒரு அறக்கட்டளையை உருவாக்கி இருக்கிறோம். தலைமுறை தலைமுறையாக, ஊனமுற்ற குழந்தைகளுக்கு உதவக் கூடிய ஏற்பாடு அது. எங்களுடைய தள்ளு வண்டியில் நாங்கள் ஏற்றிக் கொள்ளத் தேர்ந்தெடுத்துள்ள பாரம் இது.

விஷயம் இதுதான். ஒன்றைச் சிறப்பாகச் செய்ய வேண்டுமானால், எதைச் சிறப்பாகச் செய்ய முடியுமோ அதைத் தேர்ந்தெடுத்துக் கொள்ள வேண்டும். உங்கள் தள்ளு வண்டியை நேராகவே நீங்கள் தள்ளிக் கொண்டு சென்றால் மற்றவர்கள் தங்களின் சுமைகளை அதில் இறக்கி வைத்து விடுவார்கள். உங்களால் தள்ள முடியாத அளவுக்கு பாரம் நிரம்பி விடும். உலகம், நாடு ஆகியவற்றின் பொதுவான பிரச்சினைகளில் நீங்கள் உங்களுடைய பிரச்சினையாக ஆக்கிக் கொண்டு விடக் கூடாது. அப்படிச் செய்தால் மிகுதியான பாரம் உங்களை அழுத்தி விடும்.

ஆகவே, உங்கள் தள்ளு வண்டியில் ஏற்ற வேண்டிய பாரம் எது என்று நீங்கள் தேர்ந்து எடுத்துக் கொள்ளுகின்ற வரை அதைத் தலைகீழாகவே தள்ளிக் கொண்டு இருங்கள். இதை நீங்கள் பயிற்சி செய்து கொண்டால், உங்களுடைய கனமான பாரமும் லேசாகத் தோன்றும். அந்தப் பாரத்தை தள்ளுவதும் மகிழ்ச்சியளிக்கின்ற அனுபவமாக இருக்கும்.

வாழ்க்கை மகிழ்ச்சியானதாக அமைய இது ஒரு வழி!

20

எச்சரிக்கையும் வழிகாட்டுதலும்

மனவியல் நிபுணர்கள் ஒன்றைச் சொல்லுகிறார்கள். நாம் எல்லோருமே கண்ணுக்குப் புலனாகாத சில வாசகங்களை எழுதி மார்பில் தொங்கவிட்டுக் கொண்டு இருப்பதாகச் சொல்லு கிறார்கள்.

"நான் முக்கியத்துவம் பெற விரும்புகிறேன்."

"என்னை மற்றவர்கள் பாராட்ட வேண்டும் என்று விரும்பு கிறேன்."

"பிறரால் நான் பாராட்டப்பட வேண்டும் என்று ஆசைப்படு கிறேன்."

மேலே உள்ள வாசகங்களை நாம் சுமந்து கொண்டிருப்பது நமது புறக் கண்களுக்குப் புலனாகாவிட்டாலும் அகக் கண்களால் பார்த்துப் புரிந்து கொள்ள முடியும். இந்த வாசகங்கள் பயனுள்ள இரண்டு காரியங்களைச் செய்கின்றன.

1. இவை எச்சரிக்கை வாசகங்கள்

2. இவை வழிகாட்டும் வாசகங்கள்.

எச்சரிக்கைப் பகுதியை முதலில் கவனிப்போம்.

ஒரு நபர் முக்கியத்துவம் பெற விரும்புவதாகவோ, பாராட்டப் பட விரும்புவதாகவோ, புகழப்பட விரும்புவதாகவோ சொன்னால், அதை நீங்கள் அலட்சியப்படுத்தும்போது அந்த நபருடைய நட்பை இழக்கிறீர்கள். ஒருவேளை அவருடைய விரோதத்தைச் சம்பாதித்துக் கொள்ளும் நிலையும் தோன்றலாம். இந்த மூன்று ஆசைகளும் ஒவ்வொருவருடைய உணர்ச்சிபூர்வ மான ஆசை என்பதை நாம் நினைவில் வைத்துக் கொள்ள வேண்டும்.

ஆனாலும், நாம் இதைப் புரிந்து கொள்ளாமல் பல சமயங் களில் நடந்து கொண்டு விடுகிறோம். இதன் விளைவாக நம்முடைய ஆசைகளும், நோக்கங்களும், பாதிப்புக்கு உள்ளா கின்றன. ஆகவே ஒவ்வொருவரும் கண்ணுக்குப் புலனாகாமல் சுமந்து செல்லுகின்ற -

"நான் முக்கியத்துவம் பெற விரும்புகிறேன்."

"என்னை மற்றவர்கள் பாராட்ட வேண்டும் என்று விரும்பு கிறேன்."

"பிறரால் நான் புகழப்பட வேண்டும் என்று ஆசைப்படு கிறேன்."

- என்கிற வாசகங்கள் மற்றவர்களுக்கு எச்சரிக்கை வாசகங் களாகும்.

எந்த ஒரு மனிதரைப் பார்த்தாலும் இந்த மூன்று வாசகங் களையும் நீங்கள் உங்களுடைய மனக் கண் முன் கொண்டுவர வேண்டும். ஒருவருக்குக் கடிதம் எழுதும்போது, ஒருவருடன் தொலைபேசியில் பேசும் போதுகூட இதை நினைவில் வைத்துக் கொள்ளுங்கள். மற்றவர்களோடு நீங்கள் வைத்துக் கொள்ளும் உறவில், எல்லா சந்தர்ப்பங்களிலும், எல்லா சமயங்களிலும், எல்லா விஷயங்களிலும் இது முக்கியமானதாகும். வெற்றியின் சாராம்சமே இதில் அடங்கியிருக்கிறது.

மற்றவர்களின் உணர்வில் ஆக்கிரமிக்கக் கூடாது என்கிற எச்சரிக்கையாக விளங்கும். அதே சமயத்தில், இந்த மூன்று வாசகங்களும் மற்றவர்களோடு நீங்கள் வைத்துக் கொள்ளும் உறவுக்கு வழிகாட்டுகின்ற வாசகங்களாகவும் விளங்கும்.

மற்றவர்கள் விரும்புவதைக் கொடுப்பதும், அதை அவர்கள் அடைய விரும்புவதும்தான் வெற்றிக்கான பாதையாக அமையும்.

ஒவ்வொரு மனிதரும் முக்கியத்துவம் பெற விரும்புவதால், யாருடன் நீங்கள் பழக நேர்ந்தாலும் 'அவர் முக்கியமானவர்' என்று சொல்லுங்கள். முக்கியமானவராக அவரை நடத்துங்கள். அவருடைய முக்கியத்துவத்துக்கு உதவுபவராக நீங்கள் நடந்து கொள்ளுங்கள்.

ஒவ்வொருவரும் தாங்கள் பாராட்டப்பட வேண்டும் என்று விரும்புவதால், நீங்கள் பழகுகின்றவர்களிடம் அவரைப் பாராட்டுவதாகச் சொல்லுங்கள். அவரை நீங்கள் பாராட்டுவதை மற்றவர்களிடமும் எடுத்துச் சொல்லுங்கள். அவருடைய குடும்பம், சாதனைகள் ஆகிய அனைத்தையுமே பாராட்டுங்கள். இதை நளினமாகச் செய்யுங்கள். முகஸ்துதி என்று சொல்லும் அளவிற்குப் போய்விடாதீர்கள். உங்களின் பாராட்டுதல் உண்மை யானதாக, இதயப்பூர்வமானதாக இருக்கட்டும். அதனால் ஏற்படுகின்ற நல்ல விளைவுகளை உடனே கவனிப்பீர்கள்.

ஒவ்வொருவரும் தாங்கள் பிறரால் புகழப்பட வேண்டும் என்று விரும்புவதால், தாராளமாகப் புகழுங்கள். புகழ்ச்சியை விரும்பாதவர்கள் இல்லை. பல சந்தர்ப்பங்களில் புகழுரைகள் போதுமான அளவில் சொல்லப்படுவதில்லை. காலம் தவறி சொல்லுவதாலும் பயனில்லை.

கொஞ்சம் சிரமம் எடுத்துக் கொண்டு கற்பனை வளத்தோடு புகழுரை வழங்கினால், உங்களுடன் பழகுவதே இனிமையானது என்கிற எண்ணத்தை ஏற்படுத்தி விட முடியும்.

கற்பனை வளத்தோடு புகழுரை வழங்குவதற்கு எத்தனையோ வழிகள் இருக்கின்றன. சில யோசனைகளை மட்டும் நான் இங்கே சொல்லுகிறேன்.

அ) நன்றி தெரிவித்துக் கடிதம் எழுதுவதை விட தந்தி கொடுப்பது நல்லது. பெறுகின்றவரிடம் அது மிகுந்த மகிழ்ச்சியை ஏற்படுத்தும்.

ஆ) தொலைபேசியில் பாராட்டுத் தெரிவித்தாலும் கூட, தொடர்ந்து ஒரு கடிதத்தின் மூலம் அதை உறுதி செய்யுங்கள்.

இ) பரிசுகள் வழங்கும்போது நன்றிக் குறிப்புடன் வழங்குங்கள். சிறிய பரிசாக இருந்தாலும் நன்றிக் குறிப்புடன் அது அளிக்கப்படும்போது, பெறுகின்றவர் மிகுந்த மகிழ்ச்சி அடைவார்.

மேலே உள்ளவை சில யோசனைகள்தான். நீங்கள் இந்த அடிப்படையில் எத்தனையோ புதிய வழிகளைக் கையாள முடியும்.

எல்லாருமே கண்ணுக்குப் புலனாகாத மூன்று முக்கிய வாசகங்களை எழுதி கழுத்தில் தொங்கவிட்டு இருக்கிறார்கள்.

"நான் முக்கியத்துவம் பெற விரும்புகிறேன்."

"என்னை மற்றவர்கள் பாராட்ட வேண்டும் என்று விரும்புகிறேன்."

"பிறரால் நான் புகழப்பட வேண்டும் என்று ஆசைப்படுகிறேன்."

எச்சரிக்கையை மனதில் கொள்ளுங்கள். வழிகாட்டுதலை கடைப்பிடியுங்கள். உங்களுக்குக் கிடைக்கின்ற வெற்றியைக் கண்டு பிரமித்துப் போவீர்கள்!

21

கிடைத்துள்ளதை எண்ணி மகிழுங்கள்

ஷோஃபேனர் என்கிற தத்துவஞானி வாழ்க்கையில் இருண்ட பகுதிகளைப் பற்றியே அதிகமாகச் சொன்னவர். அவர் கூட மகிழ்ச்சியை ஏற்படுத்தக் கூடிய ஓர் உபாயத்தைப் பற்றி சொல்லியிருக்கிறார். "நமக்கு என்ன கிடைத்திருக்கிறதோ அதைப்பற்றி நாம் அதிகம் எண்ணிப் பார்ப்பதில்லை. எது நம்மிடம் இல்லையோ அதைப் பற்றியே சிந்தித்துக் கொண்டு இருக்கிறோம்."

அவர் சொல்லியதிலிருந்து ஆரம்பிப்போம்.

மகிழ்ச்சி இல்லாமல் இருப்பதற்குச் சுலபமான வழி நம்மிடம் இல்லாததைப் பற்றி நாம் கவலைப்பட்டுக் கொண்டிருப்பதுதான். வாழ்க்கையின் ஒவ்வொரு நிமிடத்தையும், மணியையும், நாளையும் இப்படியே கழித்து விடலாம்.

மகிழ்ச்சி அற்று இருப்பதற்கு இது விரைவான வழியும் கூட! நாம் எவ்வளவு அதிர்ஷ்டசாலியாக இருந்தாலும், நம்மிடம் இல்லாத ஒன்றை எண்ணி ஏக்கப்பட முடியும்.

வாழ்க்கை பூராவும் கவலையில் கழிக்க நாம் விரும்பினால் அதற்கு இது சுலபமான வழி.

இல்லாததை நினைத்துக் கவலைப்படுவது எவ்வளவு சுலபமோ அதைப் போலவே அந்தக் கவலையை நிவர்த்திப்பதும் சுலபமானதுதான். நம்மில் பலருக்கும், இல்லாததை எண்ணிக் கவலைப்படுகின்ற பழக்கம் இருப்பதால், அதை நிவர்த்திக்கும் வழி என்ன என்பதைப் பார்க்கலாம்.

தேவைகளைக் கட்டுப்படுத்திக் கொள்ளுங்கள். அடிப்படைத் தேவைகள் என்கிற அளவுக்கு உங்களுடைய தேவைகளைக் குறைத்துக் கொள்ளுங்கள். உங்களிடமே இருக்கின்ற அல்லது உங்களுக்கு எளிதில் கிடைக்கக் கூடிய தேவைகளாக மட்டும் அவை இருக்கட்டும். எட்டி ரிக்கன் பேக்கர் தன்னுடைய சகாக்கள் சிலருடன் உயிர் காக்கும் படகொன்றில் பசிபிக் மகா சமுத்திரத்தில் மாட்டிக் கொண்டார். இருபத்தியொரு தினங்கள் கடலிலேயே அவரும் அவருடைய சகாக்களும் தவிக்க வேண்டியிருந்தது. இந்த பயங்கரமான சோதனையில் இருந்து நீங்கள் கற்றுக் கொண்டது என்ன என்று அவரைக் கேட்ட போது, "குடிப்பதற்குத் தேவையான தண்ணீரும் சாப்பிடுவதற்குத் தேவையான உணவும் இருந்து விட்டால், வேறு எதைப் பற்றியும் வாழ்க்கையில் குறைப்பட்டுக் கொள்ள முடியாது என்பதை நான் கற்றுக் கொண்டேன்" எனச் சொன்னார்.

அப்படியானால் தண்ணீரும், உணவும் மட்டும் கிடைத்து விட்டால் வாழ்க்கையில் திருப்தி ஏற்பட்டு விடும் என்ற அர்த்தமா? நிச்சயம் இல்லை. ஆனால் அவருடைய இந்தக் கருத்து ஒன்றைத் தெளிவாக்குகிறது. ஒருவன் தன்னுடைய தேவைகளை மிகக் குறைவான நிலைக்குக் கொண்டு வந்து விடுகின்றபோது, அதற்குமேல் எது கிடைத்தாலும் அது மகிழ்ச்சியைக் கொடுப்பதாக ஆகிவிடுகிறது.

இவ்வாறு ஒவ்வொரு நாளும் கொஞ்சம் கூடுதலாக கிடைக்கின்ற எதைக் கொண்டும் நீங்கள் மகிழ்ச்சியையும் திருப்தியையும் சம்பாதித்து விட முடியும். கிடைப்பது எவ்வளவு சிறிதாக

இருந்தாலும் கூட அது மகிழ்ச்சியை உண்டாக்கும். தேவையை மட்டுமே நீங்கள் விரும்புவதால், தேவைக்கதிகமான எது கிடைத்தாலும் அது உங்களுக்கு மகிழ்ச்சியைக் கொடுக்கும்.

அவ்வாறு கிடைக்கும்போது உங்களுக்கு ஏற்படுகின்ற அதிர்ஷ்டம் குறித்து உங்களுடைய மகிழ்ச்சியும் தொடர்ந்து கொண்டே இருக்கும். நீங்கள் பெற்றிருப்பதை எண்ணி சந்தோஷப்படுங்கள். கிடைக்காததைப் பற்றிச் சிந்தித்துக் கொண்டிருக்காதீர்கள். இதை நீங்கள் செய்யத் தொடங்கி விட்டால் உற்சாகத்தில் உங்கள் வாழ்க்கை ஒளிபரப்புவதை கவனிப்பீர்கள்.

'நமக்குக் கிடைத்திருப்பதை எண்ணி சந்தோஷப்படுவதைப் போல மன ஆரோக்கியத்தை ஏற்படுத்தக் கூடியது வேறு எதுவும் இல்லை' என்று மனவியல் நிபுணர்கள் கூறுகிறார்கள்.

உங்களுக்குக் கிடைத்திருப்பதை எண்ணி படுக்கைக்குச் செல்லுமுன் சந்தோஷப்படுங்கள். படுக்கையில் இருந்து காலை எழுந்தவுடன் சந்தோஷப்படுங்கள். நேரம் கிடைக்கும்போது எல்லாம் எண்ணி எண்ணி சந்தோஷப்படுங்கள்.

உங்களுக்கு கிடைத்துள்ளவற்றுக்காக இறைவனுக்கு நன்றி செலுத்துங்கள். உங்கள் வாழ்க்கைக்கு இறைவன் அளித்துள்ள கொடைகளை மட்டும் எண்ணி மகிழுங்கள்!

22

வெறுப்பு எனும் தொற்றுநோய்

சில சந்தர்ப்பங்களில் மக்கள் அனைவரும் தொற்றுநோயை எதிர்த்துப் போராட ஒன்றுபடுவதைப் பார்ப்பதே ஓர் உற்சாகமான விஷயம். மிகுந்த விரைவோடும், வேகத்தோடும், தேவையான அனைத்தும் ஒன்று திரட்டப்படும். மக்களின் எல்லாச் செயல்களிலும் தியாக உணர்ச்சி இழையோடி நிற்கும்.

இம்மாதிரி சந்தர்ப்பங்களில் தியாக உணர்ச்சி பரவலாகவே காணப்படும். செலவைப் பற்றி எவரும் கவலைப்பட மாட்டார்கள். உதவிகள் பெரும் அளவிற்குக் குவியும். நட்பு அல்லாத நாடுகள் கூட இம்மாதிரி சந்தர்ப்பங்களில் நேசக்கரம் நீட்டுவதைப் பார்க்கலாம்.

இந்த அவசரங்களும் தியாகங்களும் உடலைப் பற்றிய தொற்று நோய்களின் போதுதான் வெளிப்படுகிறது.

உணர்ச்சி சம்பந்தப்பட்ட, மனம் சம்பந்தப்பட்ட தொற்று நோய்கள் பரவுகின்றபோது இந்த அவசரமும், தியாக உணர்ச்சியும் வெளிப்படுகின்றதா?

ஒரு தேசம் மட்டுமல்ல, உலகமே வெறுப்பு என்னும் தொற்று நோயில் மூழ்கிப் போய் இருக்கிறது. உடல் ஆரோக்கியத்தைப் பற்றி நாம் தெரிந்து கொண்டுள்ள அளவுக்கு, மன ஆரோக்கி

யத்தைப் பற்றியும் தெரிந்து கொண்டிருந்தால், வெறுப்பு என்கிற தொற்று நோய், உடலைப் பாதிக்கின்ற தொற்று நோய்களை விட அபாயமானது என்பதைப் புரிந்து கொண்டிருப்போம்.

முதலில் வெறுப்பு என்கிற தொற்று நோய் உலகம் பூராவிலும் உண்மையாகவே பரவி இருக்கிறதா?

வெறுப்பு என்பது உடலைப் பற்றிய தொற்று நோய் அல்ல. அது மனதையும், உணர்ச்சியையும் பற்றியுள்ள தொற்றுநோய். அந்தத் தன்மையில் தான் அதற்கு நிவாரணமும் தேட வேண்டும். மனதைப் பற்றிய நோயாக இருந்தாலும் உடலையும் சீரழிக்கவே செய்கிறது. வெறுப்பு என்கிற தொற்று நோயால் விளைகின்ற உடல் பாதிப்புக்குத்தான் சிகிச்சை அளிக்கிறார்களே தவிர, மனம், உணர்ச்சி போன்ற காரணங்களுக்கு யாரும் சிகிச்சை அளிப்பதில்லை.

வெறுப்பு என்பது ஒரு விதத்தில் மட்டுமல்ல, பலவிதமான வெறுப்புகள் பலவிதமான சிக்கல்களை ஏற்படுத்துவதாக அமைந்து விடுகிறது. இந்தச் சிக்கல்கள் நமது வாழ்க்கையோடு பின்னிப் பிணைந்து விடுகிறது. ஒவ்வொரு வெறுப்புக்கும் ஒவ்வொரு காரணம் இருக்கிறது. ஒவ்வொன்றுக்கும் வெவ்வேறு விதமான சிகிச்சையும் தேவைப்படுகிறது. ஒரு குழுவிடம் தோன்றுகின்ற வெறுப்புணர்ச்சி இன்னொரு குழுவிடம் தோன்றுகின்ற வெறுப்புணர்ச்சிக்கு முற்றிலும் முரண்பட்டதாக இருக்கிறது.

அடிப்படைக் காரணத்தை நாம் புரிந்து கொண்டால், சிகிச்சைக் காக அரைகுறை ஆரம்பத்தையாவது செய்ய முடியும். தனி நபர்களும், குழுக்களும் ஒருவரோடு ஒருவர் மோதிக் கொள்ளும் போது, அவர்களிடம் உள்ள வேறுபாட்டின் காரணமாகவே வெறுப்பு உதயமாகிறது. இந்த வெறுப்பு தோன்றுவதற்கு அமைந்துள்ள இயற்கைத்தனம் என்னவென்று புரிந்து கொண்டால், பிரச்சினைக்குரிய அரைகுறைப் பரிகாரத்தையாவது

கண்டறியலாம். வெறுப்புக்குத் தீர்வுகாண மூன்று வழிகள் தோன்றுகிறது.

1. வித்தியாசமாகவோ வேறுபட்டோ இருப்பது வெறுப்புக்கு காரணமாக இருக்க வேண்டிய அவசியமில்லை.
2. ஒற்றுமைப் பகுதிகளை தேடிக் கண்டுபிடித்து அவற்றுக்கு முக்கியத்துவம் கொடுக்க வேண்டும்.
3. வேற்றுமைகளை சகித்துக் கொள்ளும் மனப்பான்மை வேண்டும்.

வெறுப்பு என்கிற தொற்று நோய் பரவாமல் தடுக்க இந்த மூன்றும் ஓர் ஆரம்பமாக இருக்க வேண்டும்.

ஆனால் இது ஆரம்பமாக மட்டும் தான் இருக்க முடியும். எத்தனையோ வெறுப்புகள், எத்தனையோ காரணங்களுக்காக தனி நபர்களிடமிருந்தோ குழுக்களிடமோ, தேசங்களிடமோ, இருக்கவே செய்கின்றன. இந்த அத்தியாயத்தில் இந்த வெறுப்புகள், தொற்றுநோய், அளவுக்குப் பரவி இருப்பதை மட்டும்தான் சுட்டிக் காட்ட முடியும். உங்கள் சிந்தனையைத் தூண்டுவதற்கு மட்டுமே இது பற்றிய விவரங்கள் இங்கே குறிக்கப்பட்டுள்ளன. சிந்தித்து செயல்படுவது உங்கள் பொறுப்பு.

நல்லெண்ணச் சூழ்நிலையில் வெறுப்பு என்கிற தொற்றுநோய் பரவ முடியாது. ஆகவே நம்முடைய முதல் நோக்கம் நல்லெண்ணத்தை வளர்ப்பதாகவும், பரப்புவதாகவும் இருக்க வேண்டும்.

இந்தக் கருத்து இரண்டாயிரம் ஆண்டுகளுக்கு முன்னதாகவே சொல்லப்பட்டு இருக்கிறது.

'மனிதர்களிடம் நல்லெண்ணம் நிலவுகின்றபோது, பூமியில் அமைதியும் இருக்கும்.'

இந்த வாசகம் எப்போது, யாரால் சொல்லப்பட்டது என்பது நினைவுக்கு வருகிறதா?

23

தொல்லைகளைத் தவிர்ப்பது எப்படி?

ஐம்பதாவது வயதில் வேலையில் இருந்து நான் ஓய்வு பெற்றேன். என்னுடைய முழு நேரத்தையும் மற்றவர்களுக்கு உதவி செய்வதில் கழிக்க வேண்டும் என்பதுதான் என்னுடைய நோக்கம். எத்தனையோ திட்டங்களை மேற்கொண்டு பணியாற்றினேன். அவற்றையெல்லாம் வர்ணித்துக் கொண்டிருப்பது இந்தப் புத்தகத்தின் நோக்கம் அல்ல. ஒன்றே ஒன்றை மட்டும் குறிப்பிடுவது அவசியமாகிறது.

நம்மில் பலர், அநேகமாக எல்லோரும் மகிழ்ச்சி அளிக்காத விஷயங்களிலும், பிரச்சினைகளிலும், கஷ்டங்களிலும் எப்படியோ அகப்பட்டுக் கொண்டு விடுகிறோம். மனிதர்களிடம் உள்ள இயற்கையான குறைபாடு போலவே இது தோன்றுகிறது.

எனக்கே அப்படி ஏற்பட்ட சம்பவங்களைப் பற்றி நான் பரிசீலித்துப் பார்க்க ஆரம்பித்தேன். எனக்கு ஏற்பட்ட அனுபவங்களோடு, எனக்குத் தெரிந்தவர்களின் அனுபவங்களையும், புத்தகங்களில் படித்த அனுபவங்களையும் சேர்த்துக் கொண்டேன். ஆராய்ச்சிக்கு நான் எடுத்துக் கொண்ட அனுபவங்கள் பலதரப்பட்டவை என்று சொல்ல வேண்டியதில்லை. உங்களுடன் பகிர்ந்து கொள்ளக் கூடிய சில நல்ல முடிவுகள் எனக்குக் கிடைத்தன.

பல்வேறு மனநிலை காரணங்களால் மற்றவர்களுக்குத் தொல்லை கொடுப்பதையே தொழிலாகக் கொண்டவர்களும் இருக்கிறார்கள் என்பதையும் முதலில் நாம் ஏற்றுக் கொள்ள வேண்டும். இந்த அத்தியாயத்தின் பிற்பகுதியில் அவர்களை எப்படிச் சமாளிப்பது என்று பார்க்கலாம். முக்கியமாக நமக்குத் தெரியாமலே தொல்லைகளில் மாட்டிக் கொள்ளும் விஷயத்தை இப்போது கவனிக்கலாம்.

நன்றாக ஆராய்ந்து பார்த்த பிறகு, தவிர்க்கக் கூடிய தொல்லைகளில் நாம் அகப்பட்டுக் கொள்வதற்கு **நாமேதான் காரணம் என்பது தெளிவாகிறது**. எந்தவிதமான உள் நோக்கமும், இன்றி நாம் செய்கின்ற காரியங்கள், பேசுகின்ற பேச்சுகள், எழுதுகின்ற எழுத்துகள் ஆகியவை பின்னர் விளையும் தொல்லைகளுக்குக் காரணமாகி விடுகின்றது. அல்லது தொல்லை கொடுக்கும் தன்மை கொண்டவற்றை நிஜமான தொல்லைகளாக நாமே ஆக்கிக் கொண்டு விடுகிறோம். ஒன்றின் விளைவாக இன்னொன்று ஏற்பட, தொல்லைகள் தொடர்வதோடு அதிகரிக்கவும் செய்கின்றன.

விஷயங்களை **இருக்கின்றபடியே** விட்டு விடுகின்ற கலையை நாம் கற்றுக் கொள்ளவில்லை.

தவிர்க்கக் கூடிய தொல்லைகள், நம்முடைய இரண்டு நடவடிக்கைகளின் மூலம் நாமே ஆரம்பித்து வைக்கிறோம். (1) தேவையில்லாமல் தலையிடுவது அல்லது தேவைக்கதிகமாகத் தலையிடுவது (2) தேவையில்லாமல் பிரதிக் கிரியையில் ஈடுபடுவது அல்லது தேவைக்கதிகமான பிரதிக்கிரியையில் ஈடுபடுவது. இந்த இரண்டு வழிகளிலும் தவிர்க்கக் கூடிய தொல்லைகளில் நாம் எவ்வாறு அகப்பட்டுக் கொள்ளுகிறோம் என்பதைச் சுருக்கமாகப் பார்க்கலாம்.

(1) தேவையில்லாமல் தலையிடுவது அல்லது தேவைக்கதிகமாக தலையிடுவது.

எல்லாப் போராட்டங்களிலும், நாம் கலந்து கொள்ள வேண்டிய அவசியமில்லை. பிரச்சினைக்குரிய விஷயங்களில் ஏதோ ஒரு கட்சியின் சார்பாக நிலை எடுக்க வேண்டிய அவசிய மில்லை. அப்படி நிலை எடுத்தால் விரோதிகளின் எண்ணிக்கை யினை அதிகரிக்கிறோம் என்று பொருள். சில நண்பர்களையும் பெறுகிறோம் என்பது உண்மைதான். ஆனால் நண்பர்கள் ஏதோ பழக்கமானவர்கள் என்கிற நிலையோடு நின்று விடுவார்கள். ஆனால் உருவான விரோதிகள் மட்டும் தொடர்ந்து நீடித்துக் கொண்டு இருப்பார்கள். தவிர நண்பர்களை ஏற்படுத்திக் கொள்ள எத்தனையோ சுலபமான, சிறப்பான வேறு வழிகள் இருக் கின்றன.

இருப்பதை இருக்கிறபடியே விட்டு விடுகின்ற பழக்கத்தை நாம் கடைப்பிடிக்க வேண்டும்.

பல்வேறு விஷயங்களிலும் தேவைக்கு அதிகமான ஈடுபாடு கொள்வது நம்முடைய நேரத்தையும், சக்தியையும் விரயமாக்கு வதோடு, நம்முடைய வாழ்க்கை ஒழுங்கினையும் வீணாக்கி விடுகிறது. எல்லாப் பொறுப்புக்களையும் நாம் சுமக்கவும் வேண்டியதில்லை. நமக்கு அவை அளிக்கப்பட்டாலும், சரி அல்லது நம்மீது திணிக்கப்பட்டாலும் சரி, பத்தொன்பதாவது அத்தியாயத்தில் சொல்லி உள்ளபடி நம்முடைய தள்ளு வண்டியை நாம் தலைகீழாக ஓட்டப் பழகிக் கொள்ள வேண்டும்.

இருக்கின்றவற்றை இருக்கின்றபடியே விட்டுவிட நாம் கற்றுக் கொள்ள வேண்டும். பயிற்சி செய்ய வேண்டும்.

(2) தேவையற்ற பிரதிக்கிரியை அல்லது தேவைக்கதிகமான பிரதிக்கிரியை:

அநேகமாக நம் எல்லாரிடமும் எந்தக் காரியத்திற்கும் நம்முடைய பிரதிக்கரியை வெளிப்படுகின்ற சுபாவம் இயற்கை யாகவே இருக்கிறது. பிரதிக்கிரியை என்பது எல்லா சந்தர்ப்பங்

களிலும் தொல்லைகளுக்குக் காரணமாக இருக்க வேண்டும் என்கிற அவசியமில்லை. சில சந்தர்ப்பங்களின் மகிழ்ச்சிக்கும் காரணமாகவும் இருக்கலாம். பிரதிக்கிரியை உன்னதமான மகிழ்ச்சிக்கும் நம்மை அழைத்துச் செல்லலாம். வன்முறை கொண்ட எதிர்ப்புக்கும் நம்மை அழைத்துச் செல்லலாம்.

நம்முடைய முக்கியத்துவ உணர்வை மற்றவர்கள் தாக்கும் போது நம்மிடம் ஏற்படுகின்ற பிரதிக் கிரியை பற்றி மட்டும் இங்கு பார்க்கலாம். நம்முடைய முக்கியத்துவ உணர்வை பாதுகாத்துக் கொள்வதற்கு இது இயற்கையாகவே ஏற்படுகிறது. நமக்குச் சரி என்று தோன்றுகின்ற கேலி, அவமானப்படுத்துதல், பயமுறுத்து தல் போன்ற ஏதோ ஒன்றை பிரயோகிக்கிறோம்.

இதன் மூலம் தொல்லையை அதிகப்படுத்துகிறோம். தேவைக்கதிகமாக இந்தப் பிரதிக்கிரியை வெளிப்படும்போது தொல்லைகள் பெரிதாக்கிக் கொள்ளுகிறோம்.

இதன் மூலம் ஓர் எதிரியை உருவாக்குகிறோம். அந்த எதிரி யின் பிரதிக்கிரியை தேவைக்கதிகமாகவும், இருந்து விடலாம். ஒரு பொறியாகத் தோன்றியது பெரிய நெருப்பாகவும், பின்னர் தீப்பிழம்பாகவும் மாறிவிடுவதுண்டு.

என்ன காரணம்?

தேவையற்ற முறையில் ஏற்பட்ட பிரதிக்கிரியை அல்லது இன்னும் மோசமாக ஏற்பட்ட தேவைக்கதிகமான பிரதிக்கிரி யையே காணம்.

தொல்லை வளராமல் பார்த்துக் கொள்வதற்கு ஒரே வழி, தொல்லையை நீங்கள் வளர்க்காமல் இருப்பதுதான். யாரோ நெருப்பை மூட்டி விட்டார்கள் என்பதற்காக, அந்த நெருப்பில் நீங்கள் பெட்ரோலை ஊற்றத் தேவையில்லை. நீங்கள் சும்மா இருந்தால் போதும்; அப்போது உங்கள் எதிரியினுடைய விரல்களைச் சுடுகின்ற நெருப்பாகவே அது இருந்துவிடும்.

சரியான பிரதிக்கிரியை தொல்லைகள் கொடுப்பவர்களை முழுமையாக அலட்சியப்படுத்தி விடுவதுதான். நீங்கள் கண்டு கொள்ளாமல் இருந்துவிட்டால் அடுத்தவர்களின் ஆத்திரம் தானாகவே அடங்கிப் போகும். கோபப்படுவதை விட அலட்சியமாக இருந்து விடுவது சிறந்த வழி. சச்சரவை அது தவிர்த்து விடுகிறது. ஒருவன் தனக்குத்தானே சண்டைப் போட்டுக் கொள்ள முடியாது. உங்கள் அலட்சியம் இதயப்பூர்வமாக இருக்க வேண்டும். உங்கள் அமைதியினை வெளிப்படுத்துவதாக இருக்க வேண்டும்.

கோபத்தில் பிரதிக்கிரியையை வெளிப்படுத்துவதோ தேவைக்கதிகமாக வெளிப்படுத்துவதோ கூடாது. சச்சரவில் நீங்கள் ஈடுபடாதபோது அது வளர்வதற்கு வழியில்லை. முழுமையாக அலட்சியப்படுத்துங்கள்.

தொல்லைகளைத் தவிர்க்க வழி இருப்பதை இருக்கின்ற படியே அலட்சியப்படுத்தி விட்டு விடுவதுதான். குறிப்பாக எந்தச் சூழ்நிலைகளில் இதைச் செய்ய வேண்டும்? கீழே இரண்டு உதாரணங்கள் தரப்பட்டுள்ளன. இந்தச் சோதனையைச் செய்து பாருங்கள். இந்தக் கேள்விகளை உங்களை நீங்களே கேட்டுப் பாருங்கள்.

அ) மக்கள் லாபம் அடைய போட்டி இடுகிறார்கள். நஷ்டத்தைத் தவிர்க்க சண்டை போடுகிறார்கள். மற்றவர்களுக்கு நஷ்டத்தை ஏற்படுத்துகின்ற எதையும் செய்யாதீர்கள். பேசாதீர்கள். எழுதாதீர்கள்.

ஆ) மற்றவர்களின் முக்கியத்துவத்தை அதிகப்படுத்தாவிட்டாலும் குறைப்பதற்கு முயற்சிக்காதீர்கள்.

இந்த இரண்டையும் நீங்கள் கடைப்பிடித்தால் எத்தனையோ தொல்லைகளைத் தவிர்த்துவிட முடியும்.

24

நினைவுகளைப் பத்திரப்படுத்துங்கள்!

✳

வயோதிகப் பருவத்திற்காக பணத்தைச் சேமித்து வைப்பது, தன்னைத்தானே நிர்வகித்துக் கொள்வதின் ஒரு முக்கிய அம்சமாகும். சேமித்த பணத்தை பத்திரமாக வைத்திருங்கள்.

வயோதிகப் பருவத்துக்காக பணத்தை சேமித்து வைப்பது மட்டும் போதாது.

இனிமையான நினைவுகளையும் சேமித்து வையுங்கள். நிறையச் சேமித்து வையுங்கள்! பத்திரமாக அவற்றைப் பாதுகாத்து வையுங்கள். பணம் தேவைப்படுவதைப் போல அவையும் பிற்காலத்தில் தேவைப்படும். எதிர்காலத்தைப் பற்றி அதிகமாக சிந்திக்க முடியாத வேளைகளில், கடந்த காலத்தைப் பற்றி சிந்தித்துப் பார்க்க இதுஉதவும்.

கவலை தோய்ந்த ஆண்டுகளைச் சற்றே மறந்து, இனிமையான பழைய நினைவுகளை அசை போட்டு மகிழ இது உதவும்.

ஆகவே உங்களுக்கென்று ஒரு நினைவு வங்கியை உருவாக்குங் கள். அதில் இனிமையான நினைவுகளைப் போட்டு வையுங்கள். புதிய இனிய நினைவுகளை மேலும் மேலும் அதில் சேமித்துக் கொண்டே இருங்கள். மகிழ்ச்சி அல்லாத நினைவுகளை அதில்

போட்டு வைக்காதீர்கள். அது உங்கள் நினைவு வங்கியில் நஷ்டக் கணக்காகி மகிழ்ச்சி இருப்பைக் குறைத்துவிடும்.

நினைவு வங்கியை எப்படி ஆரம்பித்து செயல்படுத்துவது என்பதற்கு இதோ சில வழிகள்.

(1) இப்போதே தொடங்குங்கள், இன்றைக்கே! இன்னொரு நாளைக்கு என்று ஒத்திப் போடாதீர்கள்.

(2) உங்களுடைய மகிழ்ச்சியான நினைவுகளை எழுத்து வடிவில் பதிவு செய்யுங்கள். அவற்றில் புகைப்படங்கள், நல்ல நண்பர்களைப் பற்றிய குறிப்புகள், நீங்கள் பங்கேற்ற இனிய விருந்துகள் போன்ற, கடந்த காலத்தில் உங்களுக்கு மகிழ்ச்சி அளித்த அனைத்துமே இடம் பெறட்டும். எல்லாவற்றையும் நினைவில் வைத்துக் கொண்டு விடலாம் என்று எண்ணாதீர்கள். தேதிகள், பெயர்கள், இடங்கள் ஆகியவற்றை மறந்து விடுவீர்கள். ஏன், நிகழ்ச்சிகளைக் கூட மறந்து விடுவீர்கள். வயதாக வயதாக பழைய நினைவுகள் இனிய நினைவுகளை எண்ணிப் பார்க்க வேண்டிய நேரமாக இருக்கும். ஆகவே ஒரு சிறிய நோட்டுப் புத்தகத்தில் இனிய நினைவுகள் அனைத்தையும் குறித்து வையுங்கள். குறிப்புகளை கோப்புகளில் போட்டு வைக்காதீர்கள். கோப்புகள் என்பவை விஷயங்களை வகைப்படுத்துகின்ற ஒரு சாதனம். குறிப்புப் புத்தகமாக இருந்தால் புரட்டும்போது பழைய நினைவுகள் பசுமை பெற்று உங்களை மகிழ்ச்சியில் ஆழ்த்தும்.

(3) கடந்த காலத்துக்கு இப்போதே செல்லுங்கள். கவனத்திற்கு வருகின்ற இனிய நினைவுகள் அனைத்தையும் குறிப்புப் புத்தகத்தில் - **நினைவு வங்கி குறிப்புப் புத்தகத்தில்** - பதிவு செய்யுங்கள். காலதாமதம் செய்யாதீர்கள். உங்களுடைய மகிழ்ச்சியான நினைவுகள் பொன்னானவை. மதிப்புள்ள இந்த விஷயத்தை நினைவில் வைத்துக் கொண்டு விடலாம்

என்று எண்ணாதீர்கள். ஒவ்வொரு நாளும் பழைய நினைவுகள் மங்கிக் கொண்டே வரும் தன்மை படைத்தவை.

(4) **எழுதி வைத்த குறிப்புகளை உங்கள் நினைவு வங்கியில் போட்டு வையுங்கள்.** அவ்வப்போது குறித்து வைக்க மறக்காதீர்கள். வங்கியில் பணத்தைப் போட்டு வைப்பதை விட நினைவு வங்கியில் இனிய எண்ணங்களைப் போட்டு வைப்பது சிறந்தது.

(5) நினைவுகள் உருவாகட்டும். இதுவே மிக முக்கியமானது. பயனளிக்கக் கூடியதும் ஆகும். பணத்தை வங்கியில் போடும்முன், நீங்கள் பணத்தைத் தயாரிப்பது அவசியமாகிறது. நினைவுகளும் அது போன்றவைதான். நினைவுகளை நினைவு வங்கியில் சேமிக்கும் முன், நினைவுகளை நீங்கள் ஏற்படுத்திக் கொண்டுவிட வேண்டும். நினைவில் வைத்துக் கொள்ள வேண்டிய சம்பவங்கள் நிகழ்கின்றன. ஆனால் அவற்றை நினைவில் வைத்துக் கொள்வதில் நீங்கள் கவனம் செலுத்த வேண்டும். அவற்றை அவ்வப்போது நினைவு வங்கி குறிப்புப் புத்தகத்தில் பதிவும் செய்ய வேண்டும். ஆண்டுக் கணக்கில் நினைவில் நீங்கள் போற்ற விரும்பும் நினைவுகளை கவனமாகவும் திட்டமிட்டும் காப்பாற்றுவது சுவாரஸ்யமான விஷயமாகும். எப்படி என்று பார்க்கலாம்.

(அ) உற்சாகம் ஊட்டக் கூடிய நினைவில் நீங்காது இருக்கக் கூடிய இடங்களுக்குச் செல்லுங்கள். அவற்றைப் புகைப்படம் எடுங்கள். அங்கு கிடைக்கும் நினைவுப் பொருட்களை சேமியுங்கள். தேதி குறிப்பிட மறக்க வேண்டாம். நான் இப்படிப் பல இடங்களுக்குச் சென்று இருக்கிறேன். ஆனால், தேதிகளைக் குறித்து வைக்காததால், எப்போது எங்கே சென்றேன் என்று எனக்கு நினைவில்லாமல் போய்விட்டது. அந்தச்

சமயத்தில் அது முக்கியமான விஷயம் போல எனக்குத் தோன்றவில்லை. ஆனால் பின்னர் யோசிக் கும்போது அது எப்போது நிகழ்ந்ததுஎன்று தலையைச் சொரிந்து கொள்ள வேண்டி இருந்தது.

ஆ) உற்சாகம் ஊட்டக் கூடிய, நினைவில் நிற்கக் கூடிய, சற்றே வினோதமான காரியங்களைச் செய்யுங்கள். அசந்தர்ப்பமானதாகவும், முட்டாள் தனமாகவும் கூட அப்போது அது தோன்றலாம். இப்படிச் செய்ய துணிச்சல் வேண்டியிருக்கும். ஆனால் வாழ்க்கை பூராவும் நினைவில் நிற்கக் கூடிய விஷயமாக இருக்கு மானால், தாராளமாகச் செய்யுங்கள். ''யானையின் மீது நான் ஏறிப் பார்த்த அந்தச் சம்பவம், அந்நிய நாட்டவர் ஒருவரை என்னுடைய மொழியில் பேசச் சொன்னது, அதைக் கேட்டு நான் ரசித்தது. அந்தத் தலைவர் எனக்கு எழுதிய மறக்க முடியாத அந்தக் கடிதம்...'' என்று எத்தனையோ விஷயங்கள் நினைவுக்கு வரும்.

இ) சுவாரசியமான மனிதர்களைச் சந்தித்து உரையாடுங் கள். (உங்கள் நினைவு வங்கி குறிப்புப் புத்தகத்தில் தவறாமல் தேதியைக் குறிப்பிடுங்கள்) இத்தகைய மனிதர்களைச் சந்தித்துப் பேசுவது சுவையானதும் நினைவில் நிற்கக் கூடியதும் ஆகும்.

உரையாடலைத் தொடங்க எத்தனையோ வழிகள் இருக்கின்றன. எல்லாவற்றையும் இந்தப் புத்தகத்தில் சொல்லுவது சாத்தியமில்லை. ஒன்றிரண்டை மட்டும் குறிப்பிடலாம். ஒருவர் ஒரு குறிப்பிட்ட விஷயத்தில் நிபுணராக இருப்பார். அவரிடம் அந்த விஷயத்தைப் பற்றிக் கேட்கலாம். அநேகமாக அவர்கள் உற்சாகமாக உரையாடுவார்கள். ஒருவேளை அவர்கள் கோபித்துக் கொண்டு சுடுமொழி சொன்னாலும் அதுவும்

சுவையாக நினைவில் வைத்துக் கொள்ளக் கூடிய விஷயம்தான்.

(ஈ) சுவாரஸ்யமான மனிதர்களைச் சந்திக்க முடியாவிட்டால் அவர்களுக்கு கடிதம் எழுதுங்கள். கடிதம் மரியாதையான வாசகங்களிலும், பாராட்டுகின்ற விதமாகவும் அமையட்டும். சாதாரணக் கடிதமாக உங்களுடைய கடிதம் அமைந்துவிட்டால், அதை அவர் அங்கீகரித்து ஒரு வரியில் எழுதக் கூடிய பதில் நினைவு வங்கியில் இடம் பெறத்தக்கதாக இருக்க முடியாது. ஆகவே தகவல் கேட்டோ அல்லது அபிப்பிராயம் கேட்டோ கடிதம் எழுதுங்கள். அப்போது உங்களுக்கு சுவாரஸ்யமான பதில் கிடைக்க வாய்ப்புண்டு.

நினைவு வங்கியில் போடப்படும் விஷயங்கள் அந்தரங்கமானவை. ஆகவே அதைப் பற்றி நான் விரிவாக ஆலோசனை சொல்வது சரியாக இருக்காது. ஒன்றை மட்டும்தான் அழுத்தமாகச் சொல்ல முடியும். நினைவு வங்கியை இன்றே தொடங்குங்கள். அதில் சேமித்து வைக்க சுவையான அனுபவங்களைச் சேகரித்துக் கொண்டே இருங்கள். மேலே சொன்ன வழிகளைக் கையாண்டால் நினைவு வங்கியில் சேமித்து வைப்பதற்கு நிறைய விஷயங்கள் கிடைக்கும். வாழ்க்கைப் பயணத்தில் அசைபோடுவதற்கு இனிமையான நினைவுகள் நிறைய ஏற்பட்டு விடும். வயோதிகப் பருவத்தில் வெறுமையான நேரத்தை நீங்கள் கழிக்க வேண்டி இருக்காது. உங்களின் முதுமைக் காலம் இனிமையான நினைவுகள் நிரம்பியதாக மாறிவிடும்.

25

காந்த சக்தி படைத்த மனிதர்கள்!

சினிமா, தொலைக்காட்சி ஆகியவற்றில் பங்கேற்கின்ற நடிகர்கள் மற்றவர்களைக் கவர்ந்து இழுக்கும் காந்த சக்தி படைத்தவர்களாக இருக்கிறார்கள். வில்லன்கள், சமூக விரோத பாத்திரங்களை ஏற்று நடிப்பவர்கள் ஆகியோருக்கு வேண்டுமானால் இந்த காந்த சக்தி இல்லாமல் இருக்கலாம்.

மக்களை இவர்கள் அரங்கத்தில் நடிக்கும்போது மட்டும் கவர்வதில்லை. அதற்கு வெளியிலும் தனி மனிதர்களாக கவர்ச்சிக்காகவே செய்கிறார்கள். வாழ்க்கையில் வெற்றி பெற விரும்புகின்ற ஒவ்வொருவரும் இந்த காந்த சக்தியைப் பயன்படுத்தக் கற்றுக் கொள்ள வேண்டும். புகழ் பெற்றவர்கள் செய்கின்ற இந்த காரியத்தை நீங்களும் செய்ய முடியும். எப்படி என்று கற்றுக் கொண்டால், வாழ்க்கையில் ஏற்படுகின்ற சிறுசிறு இடைவெளிகளைக் கூட நீங்கள் இதற்குப் பயன்படுத்திக் கொண்டு விடலாம்.

அடுத்து வரும் சில பக்கங்களில் சொல்லப்பட்டுள்ள யோசனைகள் மிகுந்த பயனுடையதாக இருக்கும். இந்தக் காந்தக் கவர்ச்சி தேவையில்லை என்று நீங்கள் கருதினால், அடுத்து வரும் சில பக்கங்களைத் தாராளமாகப் புரட்டி விடுங்கள்.

ஒருவர் தன்னுடைய காந்தக் கவர்ச்சியை வெளிப்படுத்துகின்ற விஷயம் அவருடைய உடல் தோற்றத்தையோ, அல்லது வயதையோ பொறுத்தது அல்ல என்பதை முதலில் தெளிவுப் படுத்திக் கொள்வது அவசியம். எத்தனையோ வயதான பெண்கள், முகம் சுருக்கம் விழுந்த நிலையிலும் புன்னகையை முகத்தில் தவழ விட்டபடியே நடமாடுகிறார்கள். இந்தப் பெண்களோடு ஒப்பிட்டால் நீச்சல் உடையணிந்த மாடல்கள் உணர்ச்சியற்ற சிலைகள் போலத் தோற்றம் அளிப்பார்கள்.

தோற்றத்தை வைத்தோ, வயதை வைத்தோ நீங்கள் கவலைப் படத்தேவையில்லை. வயதாகி விட்டதைப் பற்றி நீங்கள் ஒன்றும் செய்ய முடியாது. வயோதிகத்தை உற்சாகமாகக் கழியுங்கள். தோற்றத்தை நீங்கள் மாற்றிக் கொண்டுவிட முடியாது. உங்கள் உள்ளம்தான் உங்களிடம் தோற்றப் பொலிவை ஏற்படுத்த முடியும். இந்த அத்தியாயத்தில் அதைப் பற்றிதான் பார்க்கப் போகிறோம்.

சினிமா, தொலைக்காட்சி நட்சத்திரங்கள் மூன்று காரியங் களைச் செய்கிறார்கள்.

1. உள்ளொளியை ஏற்படுத்துகிறார்கள்.
2. வெளி ஒளியை பிரகாசிக்கச் செய்கிறார்கள்.
3. கண்களால் சிரிக்கிறார்கள்

உள்ளத்தில் ஒளியில்லாமல் அதை வெளிப்படுத்துதல் முடியாது. சுறுசுறுப்பு, உற்சாகம், மகிழ்ச்சி, நம்பிக்கை, நல்ல எதிர்பார்ப்புகள்,உணர்ச்சிகளின் வலிமை ஆகியவை இணைந்து தான் உள்ளொளியை ஏற்பத்துகின்றன. இதுவே ஒரு மனிதனின் மின்காந்த சக்தியாக வெளிப்படுகிறது. இந்த சக்தியை தேவை யானபடி வெளிப்படுத்துகின்ற போது நீங்கள் மற்றவர்களின் கவனத்தைக் கவரக் கூடிய கவர்ச்சிமிக்க மனிதராக ஆகிவிடு கிறீர்கள்.

நீங்கள் தனிமையில் அமர்ந்திருக்கும்போது, இடையூறு ஏதும் இல்லாத சூழ்நிலையில் பயிற்சியில் ஈடுபட வேண்டும். எந்தவகையான உணர்ச்சிகளை வெளிப்படுத்த விரும்புகிறீர்களோ அதை ஒரு காகிதத்தில் எழுதி வைத்துக் கொள்ளுங்கள்.

சுறுசுறுப்பு - உற்சாகம் - மகிழ்ச்சி - நல்ல எதிர்பார்ப்புகள் - நம்பிக்கை - உணர்ச்சி வேகம்.

மேலே உள்ள உணர்ச்சிகளை ஒவ்வொன்றாக அதிகப்படுத்தி முயற்சி செய்யுங்கள்.

சுறுசுறுப்பு - விழிப்புணர்ச்சியோடு எப்போதும் சூழ்நிலை பற்றிய கவனத்துடன் இருங்கள். தேவைப்படும்போது உடனே செயலில் ஈடுபடத் தயாராக இருங்கள்.

உற்சாகம் - உங்கள் நரம்பு மண்டலமே உற்சாகத்தில் மூழ்கித் திளைப்பதைப் போல, உணருங்கள். இவ்வாறு உணரும்போது சற்று வேகமாக மூச்சுக் காற்றை இழுத்துவிடுங்கள்.

மகிழ்ச்சி - உலகின் உன்னத நிலையில் நீங்கள் இருப்பதைப் போல உணருங்கள்.

நல்ல எதிர்பார்ப்புகள் - மிகச் சிறந்த ஏதோ ஒன்று உங்களுக்கு நிகழப் போவதைப் போல ஆழமாக உணருங்கள்.

நம்பிக்கை - மிகுந்த நம்பிக்கையுடன் இருங்கள். நீங்கள் விரும்புவது உங்களுக்குக் கிடைக்கப் போகிறது என்கிற நம்பிக்கையுடன் இருங்கள். உங்களைப் பற்றிய ஓர் உறுதியுடன் இருங்கள்.

உணர்ச்சி வேகம் - நீங்கள் சக்தி வாய்ந்த உணர்ச்சிகளை வெளிப்படுத்தக் கூடிய மனிதர் என்று மற்றவர்களை உணரச் செய்யுங்கள். உங்களின் உணர்ச்சி உங்களைச் சூழ்ந்து பிரகாசிப்பதைப் போன்ற உணர்வை மற்றவர்களிடம் ஏற்படுத்துங்கள்.

மேலே சொல்லியுள்ள ஒவ்வொன்றையும் தனித்தனியாகப் பயிற்சி செய்யுங்கள். ஒவ்வொன்றாகப் பயிற்சி செய்யுங்கள். பிறகு எல்லாவற்றையும் சேர்த்துப் பயிற்சி செய்யுங்கள். பின்னர் மற்றவர்களைக் கவரும் காந்த சக்தி உங்களிடம் இருந்து வெளிப்படுவதைப் பார்ப்பீர்கள்.

இப்போது இந்த காந்த சக்தியை நிலையானது ஆக்கிக் கொண்டு, எப்படிப் பயன்படுத்துவது என்று நீங்கள் தெரிந்து கொள்ளவேண்டும்.

இந்த காந்த சக்தியை உங்களுடைய கட்டுப்பாட்டுக்குள் வைத்து தேவையான சமயத்தில் தேவையான சக்தியுடன் வெளிப்படுத்துகின்ற ஆற்றலை நீங்கள் செய்ய வேண்டும். இதன் விளைவாக எப்போது, எதை நோக்கி, எவ்வளவு சக்தியைப் பயன்படுத்துவதுஎன்பதை நீங்கள் தீர்மானிக்க முடியும்.

(1) தனி மனிதன் காந்த சக்தியை எப்படி ஏற்படுத்திக் கொண்டு விட முடியும் என்பதை, அதாவது உள்ளொளியை எப்படி உண்டாக்க முடியும் என்பதை, நீங்கள் தெரிந்து கொண்டு விட்டீர்கள். (2) வெளி ஒளியை எப்படிப் பிரகாசிக்கச் செய்வது என்பதையும் தெரிந்து கொள்ளப் போகிறீர்கள்.

இரண்டாவது விஷயம் சுலபமானது. அப்படி வெளிப்படுத்து கின்ற உணர்ச்சியை நீங்கள் பெற்றால் போதும். காந்தத்தைச் சுற்றி எப்படி காந்தப் பகுதி வியாபித்து இருக்கிறது என்று விஞ்ஞானத் தில் சொல்லுகிறார்களோ, அதைப் போலவே உங்களைச் சுற்றிலும் ஒரு காந்தப் பிரயோகம் உருவாகி விடுகிறது. இந்த நிலையில் நீங்கள் விரும்புகின்றவற்றை உங்களை நோக்கி ஈர்க்கின்ற சக்தியும் உங்களுக்கு உண்டாகி விடுகிறது.

உள்ளொளியை நீங்கள் உண்டாக்கிக் கொள்ளும்போதே உங்களைச் சுற்றிலும் புற ஒளியும் தோன்றி விடுகிறது.

இப்போது மூன்றாவது நிலைக்கு வருவோம்.

(3) கண்களால் சிரிக்கப் பழகுங்கள்

புன்முறுவல் என்பது உதடுகளில் தோன்றுவது என்றுதான் பலரும் நினைக்கிறார்கள். கண்ணாடியின் முன் நின்று புன்முறுவல் செய்து பாருங்கள். அவ்வப்போது மற்றவர்கள் பார்வையில் அந்த நிலையில் நீங்கள் எப்படிக் காட்சியளிக்கிறீர்கள் என்பது உங்களுக்குப் புரியும்.

மனப்பூர்வமான புன்முறுவல் உள்ளத்திலிருந்துதான் தோன்ற முடியும். உதட்டின் அசைவில் தோன்றிவிட முடியாது. புன்முறுவலை வெளிப்படுத்தும் முன் நீங்கள் அதை உணர வேண்டும். அப்படி நீங்கள் உணர்ந்து முறுவலிக்கும் போது அதன் சாயல் உங்கள் கண்களில் வெளிப்படும் என்று நிபுணர்கள் அபிப்பிராயப்படுகிறார்கள்.

இதயபூர்வமான புன்முறுவலை கண்ணாடியின் முன் நின்று பயிற்சி செய்து பாருங்கள். அப்போது உங்கள் கண்களும் சிரிப்பதை நீங்கள் கவனிப்பீர்கள். இது என்னுடைய கண்டு பிடிப்பு அல்ல, நிபுணர்களின் நீண்ட ஆராய்ச்சிக்குப் பிறகு சொல்லியுள்ள விஷயம்.

நடிப்புக்கலை பயிலும்போது புன்முறுவலை நடித்துக் காட்டுவது, எவ்வளவு சிரமம் என்பதைப் புரிந்துக் கொள்ள முடியும். உதடுகளில் காட்ட முயற்சிக்கலாம். ஆனால் உள்ளத்தில் அந்த உணர்ச்சி ஏற்படாமல் உதட்டில் அதை வெற்றிகரமாகச் செய்ய முடியாது.

புன்முறுவலால் உங்கள் முகத்தில் ஏற்படுகின்ற ரேகைகள் கண்களைச் சுற்றிலும் படர ஆரம்பிக்கின்றன. உங்கள் கண்களும் கூட ஒளிநிரம்பி பிரகாசிக்க ஆரம்பிக்கின்றன. உதடுகள் சாவதானமாக நெளிந்து புன்முறுவலை வெளிப்படுத்துகின்றன.

இவையனைத்தும் சில நொடிகளில் நடந்துவிடுகின்றன. உங்கள் முயற்சி இல்லாமலே நடைபெறுகின்றன. உடனடியாக உங்களிடம் இயற்கையான, மகிழ்ச்சியான, உற்சாகமான வெளிப்பாடு தோன்ற ஆரம்பிக்கிறது. சாதாரணமாக இதுவே போதும். பல சந்தர்ப்பங்களுக்கு இது பொருத்தமானதாகவே இருக்கும். ஒருவேளை இன்னும் சிறப்பான நட்புணர்வோடும் புன்முறுவலை வெளிப்படுத்தவேண்டும் என்று விரும்பினால், லேசாக பற்கள் தெரியும்படியாக நீங்கள் அதைச் செய்து பயிற்சி பெறலாம்.

அதற்காக மிகப் பெரிதாகச் சிந்தித்து இயற்கைத் தன்மையை போக்கிக் கொள்ள வேண்டிய அவசியமில்லை. பாதுகாப்பான சிறந்த வழி, உள்ளத்தில் உணர்ந்து சிரிக்கப் பழகுவதாகும். அப்படி நீங்கள் தொடர்ந்து பயிற்சி செய்கின்றபோது கண்களும் சிரிக்கத் தொடங்குகின்றன. ஆகவே நீங்கள் உங்களுடைய தனிப்பட்ட காந்த சக்தியை வெளிப்படுத்தி மற்றவர்களைக் கவர விரும்பினால் கீழே உள்ள மூன்று விஷயங்களைக் கடைப் பிடியுங்கள்.

1. உள்ளொளியை உற்பத்தி செய்யுங்கள்.
2. வெளி ஒளியை பிரகாசிக்கச் செய்யுங்கள்.
3. கண்களால் சிரிக்கப் பழகுங்கள்.

26

நீங்களே உங்களை கவனிக்கலாம்

சுயமுன்னேற்றத்திற்கும், கட்டுப்பாடான முயற்சிகளுக்கும் சிறந்த வழி, நீங்களே உங்களுடைய ஆவியாக மாற்றம் பெறுவதுதான்.

இது ஏதோ அரை வேக்காடு மனோதத்துவம் என எண்ண வேண்டாம். சுலபமாகவும் எளிமையாகவும் பயன்படுத்தக் கூடிய மனோதத்துவ செயல் முறைதான்இது. இந்தத் தத்துவத்தை வாழ்க்கையில் எந்த நடவடிக்கைக்கு நீங்கள் பயன்படுத்தினாலும் உடனடியாக முன்னேற்றம் ஏற்படுவதைப் பார்க்கலாம்.

ஆகவே உங்களின் ஆவியாக நீங்களே இருங்கள். சுய முன்னேற்றத்திற்கு உங்களுடைய ஆவி உங்களை விரட்டட்டும். அது எப்படிச் செயல்படுகிறது என்று பார்க்கலாம்.

உங்கள் உடலில் இருந்து நீங்கள் வெளிப்பட்டு அருகில் நின்று, நீங்கள் செய்யும் ஒவ்வொரு காரியத்தையும் கவனிப்பதைப் போல கற்பனை செய்யுங்கள். உருவகப்படுத்திப் பாருங்கள்.

இந்த விஷயம் ஆழமாக உங்களுடைய மனதில் படியும் வரை இந்தப் பயிற்சியைத் தொடர்ந்து செய்து கொண்டிருங்கள். உங்கள் உடலில் இருந்து வெளிப்பட்டு உங்கள் அருகில் நில்லுங்கள்.

தனியாக... விருப்பு வெறுப்பு இன்றி... கவனமாக நீங்கள் செய்யும் ஒவ்வொரு காரியத்தையும் எவ்வளவு சிறப்பாகச் செய்கிறீர்கள் என்று கவனியுங்கள்.

உண்மையில் இது உங்களைப் பற்றி நீங்களே செய்து கொள்ளும் சுய விமர்சனம்தான். இப்படிச் செய்யும்போது நீங்கள் மகிழ்ச்சி அடைவதோடு நல்ல பலன்களையும் அடைவீர்கள்.

இதன் நோக்கம் என்னவென்றால், ஒவ்வொரு நாளும் நீங்கள் செய்கின்ற காரியங்களை சிறப்பாகச் செய்கின்றீர்கள் என்பது தான்.

உதாரணமாக உங்களுடைய தொலைபேசி மணிஅடிக்கிறது. உங்கள் ஆவி மூலம் நீங்கள் அதைக் கவனிக்கிறீர்கள். அதாவது, 'தொலைபேசியில் உற்சாகமாகப் பேசுகிறீர்களா? அல்லது தொலைபேசி மணியடித்து உங்கள் வேலைக்கு இடையூறு ஆகிவிட்டதால் கோபப்பட்டுப் பேசுகிறீர்களா? என்பதை நீங்கள் கவனிக்க முடியும். தொலைபேசி உரையாடலில், பேசுகின்றவர் களுடன் எந்த மனநிலையில் நீங்கள் பேசுகிறீர்கள் என்பதை உங்கள் ஆவி கவனிக்கிறது. பேசுகின்றவர்கள் அழைப்பு உற்சாகம் அளித்ததை நீங்கள் வெளிப்படுத்துகிறீர்களா என்பதை எல்லாம் அது கவனிக்கும். இந்தச் சிறிய விஷயத்தை நீங்கள் எவ்வளவு வெற்றிகரமாகச் செய்து முடித்தீர்கள் என்பதை உங்கள் ஆவி கவனித்துக் கொண்டிருக்கிறது.

உங்கள் ஆவியை உங்களுடைய நண்பனாக்கிக் கொள்ளுங் கள். உங்களுடைய ஆவி என்பது, **நீங்களே தவிர வேறு அல்ல.** உங்களுடனேயே உங்களுக்கு நட்பு இல்லாவிட்டால், மற்றவர் களிடம் உங்களால் எப்படி நட்பை ஏற்படுத்திக் கொண்டு விட முடியும்? நான் எப்படி நடந்து கொண்டேன் என்று உங்களுடைய ஆவியிடமே நீங்கள் கேட்டுப் பாருங்கள். இன்னும் சிறப்பாக நான் எப்படி செயல்பட முடியும் என்று கேளுங்கள். உங்கள் ஆவியுடன்

பிரச்சினை பற்றிப்பேசுங்கள். மற்றவர்கள் உங்களை கவனிப்பதைப் போலவே உங்கள் ஆவியும் வெளியில் இருந்து உங்களை விமர்சனக் கண்ணோட்டம் இடுகிறது என்பதை மறந்து விடாதீர்கள்.

இப்படி ஆவி உங்களுடைய ஒவ்வொரு செயலையும் கவனித்துக் கொண்டிருக்கிறது என்கிற நிலை, உங்களைப் பற்றிய தன்னுணர்வை ஏற்படுத்தும். அதேசமயம் மற்றவர்கள் கவனிக்கும் போது ஏற்படுகின்ற கூச்சம், அச்சம் போன்றவை உங்களிடம் ஏற்படாது.

இப்படி ஒவ்வொரு காரியத்தையும் தன்னுணர்வுடன் நீங்கள் செய்கின்றபோது, அந்தக் காரியங்கள் திட்டமிட்டவையாகவும், தெளிவானவையாகவும், கட்டுப்பாட்டுக்கு உட்பட்டதாகவும் இருக்கும். உங்கள் குறிக்கோளை அது பாதிக்காது. அதேசமயம் குறிக்கோளை நோக்கி நீங்கள் செய்கின்ற காரியங்களை அது நெறிப்படுத்தும்.

உங்கள் ஆவியாக நீங்கள் செயல்படுவதின் நோக்கம் இதுதான். சுயமுன்னேற்றத்திற்குப் பெரிதும் உதவும் மனோதத்துவ செயல்முறை இது.

27

ஒரு சுவரும் இரண்டு பாதைகளும்

என்னுடைய அபிமானக் கவிஞர், ராபர்ட் ஃப்ராஸ்ட் அவருடைய கவிதை ஒன்றை விளக்குமாறு கேட்டபோது சொன்ன பதில் என்ன தெரியமா? "நான் என்ன செய்ய முடியும்? அந்தக் கவிதையை இன்னும் மோசமான ஆங்கிலத்தில் சொல்லச் சொல்லுகிறீர்களா?'

அற்புதமான ஆங்கிலம்! ஆங்கில மொழியை மிக அருமை யாகப் பயன்படுத்திய ஒருவர் மோசமான ஆங்கிலத்தில் சொல்லுவதா?

வேண்டாம் ஃப்ராஸ்ட் அவர்களே! மோசமான ஆங்கிலத்தில் நீங்கள் அதைச் சொல்ல வேண்டாம். நீங்கள் அந்தக் கவிதையை அப்படியே திருப்பிச் சொல்லுங்கள். நீங்கள் தெளிவாகச் சொல்ல வில்லை என்பதற்காக அல்ல! ஆனால் உங்கள் கவிதையை திரும்பத் திரும்ப சொல்லுவது அவசியமாகிறது.

இப்போது, நீங்கள் 'சுவர்' பற்றி எழுதிய ஒரு கவிதையைப் பற்றி...

அதில் நீங்கள் சொல்கிறீர்கள், "ஒரு சுவரைக் கட்டும் முன், எதை அதற்குள் கட்டுகிறேன், எதை அதற்கு வெளியில்

கட்டுகிறேன் என்று கேட்டுக் கொள்வேன். சுவரை விரும்பாத ஏதோ ஒன்று இருக்கிறது. அது சுவர் விழுவதை விரும்புகிறது.''

உங்கள் அருகில் வசிப்பவர் பதில் சொல்லுகிறார், ''நல்ல வேலிகள் நல்ல நண்பர்களை உருவாக்குகின்றன.''

இதைப்பற்றி நான் மிகவும் ஆச்சரியப்பட்டு இருக்கிறேன். சீனாவின் நெடுஞ்சுவர் அந்த நாட்டுக்கு நல்ல நண்பர்களைப் பெற்றுக் கொடுத்ததா? மாகினாட் அரண் பிரான்சுக்கு நல்ல அண்டை நண்பர்கள் ஏற்பட உதவியதா? பெர்லினில் எழுப்பப் பட்ட சுவர் நல்ல அண்டை நண்பர்கள் கிடைக்க உதவியதா?

அதற்குப் பிறகு என் வீட்டுச் சுவரைப் பற்றியே நான் யோசித்தேன். செருக்கி தோட்டத்தில் நான் வசிக்கிறேன். அழகான இடம். அங்கே சொற்களாலோ கருங்கற்களாலோ சுவர் எழுப்புவது சரியாக இருக்காது. ஆகவே பூக்கள் நிரம்பிய புதர்களை வேலியாக உருவாக்கினோம். அதன் மூலம் எங்களுக்கு என்று 'தனிமை'யை ஏற்படுத்திக் கொண்டோம். இளம் வெய்யிலில், அமர்ந்து ஓய்வாக என்னால் படிக்க முடிந்தது, எழுத முடிந்தது. குழந்தைகளின் விளையாட்டோ, நாய்க் குட்டிகளின் ஓட்டமோ என் கவனத்தை திருப்ப முடியாத இடம் அது.

குழந்தைகளின் இனிய குரல் மட்டும் எனக்குக் கேட்கும். அவர்களின் சிரிப்பொலி என் காதுகளை வந்துஅடையும். ஆனால் அவர்கள என்ன விளையாடுகிறார்கள் என்பது மட்டும் என் பார்வையில் படாது.

ஆகவே, ஃப்ராஸ்ட் அவர்களே, நீங்கள் 'நல்ல வேலிகள் நல்ல நண்பர்களை உருவாக்குகிறது' என்று சொன்னவருடன் ஏன் ஒத்துப் போக முடியவில்லை என்பதை என்னால் புரிந்து கொள்ள முடிகிறது.

நீங்கள் எழுதிய இன்னொரு கவிதையில், இரண்டு சாலைகள் மஞ்சள் நிற கானகத்தில் பிரிந்து செல்வதைக் குறிப்பிட்டு இருக்கிறீர்கள். அந்தப் பாதையில் தனிமையாகப் பயணித்த நீங்கள், நீண்ட நேரம் நின்று இரண்டு பாதைகளையும் நெடுந் தொலைவுக்கு நோக்கி முடிவில் ஒரு பாதையைத் தேர்ந்தெடுத்துச் செல்லுகிறீர்கள். வாழ்க்கையில் நாம் அனைவரும் அடிக்கடி இரண்டு பாதைகளில் எதைத் தேர்ந்தெடுப்பது என்கிற பிரச்சினையை எதிர்நோக்க வேண்டியவர்களாக இருக்கிறோம். எந்தப் பாதையை தேர்ந்தெடுத்தாலும் மீண்டும் திரும்புவது முடியாது என்று உங்களுக்குத் தெரிந்துதான் நீங்கள் ஒரு பாதையைத் தேர்ந்தெடுத்தீர்கள்.

ஆமாம், ஃப்ராஸ்ட் அவர்களே, நாம் எல்லாருமே பாதை களைத் தேர்ந்தெடுத்துதான் வாழ்க்கைப் பயணத்தை மேற் கொள்ள வேண்டியிருக்கிறது. கட்டாயம் நாம் தேர்ந்தெடுத்துதான் ஆகவேண்டும். அப்படித் தேர்ந்தெடுப்பது முக்கியத்துவம் நிறைந்தது. ஏனெனில் ஒருமுறை தேர்ந்தெடுத்த பிறகு பாதையை மாற்றிக் கொள்வது முடியாது.

நாம் பயணிக்கும் பாதையை நாம் கவனமாகத் தேர்ந்தெடுக்க வேண்டும். ஏனெனில் ஒரு காலத்தில் நாம் வந்த பாதையைத் திரும்பிப் பார்த்து, இப்போதுள்ள வாழ்க்கைக்கு அன்று செய்த தேர்வுதான் காரணம் என்று எண்ண வேண்டியிருக்கும்.

28

தொடர்ந்து முன்னேறுங்கள்

அமெரிக்க ஜனாதிபதி கால்வின் கூலிஜின் இடம் என்ன என்பது வரலாறு இன்னமும் முடிவு செய்து விடவில்லை. அவர் வாழ்ந்த காலம் மிகவும் சமீபமானது என்பதால் அவரைப் பற்றிய சரியான மதிப்பீடு இன்னமும் உருவாகவில்லை. அமெரிக்கர்கள் கூட அவரைப் பற்றி அதிகம் சிந்தித்ததாகத் தெரியவில்லை. ஏனென்றால் இளமையும் உற்சாகமும் மிகுந்த ஜான் கென்னடி யின் வாழ்க்கை இடையிடையே வெட்டப்பட்டு அவருடைய ஒளி, ரிச்சர்ட் நிக்ஸன், ஜெரால்ட் ஃபோர்டு, ஜேம்ஸ் கார்ட்டர், ரொனால்டு ரீகன் ஆகியோரின் வரிசையில் பரவி, அவர்கள் ஒவ்வொருவரின் இடமும் வரலாற்றில் என்னவென்று பேசப் படுகின்ற நிலைமை ஏற்பட்டு விட்டது.

சரித்திரம் அவரைப் பற்றி முடிவாக என்ன தீர்ப்பு சொல்லு கிறது எனக் காத்திருக்கும் அதே சமயத்தில், கால்வின் கூலிஜ் சொல்லியுள்ள ஒரு விஷயத்தை நாம் பரிசீலனைக்கு எடுத்துக் கொள்ளலாம்.

ஒன்று நமக்குத் தெரியும். கால்வின் கூலிஜ் எதைப் பேசுவதற்கு முன்பும் தெளிவாகவும், என்ன பேசுவது என்றும் சிந்தித்த பிறகே பேசினார். அதற்குப் பிறகு சுருக்கமாகப் பேசினார்.

ஜனாதிபதி கூலிஜ் அபூர்வமாகத்தான் பேசுவார் என்று பலருக்குத் தெரியாது. எல்லாக் காலத்துக்கும் பொருந்தக் கூடிய ஒரு விஷயத்தை அவர் சொல்லியிருக்கிறார். "தொடர்ந்து முயல்வது என்பதன் இடத்தை வேறொன்று பிரிக்க முடியாது; திறமையால் அது முடியாது, வெற்றி பெறாத திறமை படைத்த மனிதர்கள் உலகத்தில் நிறையவே இருக்கிறார்கள். மேதைத் தனத்தால் அது முடியாது. வெற்றி பெறாத, பயன் அடைய முடியாத மேதைகள் பலர் இருக்கிறார்கள். கல்வியால் மட்டும் முடியாது. படித்த குழப்பவாதிகள் உலகத்தில் நிறைந்திருக்கிறார்கள். மன உறுதியும், தொடர்ந்த முயற்சியும் மட்டுமே சர்வ சக்தி வாய்ந்தது. தொடர்ந்து முயற்சி செய் என்கிற கோஷம் மட்டுமே மனித இனத்தின் பிரச்சினைகளைத் தீர்த்து இருக்கிறது. இனியும் தீர்க்கும்."

இந்த வாசகம் மட்டுமே ஜனாதிபதி கூலிஜின் இடத்தை வரலாற்றில் நிர்ணயிக்கக் கூடியது. படிப்பை முடிக்கின்ற மாணவர் அனைவரும் மனப்பாடம் செய்ய வேண்டிய வாசகம் இது.

இந்த வாசகத்தை மாணவர்களுக்கு மனதில் பதியும்படி சொல்லிக் கொடுத்தால் எவ்வளவோ பயனுள்ளதாக இருக்கும். அதற்கு முன்னால் இருந்த ஜனாதிபதி, "எல்லா மனிதர்களும் சமமாகப் படைக்கப்பட்டிருக்கிறார்கள்" என்று சொன்ன வாசகத்தை விட, இதைச் சொல்லிக் கொடுப்பது எவ்வளவோ மேல். எல்லா மனிதர்களும் சமமாகப் படைக்கப்பட்டிருக்கிறார்கள் என்கிற வாசகம் நடைமுறையில் காணப்படாத ஒரு விஷயத்தைச் சொல்லுகிறது.

இயற்கை எல்லா மனிதர்களையும் சமமாகப் படைக்கவில்லை என்பதைத் தெரிந்து கொள்வது எவ்வளவு நன்றாக இருக்கும்? அதேசமயம் மன உறுதியின் மூலமும் தொடர்ந்து உழைப்பதின் மூலமும், மற்றவர்களுக்கு சமமாக ஆவதையும் தாண்டி, மற்றவர்களை விட உயர்ந்தவர்களாகவும் ஆக்கிவிட முடியும்.

சமத்துவம் என்கிற ஆதாரமற்ற கற்பனையில் விளைந்த நன்மைகள் குறைவு. தீமைகள் அதிகம். ஆனால் மன உறுதி, விடாமுயற்சி ஆகியவை பல நன்மைகள் விளையக் காரணமாக இருந்திருக்கின்றன.

சமத்துவம் என்பது இயற்கையாகவே தோன்றி விடுவதில்லை. சுற்றுச் சூழ்நிலைகளிலும் சமத்துவத்தை ஏற்படுத்தி விடுவதில்லை. எந்த மக்கள் நல ஆட்சியாலும் அதை ஏற்படுத்தி விடவும் முடியாது.

சமத்துவம் வந்த பிறகு முயற்சிகளை எவரும் நிறுத்திக் கொள்ள வேண்டிய அவசியம் இல்லை. தொடர்ந்து மன உறுதியுடன் உழைப்பதன் மூலம் மற்றவர்களை விட மேம்பட்ட நிலையினை அடையவும் முடியும்.

சமத்துவம் தங்களின் உரிமை என்கிற எண்ணம் மக்களின் மனதில் ஏற்படுத்தப்படுவதை எண்ணி வருத்தப்படாமல் இருக்க முடியாது. சக்தியை இதற்குச் செலவிடுவதற்குப் பதிலாக சமத்துவத்தையும், அதைத் தாண்டிய மேம்பாட்டு நிலையினையும் அடைவதற்குச் செலவிட்டால் மிகுந்த பயன்கள் கிடைக்கும்.

கால்வின் கூலிஜ் சொல்லியிருப்பதைப் போல உழைப்பும், தொடர்ந்த முயற்சியும், மன உறுதியும் மனித இனத்தின் எத்தனையோ பிரச்சினைகளைத் தீர்த்து இருக்கின்றன. இனியும் தீர்க்கும்.

கூலிஜ் சொன்ன வாசகத்தை மறுபடியும் நினைவுப்படுத்திக் கொள்வோம். அவர் சொன்ன இந்த ஒரு வாசகத்திற்காகவே உலக வரலாற்றில் மிக உன்னதமான இடத்தைப் பெறுகின்ற தகுதி படைத்தவராக அவர் ஆகிறார். உயர்ந்த இடத்தைப் பெற்ற அனைவருமே தொடர்ந்த முயற்சியாலும் மன உறுதியாலுமே அந்த இடத்திற்கு வந்தார்கள் என்பதை ஜனாதிபதி கால்வின் கூலிஜ் ரத்ன சுருக்கமாகச் சொல்லிவிட்டார்.

29

வெறுத்து ஒதுக்காதீர்கள்!

✳

ஒருவரை ஏற்காமல் புறக்கணித்து ஒதுக்குவது பரவலாக நம்மிடம் காணக் கூடிய மோசமான உணர்ச்சிக்குறைபாடு ஆகும்!

மனோதத்துவ நிபுணர்கள் இதைப் பற்றி என்ன சொல்லுகிறார்கள் என்று பார்க்கலாம்.

மற்றவர்களை வெறுத்துப் புறக்கணித்தல் என்பது நம்முடைய தோல்விகளை மறைத்துக் கொள்ளுகின்ற ஓர் உபாயம் ஆகும். அப்படி நம்மால் ஒதுக்கப்படுகிறவர்களை, அநீதி இழைப்பவர்கள் போலவும், நியாயமற்ற முறையில் நடப்பவர்களைப் போலவும் சித்தரிப்பதற்கு நாம் முயல்கிறோம். இந்த குணம் பழக்கமாகி விடுகிறபோது, உள்நோக்கித் திரும்பி சுய அனுதாபம் (தன்மீது தானே அனுதாபப்பட்டுக் கொள்வது) என்கிற நிலையைப் பெற்று விடுகிறது. நிரந்தரமான உணர்ச்சிக் கொந்தளிப்பினையும் ஏற்படுத்தி விடுகிறது. மற்றவர்களின் அனுதாபத்திலும், மற்றவர்கள் அடங்கி நடப்பதிலும் ஓரளவுக்கு சமாதானம் கிடைக்கிறது.

சுய அனுதாபத்திற்கு உள்ளானவர்களை விட மோசமான கூட்டாளிகள் இருக்க முடியாது. அவர்கள் மற்றவர்கள் தங்களிடம் மிகுந்த விசுவாசத்துடன் இருக்க வேண்டும் என எதிர்பார்க்கிறார்கள். அதனால் மற்றவர்களுக்கு எவ்வளவு அசௌகரியங்கள் ஏற்பட்டாலும், அவர்கள் கவலைப்படுவதில்லை. தாங்கள் செய்கின்ற உதவிகளுக்கு என்றென்றும் நன்றி கிடைக்க

வேண்டும் என எதிர்பார்க்கிறார்கள். மிகச் சிறிய உதவிகளுக்கும் மிகப் பெரிய நன்றியை எதிர்பார்க்கிறார்கள். சிறு சிறு காரியங் களுக்கும் மற்றவர்கள் தங்களிடம் கடன்பட்டு இருப்பதைப்போல எண்ணுகிறார்கள். இவர்கள் எதிர்பார்க்கிறபடி மற்றவர்கள் நடக்காதபோது அவர்களை வெறுத்துப் புறக்கணிக்கவும் தயாராகி விடுகிறார்கள்.

இவ்வாறு, வெறுத்து ஒதுக்குதலில் முதல் கட்டம் ஆரம்பம் ஆகிறது. இதன் விளைவாக சுய அனுதாபமும், அதைத் தொடர்ந்து உணர்ச்சிக் கொந்தளிப்புகள் ஏற்படுவதோடு, எதிர்மறைச் சிந்தனைகளும் தோன்ற ஆரம்பிக்கின்றன.

சுய அனுதாபம் என்பது பல விளைவுகளில் ஒன்றுதான். பீறிட்டுக் கிளம்பும் கோபம், மேலெழுந்த வெறுப்பு, பழிவாங்கு தல், கொலை செய்தல், மனநோயாளி ஆதல் போன்றவற்றிலும் கொண்டு போய்விட்டு விடும். இவை ஆழ்மன உணர்ச்சி களாகவே இருந்து விபரீத நடவடிக்கைகளுக்குத் தூண்டுவதும் உண்டு.

அதிகப்படியான வெறுப்புணர்ச்சி பழிவாங்கும் நிலைக்குச் சென்று கொலையில் போய் முடிகிறது. கொலைக்குப் பழிவாங் குவது மட்டுமே நோக்கமாக இல்லாமல் போனாலும் எத்தனை யோ விதமான மோசமான குற்றங்களுக்கும் அது தூண்டுகோலாகி விடுகிறது. கொலை அதன் இறுதி விளைவாக இல்லாமல் போனாலும் மிகுதியான மனக்கவலைக்கு அது காரணமாகிறது. ஆகவே வெறுத்து ஒதுக்குதலை நாம் அடியோடு தவிர்க்க வேண்டும்.

(1) வெறுத்து ஒதுக்குதலை தவிர்க்கக் கற்றுக் கொள்ளுங்கள்.

(2) இப்போது உங்களிடம் உள்ள அம்மாதிரி உணர்ச்சிகளில் இருந்து அடியோடு விடுபடுங்கள்.

இந்தப் புத்தகம் மனோதத்துவப் புத்தகம் அல்ல. எந்த விஷயம் பற்றியும் முழுமையான புத்தகமும் அல்ல. இந்தப் புத்தகத்தின் தலைப்பு வெளிப்படுத்துவதைப் போல

"வாழ்க்கையை அமைத்துக் கொள்ள சில சிந்தனைகள்" மட்டுமே இதன் நோக்கம். எண்ணங்களைத் தூண்டுவது, ஆக்கபூர்வமான சிந்தனைகளைத் தோற்றுவிப்பது, இவை பற்றிய விரிவான நூல்களைப் படிக்கத் தூண்டுவது இதன் நோக்கங்கள்.

புத்தகத்தின் இந்த வரம்புக்குள்... வெறுத்து ஒதுக்குதலை எவ்வாறு தவிர்ப்பது? தன்உணர்ச்சி விளைவுகளில் இருந்து எவ்வாறு விடுவிப்பது? என்று பார்க்கலாம்.

வெறுத்து ஒதுக்குதல் என்பது உண்மையில் என்ன என்று புரிந்துகொள்வதில் இருந்து ஆரம்பிப்போம்.

கடந்த காலத்தில் நிகழ்ந்து விட்ட மகிழ்ச்சி அளிக்காத விஷயங்களில் இருந்து உணர்ச்சிப்பூர்வமாக விடுபட முயலும் உபாயமே வெறுத்து ஒதுக்குதல் ஆகும். வெறுத்து ஒதுக்குதல் என்பது என்ன என்று அறிந்து கொண்டு விட்டால், அதைத் தவிர்ப்பது எப்படி என்று கற்றுக் கொண்டு விடலாம். நம்முடைய தன்முனைப்புக்கு அவமானம் ஏற்பட்டு விட்டது என்கிற உணர்ச்சியின் பிரதிபலிப்புதான் வெறுத்து ஒதுக்குதல் ஆகும். இப்போது நிகழ்ச்சிக்கும், விளைவுக்கும் மத்தியில் எப்படி ஒரு தடுப்பினை ஏற்படுத்துவது? பல வழிகள் இருக்கின்றன. சில வழிகளை இங்கே பார்க்கலாம்.

அலட்சியப்படுத்துங்கள்: கடந்த கால மகிழ்ச்சியற்ற விஷயங் களை அலட்சியப்படுத்துகின்ற மனோபாவத்தை நீங்கள் ஏற்படுத்திக் கொண்டு விட்டால், தேவையற்ற மனக் கஷ்டம் ஏற்படாமல் பார்த்துக் கொண்டு விடலாம். கடந்த கால நிகழ்ச்சிக்கு நிகழ்ந்து போனவையாக, கடந்த காலத்தை எத்தனை முறை நீங்கள் நினைவுபடுத்திக் கொண்டாலும் அதை நீங்கள் மாற்றப் போவதில்லை. ஆகவே எதற்காக கடந்த காலத்தின் மகிழ்ச்சியற்ற நினைவுகளுக்காக நீங்கள் இப்போது கஷ்டத்தை அனுபவிக்க வேண்டும்? மாற்ற முடியாததை அலட்சியப் படுத்துங்கள், மறந்துவிடுங்கள்.

'சொல்லுவது சுலபம்; செயல்படுத்துவது கஷ்டம்' என்று நீங்கள் சொல்லலாம். நீங்கள் உணர்ச்சி வயப்படுகிற மனிதராக இருந்தால், நீங்கள் சொல்லுவதை பகுதி உண்மையாக ஏற்றுக் கொள்ளலாம். உங்கள் உணர்ச்சிகள் எளிதில் புண்படுகின் றனவா? மற்றவர்கள் சொல்லுகின்ற விஷயங்கள் உங்களை மிகுதியாகப் பாதிக்கின்றனவா? அப்படியானால் உங்களுக்குச் சில யோசனைகள்.

சில விஷயங்களில் உங்களுடைய உணர்ச்சி மரத்துப் போகட்டும். மற்றவர்கள் உங்களைப் பற்றி என்ன சொன்னாலும் துடைத்து எறிந்து விடுங்கள். ஆரம்பத்தில் கொஞ்சம் கஷ்டமாக இருக்கலாம். பயிற்சி செய்தால் சரியாகி விடும். நம்முடைய உணர்ச்சிகள் அனைத்தும் பயிற்சிகளுக்குக் கட்டுப்பட்டவை என்பதை நினைவில் வைத்துக் கொள்ளுங்கள்.

வெறுத்து ஒதுக்குதலைத் தவிர்ப்பதற்கு இன்னொரு வழி இருக்கிறது. அதுதான் பிரெஞ்சு தத்துவஞானி மான்டெயின் சொல்லியுள்ள வாசகம். "ஒரு மனிதன் நிகழ்ந்துவிட்ட சம்பவத் தால் புண்படுவதை விட, சம்பவத்தைப் பற்றி தான் கொள்ளு கின்ற அபிப்பிராயத்திலேயே புண்படுகிறான். மடுவை மலையாக் காதீர்கள். மற்றவர்கள் உங்களைப் புண்படுத்துவதற்காகப் பேசினால், உங்களை அவமானப்படுத்துவதற்காகப் பேசினால் அவர் நோக்கம் நிறைவேற எதற்காக நீங்கள் ஒத்துழைக்க வேண்டும்? உணர்ச்சிகள் மரத்துப் போகும் போது பாதிப்புகளும் குறைந்து விடுகின்றன.

நீங்கள் ஒருவரை வெறுத்து ஒதுக்கும்வரை எந்தவிதமான பாதிப்புக்கும் ஆளாவதில்லை. நீங்கள் மட்டும் உணர்ச்சி வசப்பட்டு உங்களுடைய ஆரோக்கியத்தை எதற்காகக் கெடுத்துக் கொள்ள வேண்டும்? விரோதிகளை உங்களால் நேசிக்க முடியா விட்டாலும், உங்களை நீங்களே நேசிக்கலாம் அல்லவா? உங்கள் மகிழ்ச்சியை உங்களுடைய எதிரிகள் தங்கள் கட்டுப்பாட்டில் வைத்திருக்க நீங்கள் எதற்காக அனுமதிக்க வேண்டும்?

ஆகவே நீங்கள் வெறுத்து ஒதுக்குகின்ற சூழ்நிலை தோன்று கின்றபோது, அதை அலட்சியப்படுத்துங்கள். மறந்துவிட முயற்சி செய்யுங்கள். மறந்தே விடுங்கள். அம்மாதிரி சந்தர்ப்பங்களில் வேறு விஷயங்களைப் பற்றி நினையுங்கள். வேலைகளில் ஈடுபடுங்கள். மீண்டும், மீண்டும் அந்த நினைவுகள் தோன்றி உங்களைத் தொல்லைப்படுத்தினால், அதைப் பார்த்து எள்ளி நகையாடி, தூர விலகிச் செல்லச் சொல்லுங்கள்.

அமெரிக்க ஜனாதிபதி ஐசன்ஹோவர் சொன்னார்: ''நீங்கள் விரும்பாதவர்களைப் பற்றிச் சிந்தித்து ஒரு நிமிஷத்தைக் கூட வீணாக்காதீர்கள்.'' அவருடைய இந்தத் தத்துவத்தைக் கடைப் பிடியுங்கள்.

ஒருவேளை வெறுத்து ஒதுக்குதல் ஆழமாக வேரூன்றி விட்டதாக வைத்துக் கொள்வோம். அதில் இருந்து விடுபடுவது எப்படி? தவிர்ப்பதற்காகச் சொல்லப்பட்ட யோசனை வாழ்க்கை யின் இயற்கையான அங்கம் என்று எடுத்துக் கொண்டு விடுகிறார்கள். ஆனால் மகிழ்ச்சியை நாசமாக்குகின்ற ஒன்று அது என்று அறியும்போது, அதில் இருந்து விடுபட முயற்சிகளை மேற்கொள்ளுகிறார்கள். மேலே சொல்லியுள்ள வழிகளை நீங்கள் கையாண்டால் பெரும் அளவுக்கு இந்த உணர்ச்சியில் இருந்து விடுபட்டு விட முடியும்.

வேரூன்றி விட்ட நிலையில் இந்த உணர்ச்சியைக் களைய சில முறைகள் தரப்படுகின்றன.

நீங்கள் வெறுத்து ஒதுக்குகின்றவரை அனுதாபத்துடன் புரிந்து கொள்ள முயற்சிக்க வேண்டும். உங்களிடம் அவர்கள் வெறுப்பை ஏற்படுத்த நியாயமான காரணங்களும் இருக்கக் கூடும். நான் வெறுக்கின்றவர்களைப் பற்றி விருப்பு வெறுப்பு இல்லாமல் ஆராய்ந்து பார்த்திருக்கிறேன். அவர்களுடைய உணர்ச்சிகள் என்னுடைய செயல்களுக்குப் பிரதிக் கிரியையாக இருப்பதையும் நான் கவனித்து இருக்கிறேன். அவர்கள் என் மீது கொண்ட வெறுப்பு என் செயல்களால் ஏற்பட்டவை என்பதையும் புரிந்து

கொண்டிருக்கிறேன். ஆகவே நீங்கள் வெறுத்து ஒதுக்குகின்ற மனிதர்களை அனுதாபத்துடன் ஆராய ஆரம்பித்தால் உங்களுடைய குறைகள் என்ன என்பதையும் நீங்கள் புரிந்து கொள்ள முடியும்.

இம்மாதிரி விஷயங்களில், நீங்கள் புரிந்து கொள்ள ஆரம்பிக்கும்போது, உங்களின் வெறுத்து ஒதுக்கும் உணர்ச்சி மெல்ல மெல்லக் குறைய ஆரம்பிக்கும். அதோடு அந்த நபர் உங்களிடம் ஏன் அப்படி நடந்து கொள்கிறார் என்பதையும் புரிந்து கொண்டு, அதற்கான காரணத்தையும் அப்புறப்படுத்த முயல வேண்டும். அவரிடம் நீங்கள் மன்னிப்புக் கேட்டுக் கொள்ளலாம். அல்லது பொருத்தமான நடவடிக்கையின் மூலம் அவரிடம் உள்ள சந்தேகங்களைப் போக்கலாம். இந்த முயற்சிகளை நீங்கள் மேற்கொள்ளாவிட்டால், நீங்கள் அவரை வெறுப்பதும் அவர் உங்களை வெறுப்பதும் விஷச் சக்கரம் போலத் தொடர்ந்து கொண்டே இருக்கும்.

இன்னும் சில சந்தர்ப்பங்களில் மற்றவர்கள் உங்களிடம் ஏற்படுத்திய மனத்தாங்கல்களுக்கு நோக்கம் எதுவுமில்லை என்பதை நீங்கள் புரிந்து கொள்ளலாம். ஒருவர் உங்களிடம் காட்டும் அவமரியாதை எந்த விதத்திலும் உங்களுடைய வாழ்க்கையை பாதிக்கப் போவதில்லை. நாமே ஒருவருக்கு மரியாதை செலுத்தி அவரிடமிருந்து மரியாதையைப் பெறுவது சுலபமான வழி.

மற்றவர்கள் உங்களுக்குத் தவறு இழைக்கும்போதோ அல்லது அவர்கள் தவறு இழைத்ததாக நீங்கள் நினைக்கும் போதோ அதைப் பொருட்படுத்தாதீர்கள். நீங்கள் வெறுத்து ஒதுக்கு கின்றவரின் செயல்களை அனுதாபத்துடன் பரிசீலியுங்கள். அவர்கள் நிலையில் அது அவர்களுக்கு நியாயமானதாகக் கூடத் தோன்றலாம். அதையும் நீங்கள் தெரிந்து கொள்வது அவசியம். இந்த முறைகளையெல்லாம் நீங்கள் அனுஷ்டித்தால் வெறுத்து ஒதுக்கும் மனோபாவம் உங்களிடமிருந்து கொஞ்சம் கொஞ்சமாக மறைந்து போகும்.

30

பெறுவதற்கு முன் கொடுக்க வேண்டும்!

காந்த சக்தியுடன் இருப்பது விரும்பத்தக்க விஷயம்தான். அதிலிருந்து நிறைய நன்மைகளையும் பெற முடியும். ஆனால், இந்த அத்தியாயத்தில் மற்றவர்கள் மீது உங்கள் செல்வாக்கை அதிகப்படுத்துவதற்குள்ள இன்னொரு வழியைப் பற்றி சொல்லப் போகிறேன். காந்தக் கவர்ச்சி அளிக்கின்ற பலன்களைப் போலவே இந்தத் தத்துவமும் நிறையப் பலன்களை உங்களுக்கு அளிக்கக் கூடியது. இந்த முறையைப் பயன்படுத்துகின்றபோது நீங்கள் மற்றவர்களை உங்களிடம் ஈர்ப்பதற்குப் பதிலாக நீங்கள் அவர்களிடம் செல்ல வேண்டியிருக்கும். அமெரிக்க வர்த்தகத் துறையில் ஒன்றைச் சொல்லுவார்கள். "கடிதம் எழுதிக் கொண்டு இருக்காதீர்கள். நேரில் சென்று சந்தியுங்கள்" என்று சொல்லுவார்கள்.

இப்படிச் சொல்லுவதில் எத்தனையோ சௌகரியங்கள் இருக்கின்றன.

நேரில் செல்லுங்கள்...

எங்கே தொழில் கிடைக்கிறதோ அங்கே.

நேரில் செல்லுங்கள்...

எங்கே பணம் கிடைக்கிறதோ அங்கே

நேரில் செல்லுங்கள்...

எங்கே ஜனங்கள் இருக்கிறார்களோ அங்கே

நேரில் செல்லுங்கள்...

எங்கே செயல்பட முடியுமோ அங்கே.

நேரில் செல்லுங்கள்...

எங்கே சுவாரஸ்யம் இருக்கிறதோ அங்கே.

இந்த அத்தியாயம் இந்த விஷயங்களைப் பற்றியது அல்ல. ஒருவர் என்ன செய்ய வேண்டும் என்று நீங்கள் விரும்புகிறீர்களோ, அதை அவரைச் செய்ய வைப்பதற்கான சுலப வழியை இந்த அத்தியாயம் உங்களுக்கு விளக்கப் போகிறது.

அடுத்தவரின் கவனம் எதில் இருக்கிறது என்று கண்டுபிடியுங்கள். அவரிடம் சென்று உரையாடுங்கள். அந்த நபர் சுவாரஸ்யமாகப் பேசக் கூடியவர் நீங்கள் என்று கருதக் கூடும். ஏனெனில் அந்தக் குறிப்பிட்ட சந்தர்ப்பத்தில் அவருடைய கவனம் எதை நோக்கிச் சென்றிருக்கிறதோ அந்த விஷயம் பற்றி நீங்கள் உரையாடுகிறீர்கள்.

அவருடைய ஆர்வம் எதில் இருக்கிறது என்று கண்டு பிடியுங்கள்.. அதே போன்று ஆர்வம் உங்களுக்கும் இருப்பதை அவரிடம் எடுத்துச் சொல்லுங்கள். உங்களுடைய ஆர்வமும் அவருடைய ஆர்வமும் ஒன்றானதாகவே இருக்கும்போது, உங்களின் ஆர்வம் அவருடைய ஆர்வத்தோடு இணையும் போது, அவருடன் நீங்கள் பிரிக்க முடியாத தொடர்பினை ஏற்படுத்திக் கொண்டு விடுகிறீர்கள்.

அடுத்தவரின் நம்பிக்கை எதில் இருக்கிறது என்று கண்டு பிடியுங்கள்... நீங்களும் அதே நம்பிக்கையுடன் அவரிடம் செல்லுங்கள். உங்களுடைய நம்பிக்கையினால் அவருடைய நம்பிக்கையை உறுதி செய்யுங்கள். நியாயப்படுத்துங்கள். உங்களுடைய நம்பிக்கை அவருடைய நம்பிக்கையுடன் இணையட்டும். இரண்டும் ஒன்றாகட்டும். இதன் விளைவாக, நீங்கள்

இருவரும் சேர்ந்து பரஸ்பர நம்பிக்கை என்கிற பலமான கோட்டையை எழுப்பி விடுகிறீர்கள். இப்போது அந்தக் கோட்டையைப் பாதுகாப்பதில் அவர் உங்களுக்குத் துணையாகி விடுகிறார்.

அடுத்தவரின் ஆசைகள் எங்கே இருக்கிறது என்று கண்டு பிடியுங்கள். அந்த ஆசையைப் பூர்த்தி செய்கின்ற முழுத் திருப்தியுடன் நீங்கள் அவரிடம் செல்லுங்கள். ஒருவருடைய ஆசையைப் பூர்த்தி செய்யும், முழுமையாகப் பூர்த்தி செய்யும். உடனடியாகப் பூர்த்தி செய்யும் நோக்கத்துடன் நீங்கள் செயல்படுகின்றபோது அவரிடம் உங்களுக்கு மிகுந்த செல்வாக்கு ஏற்பட்டு விடுகிறது.

உங்களுடைய காந்தக் கவர்ச்சியால் மற்றவர்களை உங்களிடம் ஈர்ப்பதற்கு பல உத்திகளைக் கையாள வேண்டியுள்ளது. அதற்கான பயிற்சிகளிலும் ஈடுபட வேண்டியுள்ளது. ஆனால், மற்றவர்களை நீங்கள் நாடிச் செல்லுவதற்கு, விருப்பமும் முயற்சியும் இருந்தால் போதும். இந்த இரண்டு முறைகளிலும், நீங்கள் அடைகின்ற லட்சியம் ஒன்றுதான்- மற்றவரிடம் பரஸ்பர நன்மைக்காக நெருக்கத்தை ஏற்படுத்திக் கொண்டு விடுகிறீர்கள்.

இந்த இரண்டு முறைகளில், ஏதோ ஒன்றின் மூலம், காரியத்தைச் சாதிப்பதற்கு, சம்பந்தப்பட்டவரின் கவனம், ஆர்வம், நம்பிக்கை, விருப்பம் ஆகியவற்றை நீங்கள் தெரிந்து கொள்ளுவதுதான். அப்போதுதான், அவருடன் நெருக்கமான உறவினை ஏற்படுத்திக் கொண்டு இருவருக்கும் பயன்தரக் கூடிய காரியங்களில் நீங்கள் ஈடுபட முடியும்.

வெற்றி அளிக்கின்ற இந்த முறையில் ஒரு விஷயம் தேவைப்படுகிறது. பெறுவதற்கு முன், கொடுக்கக் கற்றுக் கொள்ள வேண்டும். பெற்றுக் கொள்ளுவதை விட கொடுப்பது சிறந்தது என்கிற நிரூபணம் ஆகிவிட்ட தத்துவத்தின் அடிப்படையினை இதுகொண்டு இருந்தாலும், பெற வேண்டும் என்றால் கொடுக்க வேண்டும் என்கிற கோட்பாடுகள் இதில் அடங்கி யிருக்கிறது.

ஒரு நிர்வாகி தன்னுடைய மேஜையின் மீது ஒரு வாசகத்தை எழுதி வைத்திருந்தார். அது இதுதான்: "எதையும் காரண காரியத்தோடு செய்யுங்கள்; ஆனால் நான் சொல்லுகின்றபடி செய்யுங்கள்" வேடிக்கையாக இல்லையா?

வெற்றி பெறுவதற்கு மற்றவர்கள் மீது ஆதிக்கம் செலுத்த வேண்டும், நிர்ப்பந்தப்படுத்த வேண்டும் என்றெல்லாம் சொல்லப்பட்டு வந்தது அந்தக் காலம். ஆனால் இப்போதெல்லாம் வெற்றி பெற வேண்டுமானால், மற்றவர்கள் மீது செல்வாக்கினை ஏற்படுத்திக் கொண்டு, உங்கள் வழியில் அவர்களைச் செயல்பட வையுங்கள் என்றுதான் சொல்லப்படுகிறது.

மற்றவர்களின் ஒத்துழைப்பில்தான் உங்களுடைய வெற்றி அமைகிறது.

ஆகவே நீங்கள் வெற்றி பெற வேண்டுமானால், மற்றவர்களின் தேவைக்கேற்ப நீங்கள் அனுசரித்துக் கொள்ளும் போது அது எளிதில் சாத்தியமாகி விடுகிறது. அவர்களுடைய கவனம், ஆர்வம், நம்பிக்கை, ஆசைகள் ஆகியவற்றுக்கு நீங்கள் அனுசரித்து நடக்கும் போது வெற்றி உங்களுக்குக் கிடைக்கிறது.

அதற்காக மற்றவர்களைத் திருப்திப்படுத்துவதே உங்களின் வாழ்க்கை ஆகிவிட முடியாது. நிச்சயமாக நான் அதைச் சொல்லவில்லை. உங்கள் ஆசைப்படி, எண்ணப்படி நீங்கள் நடந்து கொள்ளுவதை விட, மற்றவர்களின் ஆசைப்படியும் எண்ணப்படியும் நடப்பதற்குத்தான் உங்களுக்கு அதிகமான மனோசக்தி தேவையாக இருக்கும். மற்றவர்களுக்குத் தடையாக இருப்பதை விட, மற்றவர்களுடன் ஒத்துழைப்பதற்குத்தான் புத்திசாலித்தனம் அதிகமாகத் தேவைப்படும். மற்றவர்களின் மீது உங்கள் எண்ணத்தைத் திணிப்பதை விட மற்றவர்களின் நோக்கங்களோடு நீங்கள் ஒத்துழைப்பது உங்களின் வெற்றிக்கு உதவியாகவும் இருக்கும்.

ஒருவருடன் இணக்கமாக நீங்கள் ஒத்துழைக்கின்றபோது, ஆக்கப்பூர்வமான ஆலோசனைகளை வழங்கக் கூடாது என்று அர்த்தம் இல்லை. பயன் உள்ள யோசனைகளை நீங்கள் சொல்லுகிறபோது, விரைவான வெற்றியும் உங்களுக்குக் கிடைக்கிறது. இது தவிர பார்த்தவைகளை மீண்டும் ஒருமுறை சிந்தித்துப் பார்க்கலாம்.

மக்களை உங்களிடம் ஈர்ப்பது ஒரு நல்ல காரியம்தான். ஆனால் அவர்களிடம் நீங்கள் செல்லுவது இன்னும் விரைவானது!

அடுத்தவரின் கவனம் எங்கே இருக்கிறது என்று கண்டு பிடியுங்கள். அவரிடம் சென்று அதுபற்றி சுவாரஸ்யமாக உரையாடுங்கள். அப்போது அவருடைய கவனம் உங்களின் பக்கம் திரும்பும்.

அடுத்தவரின் ஆர்வம் எதில் இருக்கிறது என்று கண்டு பிடியுங்கள். உங்களின் ஆர்வம், அவருடைய ஆர்வத்தோடு இணைந்ததாக இருக்கட்டும். உங்களுடைய ஆர்வமும் அவருடைய ஆர்வமும் ஒன்றுபடுகின்றபோது, உங்கள் இருவரிடையேயும் பிரிக்க முடியாத பந்தம் ஏற்பட்டு விடுகிறது.

அடுத்தவரின் நம்பிக்கை எதில் இருக்கிறது என்று கண்டு பிடியுங்கள். அவரது நம்பிக்கையினை உறுதி செய்யுங்கள். நியாயப்படுத்துங்கள். பலப்படுத்துங்கள். அவரும் உங்களுடன் சேர்ந்து அந்த நம்பிக்கைக்குப் பாதுகாப்பாக இருப்பார்.

அவருடைய ஆசைகள் என்னவென்று தெரிந்து கொள்ளுங்கள். அந்த ஆசைகளைப் பூர்த்தி செய்யும் நோக்கத்துடன் அவரை அணுகுங்கள்.

பெறுவதற்கு முன், கொடுக்க வேண்டும் என்பதை மறந்துவிடாதீர்கள்.

இவற்றை நீங்கள் கடைப்பிடித்தால் வெற்றிப் பாதை உறுதியாகிவிடும்.

31

தயார் நிலையில் இருங்கள்

முன்னோர்கள் சொல்லியுள்ள லட்சிய வாசகங்களில் நிறைந்த ஞானம் இருக்கிறது. சாரண இயக்கத்தின் லட்சியமாக ஒரு வாசகம் கூறப்பட்டுள்ளது. **தயார் நிலையில் இருங்கள்** என்பதுதான் அந்த வாசகமாகும்.

தயார் நிலையில் இருங்கள் என்கிற ஆலோசனை வாசகம் வாழ்க்கையில் எல்லா நிலைகளுக்கும் பொருந்தக் கூடியது. இந்த ஒரு அத்தியாயத்தில் வாழ்க்கையின் அனைத்து நிலைகளையும் பரிசீலிக்க முடியாது என்பதால், நான் மனதுக்கு மகிழ்ச்சி யளிக்காத, ஆனால் மிகவும் தேவைப்படுகிற ஒரு விஷயத்தை மட்டும் இங்கே எடுத்துக் கொள்ளப் போகிறேன்.

மால்கம் மக்ரிஜ் சொல்லுகிறார், "மதம் துரதிர்ஷ்டத்தை ஏற்றுக் கொள்கிறது. ஆகவேதான், மதம் வாழ்ந்து கொண்டிருக் கிறது. அதேசமயம் உலகில் கற்பனையான நம்பிக்கைகள் ஏமாற்றத்தில் முடிகின்றவையாக இருப்பதால் அந்த நம்பிக்கைகள் சீக்கிரமே அழிந்து போகின்றன."

துரதிர்ஷ்டத்தை ஏற்றுக் கொள்ளுகின்ற தன்மையினை மதத்திடம் மட்டுமே நாம் விட்டுவிட முடியாது. துரதிர்ஷ்டம்

என்பது தவிர்க்க முடியாதது. வாழ்க்கையில் அடிக்கடி நிகழ்கின்ற ஒன்றாகவும், சில சந்தர்ப்பங்களில் எப்போதோ நிகழ்கின்ற ஒன்றாகவும் அது இருக்கவே செய்கிறது. மதம் மட்டும் அதை ஏற்றுக் கொண்டு பயனில்லை. ஒவ்வொரு தனி நபரும் வாழ்க்கையின் ஒரு அம்சமாக அதை ஏற்கப் பழக வேண்டும்.

ஆகவே நாம் ஒவ்வொருவரும் தவிர்க்க முடியாமல் நிகழ்கின்ற துரதிர்ஷ்டங்களை ஏற்றுக் கொள்வதற்கான தயார் நிலையில் இருக்க வேண்டும். வாழ்க்கை என்பது அனுபவிப்பதற்காக மட்டும் ஏற்பட்ட ஒன்று அல்ல. வாழ்வதற்காகவும் ஏற்பட்ட ஒன்றாகும்.

குறை சொல்லி அலுத்துக் கொள்வதால் பயனில்லை. குறை சொல்லும்போது எது வாழ்க்கையில் மகிழ்ச்சி அனுபவம், எது வாழ்க்கையில் துரதிர்ஷ்டம் என்பதையும் சரியாகத் தெளிவு படுத்த நமக்குத் தெரிய வேண்டும்.

வாழ்க்கையில் தவிர்க்க முடியாத துரதிர்ஷ்டம் என்று மரணத்தை நம்மால் சொல்ல முடியுமா? நீங்கள் நேசிக்கின்ற ஒருவரின் மரணமாக வேண்டுமானால் இருக்கட்டும். அல்லது உங்களுடைய மரணமாகவே வேண்டுமானாலும் இருக்கட்டும். வாழ்க்கை என்பது கடிகாரத்தின் டிக் டிக் ஓசை போலவும், ஒவ்வொரு நாளும் அந்த ஓசை பெரிதாகிக் கொண்டே போய் முடிவில், மரண மணியோசையாக ஆகி விடுகிறது என்று நீங்கள் நினைக்கிறீர்களா? யாருக்காக அந்த மணி ஒலிக்கிறது என்று நீங்கள் கேட்கத் தேவையில்லை. அது உங்களுக்கேத் தெரியும்.

வாழ்க்கையில் டிக் டிக் ஓசை ஒலித்துக் கொண்டிருக்கும் போதே ஸ்விஃப்ட் எழுதிய வாசகத்தை நீங்கள் யோசித்துப் பார்க்கலாம். ''இயற்கையானதும் தேவையானதும் எங்கும் எப்போதும் நிகழக் கூடியதும் ஆன மரணத்தை மனித இனத்துக்குத் தீமையான ஒன்றாக இறைவன் உருவாக்கியிருக்க முடியாது.''

டிக் டிக் ஓசை பெயர் தெரியாத ஒரு ஆசிரியர் சொல்லியுள்ள விஷயங்களை நினைவுப்படுத்துகின்றன. அந்த ஆசிரியர் சொல்லுகிறார்:

"வாழ்க்கை என்கிற கடிகாரத்திற்கு ஒருமுறைதான் சாவி கொடுக்கப்படுகிறது. அந்தக் கடிகாரத்தின் முட்கள் சீக்கிரமே நின்று போகுமோ அல்லது அதிக காலம் கழித்து நின்று போகுமா என்பதை எவருமே சொல்ல முடியாது. இப்போது இருக்கின்ற காலம்தான் உங்களுக்குச் சொந்தமானது. மன உறுதியோடு வாழ்க்கை நடத்துங்கள். அன்பு செலுத்துங்கள். உழைத்துக் கொண்டிருங்கள். நாளைய தினத்திடம் நம்பிக்கை வைக்கா தீர்கள். ஒருவேளை நாளைக்குக் கடிகாரம் நின்று போய் விடலாம்."

நாம் எவ்வளவு காலம் வாழ்கிறோம் என்பது நம்முடைய கட்டுப்பாட்டுக்கு அப்பாற்பட்ட விஷயம். ஆனால் வாழ்க்கையின் மற்ற பரிமாணங்களை உங்களுடைய கட்டுப்பாட்டிற்குள் வைத்திருக்க முடியும். அதனுடைய ஆழம், அகலம், உயரம் ஆகியவை உங்களுடைய கட்டுப்பாட்டுக்கு உட்பட்டவையே. இந்த பரிமாணங்களுக்குள் வாழ்க்கை என்கிற அதிசயத்தை நீங்கள் வாழ முடியும். திரும்பவும் நிகழ முடியாத அதிசயம் இது. வாழ்க்கை என்பதே இதுதான்.

வாழ்க்கை என்பது ஓர் அற்புதமாக இருப்பதினால்தான் அதன் நிபந்தனைகள் என்ன என்பதை நம்மால் விளக்க முடியவில்லை. துரதிர்ஷ்டம் என்பது என்ன என்று நமக்குத் தெரியாவிட்டாலும், அது எது இல்லை என்பதை நமக்குச் சரியாகச் சொல்லத் தெரியாவிட்டாலும், பச்சோந்தியைப் போல, நாம் பார்க்கின்ற தன்மையைப் பொருத்து, கெடுதல் என்கிற தன்மையில் இருந்து நல்லது என்கிற தன்மைக்கு அது தன்னை மாற்றிக் கொள்ளக் கூடியது. ஆகவே நாம் அதைச் சந்திக்க எப்போதும் தயார் நிலையில் இருக்க வேண்டும்.

துரதிர்ஷ்டம் என்கிற தவிர்க்க முடியாத ஒன்றிற்கு நாம் நம்மைத் தயார்ப்படுத்திக் கொண்டுவிட்ட பிறகு அதிலேயே கிடந்து உழல வேண்டிய அவசியம் இல்லை. இதுவும் மாறிவிடக் கூடியது என்ற எண்ணத்தோடு அதை ஏற்றுக் கொண்டால், அழித்துவிட முடியாது என்கிற நம்பிக்கையுடன் இருக்க வேண்டும். ஏற்கெனவே நாம் தயார் நிலையில் இருப்பதால், துரதிர்ஷ்டம் நம்மை ஆச்சரியப்படுத்தாது. மன அமைதியுடன் அதை ஏற்றுக் கொள்ளுகின்ற பக்குவம் நமக்கு வந்து விடும்.

வாழ்க்கைப் பாதையில் தவிர்க்க முடியாமல் சந்திக்க வேண்டிய துரதிர்ஷ்டத்தைச் சந்திப்பதற்கு நாம் தயார் நிலையில் இருந்த பிறகு, வாழ்க்கைப் பயணத்தை அமைதியுடனும், நம்பிக்கையுடனும் நடத்த முடியும்.

'முன்னெச்சரிக்கை பெறுவது தகுந்த ஆயத்தங்களோடு இருப்பதாகும்'' என்று ஒரு வாசகம் உண்டு. மகிழ்ச்சியோ, துக்கமோ வாழ்க்கையின் எது ஏற்பட்டாலும் அதை ஏற்கின்ற தயார் நிலையில் இருக்கின்றபோது, கற்பனைக் கண்ணோட்டங்கள் அகன்று, யதார்த்தமான வாழ்க்கை நோக்கு ஏற்பட்டு விடுகிறது.

உணர்ச்சிபூர்வமாக, மன அளவில், ஆன்மிக கண்ணோட்டத்திலும், வெற்றிகளையும் சரிவுகளையும், ஒரே மாதிரியாக ஏற்று நடக்க நாம் தயாராகி விட்டால் வாழ்க்கை சலனமற்ற நீரோட்டம் ஆகிவிடும்.

அச்சமின்றி தயார் நிலையில் நம்மால் இருக்க முடியும். தயார் நிலையில் இருக்கின்றபோது வாழ்க்கையின் தவிர்க்க முடியாத ஏற்றத்தாழ்வுகளை சலனமின்றி சமாளிக்கின்ற மனப்பக்குவம் நமக்குக் கிடைத்து விடுகிறது.

32

பேசுங்கள்.. வெற்றிபெறுவதற்காக

நீங்கள் எப்படிப் பேசுகிறீர்கள்... என்ன சொல்லுகிறீர்கள்... யாருக்கு அதைச் சொல்லுகிறீர்கள்... எப்போது.. என்பதெல்லாம் உங்கள் வாழ்க்கையின் வெற்றியை நிர்ணயிக்கின்ற விஷயங்களாக அமையக் கூடும். மேலே உள்ள விஷயத்தைக் கவனமாகப் படியுங்கள். திரும்பத் திரும்பப் படியுங்கள். இந்தப் புத்தகத்தில் சொல்லப்பட்டுள்ள முக்கிய விஷயங்களில் அது ஒன்றாக இருக்கலாம்.

(1) எப்படிப் பேசுவது...

(2) எதைப் பேசுவது...

(3) யாரிடம் அதைப் பேசுவது...

(4) எப்போது அதைப் பேசுவது...

-இவற்றைப் பற்றி எல்லாம் தனிப் புத்தகமே எழுத வேண்டும். ஒரு அத்தியாயத்தில் சொல்லி முடித்துவிட முடியாது. ஆகவே இந்த அத்தியாயத்தில் சில நடைமுறை சாத்தியமான யோசனைகளை மட்டும்தான் நாம் பரிசீலிக்க முடியும். இதுபற்றி மேற்கொண்டு தகவல்கள் தெரிந்து கொள்ள வேண்டுமானால் அதற்கென்று உள்ள விசேஷமான புத்தகங்களில் படித்துத் தெரிந்துக் கொள்ளலாம்.

'சரளமாகப் பேசுவது' எப்படி என்பதில் ஆரம்பிக்கலாம். ஏனெனில் சரளமாகப் பேசுவது இன்றியமையாத ஒன்றாகும். மிக மோசமான உதாரணம் ஒன்றில் ஆரம்பிக்கப் போகிறேன், அதாவது, என்னைப் பற்றி நான் சொல்லப் போகிறேன்.

என்னையே நான் உதாரணமாகக் கூறிக் கொள்வதற்கு இரண்டு காரணங்கள் உண்டு. நான் சிறுவனாக இருந்தபோது, தட்டுத் தடுமாறாமல் என்னால் எதையும் பேச முடியாது. பள்ளியில் பேச வேண்டிய பாடத்தில் கூட, என் நிலை உணர்ந்து எனக்கு விதி விலக்கு அளித்து இருக்கிறார்கள். என்னை நானே உதாரணமாகக் கூறிக் கொள்வதற்கு மற்றொரு காரணம் உண்டு. பேச முடியாத நிலையில் இருந்த நான், சரளமாகப் பேசுகின்ற நிலையினை எப்படிப் பெற்றேன் என்று உணர்த்துவதாகும்.

சரளமாகப் பேசுவதற்கு வழி, பேசுவதுதான் என்பதை என்னுடைய அனுபவத்தில் இருந்து நான் தெரிந்து கொண்டேன்.

என்னைப் போலவே நீங்களும் இருந்தால், வாழ்க்கையின் இரண்டு விஷயங்களை முதலில் நன்றாகத் தெரிந்து கொள்ள வேண்டும். (1) காரியத்தைச் செய்யுங்கள். அது உங்களுக்கு சக்தியைக் கொடுக்கும். (2) எதைச் சுலபமாகச் செய்ய முடியுமோ அதை முதலில் ஆரம்பித்து, படிப்படியாக கஷ்டமான விஷயத்திற்குச் செல்லுங்கள்.

பேச்சில் எனக்கு ஏற்பட்ட தடுமாற்றம், எப்போதும் அதைப் பற்றியே தான் சிந்தித்துக் கொண்டு இருந்ததால் ஏற்பட்டதாகும். பலருடைய பேச்சிலும் தடுமாற்றம் ஏற்படுவதற்கு இதுவே காரணம். அதிலிருந்து நான் எப்படி விடுபட்டேன் என்பதை சுருக்கமாகக் கூறியிருக்கிறேன். படித்துப் பயன் பெறுங்கள்.

முதலில் செயல்படுங்கள். சக்தி உங்களுக்குத் தானாகவே வரும். ஆகவே நான் பேச ஆரம்பித்து... பேசிக் கொண்டே இருந்தேன். முன்னர் சொன்னதைப் போல, சுலபமாக செய்யக்

கூடியதை முதலில் செய்து பின்னர் படிப்படியாக கஷ்டமான வற்றைச் செய்ய ஆரம்பித்தேன்.

பேசுகின்றபோது எனக்கு வாய் திக்கியதால், எனக்கு நானே மௌனமாக பேசிக் கொள்ள ஆரம்பித்தேன். பேசுவதற்குத் தேவையான அனைத்தையும் செய்தேன். திட்டமிட்டு ஓசையில் லாமல் பேசுகின்ற பயிற்சியைச் செய்தேன். நான் தனிமையில் இருந்ததால், பேசுகிறேன் என்கிற சுய உணர்வு இல்லாமல், ஓசையின்றி பேசியபோது பேச்சில் எனக்குத் தடுமாற்றம் ஏற்படவில்லை. பிறகு குரலைத் தாழ்த்திப் பேசினேன். பிரச்சினை எதுவும் தோன்றவில்லை. தாழ்த்திய குரலை உயர்த்திக் கொண்டபோனேன். சாதாரணமாகப் பேசும் குரலில் பேச ஆரம்பித்தேன்.

முதலில் கண்ணாடி முன் நின்றுபேசினேன். பின்னர் தனி நபர்களிடம் பேசினேன். அதன் பின் சிறு குழுக்களிடம் பேசினேன். திருமணங்களில் பேசினேன். மத நிகழ்ச்சிகளில் பேசினேன். அமெரிக்க அமைச்சரவையின் உறுப்பினர் ஒருவர் பேசியக் கூட்டத்தில் அவரோடு சேர்ந்து பேசினேன். கடைசியாக 'வாய்ஸ் ஆஃப் அமெரிக்கா' ரேடியோ நிகழ்ச்சியில், உலகம் பூராவும் ஒலிபரப்பப்படும் நிகழ்ச்சியில் பங்கேற்றுப் பேசினேன்.

திக்கித் திக்கிப் பேசிய என்னாலேயே இந்தச் சாதனைப் புரிய முடிந்தது என்றால், சாதாரணமாகப் பேசுகின்ற நீங்கள் சரளமாகப் பேசுகின்ற பழக்கத்தை எளிதில் ஏற்படுத்திக் கொண்டுவிட முடியும். எல்லோரிடமும் பேசுங்கள். எதைப் பற்றியாவது பேசுங்கள். சொற்பொழிவு நிகழ்த்த வேண்டிய அவசியமில்லை. சிறு சிறு அபிப்பிராயங்களை அவ்வப்போது, நகைச்சுவையுடன், நட்புணர்வுடன் சொல்லிக் கொண்டிருந்தால் போதும்.

பதிலை நீங்கள் எதிர்பார்க்காதபோது அது உங்களுக்குக் கிடைக்க வழியில்லை. உரையாடல் நீடிக்க வேண்டுமென்றால் கேள்வி கேளுங்கள். ஒரு உரையாடலை, புதிதாகப் பழகுகின்ற

ஒருவரிடமோ அல்லது தெரிந்த ஒருவரிடம் புதிய விஷயங்களைப் பற்றிக் கேட்கும் போதோ, உங்களுக்கு அது சம்பந்தமான சில தகவல்கள் தெரியவில்லை என்பதை முதலில் ஒப்புக் கொண்டுவிட வேண்டும். பிறகு அது சம்பந்தமாக உங்களுக்கு என்ன தேவை என்பதைக் கேளுங்கள். ஒழுங்காகக் கேட்கத் தெரிந்து கொண்டு விட்டால், நிறையத் தகவல்கள் கிடைக்கவும், அதைச் சொல்லுகின்றவர் எவ்வளவு நேரத்தை வேண்டுமானாலும் உங்களுக்காகச் செலவிடுவதற்குத் தயாராகவும் இருப்பார் என்றும் ஒரு பிரபல உரையாடல் நிபுணர் கருத்து தெரிவிக்கிறார்.

பல வகையான மனிதர்களோடு பல்வேறு விஷயங்களைப் பற்றி உரையாடுவது சரளமாகப் பேசுவதற்கு ஒரு வழி என்பதால் கேள்வி கேட்கின்ற கலையை நீங்கள் கற்றுக் கொள்வது அவசியம். 'வெற்றி பெறப் பேசுங்கள்' என்று நான் சொல்லுகின்றபோது, 'வெற்றி பெறுவதற்குக் கேள்வி கேளுங்கள்' என்று சொல்லுவதாகத்தான் அர்த்தம். இதை எப்படிச் செய்வது என்று இனி பார்ப்போம்.

1. நீங்கள் வெற்றி பெறுவதற்குத் தேவையான தகவல்களைக் கொடுக்கும்படி மற்றவர்களைக் கேளுங்கள்.

2. மற்றவர்கள் நீங்கள் வெற்றி பெறுவதற்கு எவ்வாறு உதவ வேண்டும் என்று விரும்புகிறீர்களோ அதைக் கேளுங்கள்.

3. நீங்கள் வெற்றி பெற மற்றவர்கள் உங்களுக்கு எதை அளிக்க வேண்டும் என்று நினைக்கிறீர்களோ அதைக் கேளுங்கள்.

எல்லோருமே, கேட்கிறபடி கேட்கும்போது, தங்களால் முடிந்த உதவிகளைச் செய்யவே விரும்புகிறார்கள். அதேசமயம் நீங்கள் கேட்கின்ற அனைத்தையும் மற்றவர்களால் செய்து விடவும் முடியாது. ஆனால் சராசரி விதி என்கிற ஒன்று இருக்கிறது. அதன்படி, கேட்கிறபடி கேட்டால் போதுமான

எண்ணிக்கையில் உங்களுக்கு உதவி செய்கின்றவர்கள் கிடைப் பார்கள்.

இது தொடர்பான சில விஷயங்களை நினைவுப்படுத்திக் கொள்ள இருபதாவது அத்தியாயத்தை மறுபடியும் படித்துப் பாருங்கள். ஒவ்வொருவரும் தங்களைப் பற்றியே பேச விரும்புகிறார்கள். அவர்கள் அப்படி பேசுகின்றபோது, அதை கவனமுடன் கேளுங்கள். இப்படிச் செய்கின்றபோது அவர்களிடம் தொடர்ந்து என்ன பேச வேண்டும் என்பதற்கான விஷயம் உங்களுக்குக் கிடைத்துவிடுகிறது. சரளமாகப் பேசிப் பழக அது உங்களுக்கு உதவி செய்கிறது.

நேரத்தில் பெரும் பகுதியை கேட்பதற்காகவே பயன்படுத்தி விட்டால், பேசிப் பழகுவதற்கு எங்கே நேரம் இருக்கும்? உரையாடலின்போது நீங்கள் உற்சாகமாக பங்கேற்க வேண்டும். சுருக்கமாகப் பேசலாம். ஆனால் சுறுசுறுப்பாகப் பேச வேண்டும். அதுவே பயிற்சிதான். போதுமான பயிற்சி அல்ல. சரளமாகப் பேசுவதற்கு கற்றுக் கொள்வதற்குச் சிறந்த முறை அதிகமாகப் பேசுவதாகும். அவ்வாறு அதிகமாக நீங்கள் பேச ஆரம்பித்தால், மற்றவர்கள் சலிப்படைவார்கள். ஆகவே நீங்களே தனிமையில் பேசிப் பழக வேண்டும். அது எப்படி?

உங்களுக்கு நீங்களே உரத்துப் பேசிக் கொள்ளுங்கள். தொடர்ந்து பேசிக் கொள்ளுங்கள். வானொலியில் அறிவிப்பாள ராக உங்களை எண்ணிக் கொண்டு பேசுங்கள். தனிமையில் இருந்தால் வீட்டிற்குள்ளேயே ஒரு அறையில் இருந்து இன்னொரு அறைக்குச் செல்ல நீங்கள் பார்க்கின்றவற்றை வர்ணித்துப் பேசுங்கள். சாதாரண உரையாடல் குரலில் பேசுங்கள். தொடர்ந்து பேசுங்கள், மேஜை நாற்காலிகளைப் பற்றி பேசுங்கள்.. எங்கே வாங்கினீர்கள், எப்போது வாங்கினீர்கள்.. அவற்றை மாற்ற வேண்டுமா? அல்லது ரிப்பேர் செய்ய வேண்டுமா... இப்படி எதையாவது பேசுங்கள். சுவர்கள், கூரை, தரை, அறையில் உள்ள

எதைப் பற்றி வேண்டுமானாலும் பேசுங்கள். தொடர்ந்து, சரளமாகப் பேசுங்கள்.

அல்லது உங்கள் காரில் ஏறி நகரைச் சுற்றி வாருங்கள். நீங்கள் பார்க்கின்றவற்றை ஒரு பயண விமர்சகரைப் போல சொல்லிக் கொண்டே வாருங்கள். உரையாடல் குரலில் சுவாரஸ்யமாக தொடர்ந்து சொல்லிக் கொண்டே இருங்கள். வீட்டில் இருந்து உங்கள் அலுவலகத்திற்குச் செல்லும் போதும், அங்கிருந்து திரும்பி வரும்போதும் இதுபோலவே பேசிப் பழகுங்கள்.

உங்களைப் போலவே பேசிப் பழக விரும்புகின்ற நண்பர் இருந்தால் அவரையும் உங்களுடன் சேர்த்துக் கொண்டு மேலே சொன்னவாறு பார்க்கின்ற காட்சிகளை பற்றி இருவரும் ஒருவர்க்கு ஒருவர் உற்சாகமாகப் பேசிக் கொள்ளுங்கள்.

இப்படியெல்லாம் செய்கின்றபோது உங்களுடைய குரலின் தன்மையை மேலும் சிறப்பாக்கிக் கொள்ளுவதில் கவனம் செலுத்துங்கள். பேச்சுக் கலையில் வல்லவர் ஒருவர் கிடைத்தால் அவரிடம் பயிற்சி பெறுங்கள்.

நீங்கள் யாருடன் பேசுகிறீர்கள் என்பது முக்கியமானது. வெற்றி பெற்ற மனிதர்களோடு நீங்கள் பேசுகின்றபோது, அது உங்களுடைய வெற்றி வாய்ப்பை அதிகரிக்கும். ஒவ்வொருவரும் தாங்கள் பாராட்டப்பட வேண்டும், போற்றப்பட வேண்டும் என விரும்புகின்றவர்களாக இருப்பதால் அதை எப்போதும் கவனத்தில் வைத்தபடி இருங்கள்.

அவர்களுக்கு விருப்பமான விஷயங்களை நீங்கள் பேசுகின்ற போது, அவருக்கு அக்கறை உள்ள விஷயங்கள் பற்றி நளினமாக அவ்வப்போது ஆலோசனைகளை வழங்குங்கள். புதிய எண்ணங்களைத் தெரிவியுங்கள். அதேசமயம் ஜாக்கிரதையாகத் தெரிவியுங்கள். இப்படிச் செய்தால் என்ன என்பது போன்ற கேள்வி வடிவில் உங்கள் யோசனைகளைக் கூறுங்கள்.

அப்படிக் கேள்வி வடிவில் நீங்கள் கூறும் ஆலோசனைகள் நிராகரிக்கப்படுமானால், 'நானும் அப்படித்தான் நினைத்தேன். உங்களுக்கு அதிக அனுபவம் இருப்பதால் உங்களுடைய அபிப்ராயத்தையும் கேட்டேன்' எனச் சொல்லி விடலாம். உங்கள் ஆலோசனை ஏற்கப்பட்டால், அது உங்களுக்குப் பெருமை அளிக்கின்ற விஷயமாகி விடுகிறது. கேள்வி வடிவில் நீங்கள் ஆலோசனைகளைக் கூறும்போது எந்தவிதமான பாதிப்பும் இல்லாமல் உங்களுக்குப் பலன் கிடைக்க வாய்ப்பு இருக்கிறது.

வெற்றி பெறுவதற்கு எப்படிப் பேசுவது என நீங்கள் கற்றுக் கொண்ட பிறகு சரளமாகப் பேசி எந்தக் காரியத்தையும் சாதித்துக் கொள்ளுவது உங்களுக்குச் சுலபமாகி விடுகிறது.

33

ஆரோக்கியத்திற்கு... பேசுங்கள்

உண்மையில் இந்த அத்தியாயத்தின் தலைப்பு 'மன ஆரோக்கியத்திற்கு, பேசுங்கள்' என்பதாக இருப்பதுதான் பொருத்தமாக இருக்கும். புற்றுநோய் போன்ற கடுமையான வியாதிகளில் இருந்து, பேசுவதன் மூலம் நிவாரணம் பெற்று விட முடியாது. சிலர் நம்பிக்கையின் மூலம் இத்தகைய வியாதிகளை குணப்படுத்திவிட முடியும் எனச் சொல்லி, முறையான மருத்துவத்தில் இருந்து திசை திருப்பிக் கொண்டிருக்கிறார்கள்.

எல்லா வியாதிகளுக்கும் ஒரே நிவாரணத்தை நம்புவது ஆபத்தானது என எச்சரித்த பிறகு, பேசுவதன் மூலம் குணப் படுத்துகிற சக்தி எப்படிக் கிடைக்கின்றது என்பதை நான் எடுத்துச் சொல்லப் போகிறேன். மன ஆரோக்கியத்தைப் பற்றிச் சொல்லு முன் இந்த அத்தியாயத் தலைப்பில் சொல்லப்பட்டுள்ள 'ஆரோக்கியம்' என்கிற சொல் எந்த அர்த்தத்தில் பயன்படுத்தப் பட்டிருக்கிறது என்பதையும் விளக்கமாகச் சொல்லப் போகிறேன்.

முதலில் எந்த நோயும் முழுமையாக மனதைப் பொறுத்தது என்றோ, உடலைப் பொறுத்தது என்றோ சொல்லிவிட முடியாது. பொதுவாக வியாதிகள் இரண்டோடும் தொடர்புடையவையாக இருக்கின்றன. விகிதாசாரத்தில் பெரிய வித்தியாசங்களாக

இருக்கலாம். சில நோய்கள் அதிக அளவில் மனதையும், வேறு சில நோய்கள் பெரிய அளவில் உடலையும் பொறுத்ததாக இருக்கலாம். ஆனால், ஏதோ ஒரு விதத்தில் உடலுடனும், மனதுடனும் தொடர்பு கொண்டவையாகவே இருக்கின்றன.

பெரும்பாலான நோய்கள் அடிப்படையில் மனதுடன் தொடர்பு கொண்டவையாக இருப்பதை பலரும் உணருவ தில்லை. அப்போதும் கூட அவற்றின் விளைவுகள் உடலில் வெளிப்படுகின்றன. மனதின் காரணமாக ஏற்படும் நோய்கள் என்று இவற்றை சொல்லலாம். மனதில் ஏற்படுகின்ற தாக்கம் உடல் கோளாறுகளால் வெளிப்படுகின்றன. மருத்துவமனை களில் உள்ள பாதிக்கும் மேற்பட்ட நோயாளிகள் மனதால் விளைந்த உடல் கோளாறுகளை உடையவர்களாகவே இருக்கி றார்கள். உடலில் ஏற்படும் கோளாறுகள் பெரும்பாலானவை மனதின் தாக்கத்தால் ஏற்படுகின்றன என்பதற்கு புதுப்புது ஆதாரங்கள் கிடைத்த வண்ணம் இருக்கின்றன. சிலர் தொண்ணூறு சதவிகிதம் வியாதிகளுக்கு மனமே காரணம் என்கிற முடிவுக்குக் கூட வந்திருக்கிறார்கள்.

விபத்தில் கைகள் பாதிக்கப்படும் ஒருவன் உடலுக்கு ஏற்பட்ட பாதிப்பாகத்தான் அதைக் கருதுகிறான். அது உண்மையும் கூட. ஆனால் அவனுடைய ஆழ்மனதில் ஏற்பட்ட ஏதோ ஒன்றுதான் அந்த விபத்து அவனுக்கு ஏற்படக் காரணமாக இருந்தது என்பதை அவன் உணராமல் கூட இருக்கலாம். சிலர் குருடாகவோ அல்லது அரைகுறை பார்வை உடையவர்களாவோ ஆகிவிடக் கூடும். தங்களுக்குப் பிடிக்காத சிலவற்றில் இருந்து தங்களை விலக்கிக் கொள்ள, அல்லது வாழ்க்கையின் யதார்த்தங்களில் இருந்து தப்பித்துக் கொள்ள, அல்லது மறைந்திருக்கும் குற்ற உணர்வுக்கு தங்களைத் தாங்களே தண்டித்துக் கொள்ள - இப்படி எத்தனையோ மனது சம்பந்தப்பட்ட காரணங்களினால், அவர்களுக்குப் பார்வைக் கோளாறு ஏற்பட்டிருக்கலாம்.

அமெரிக்காவில் இருந்து வெளிவருகின்ற 'டைம்' பத்திரிகை ஒரு புள்ளி விவரத்தைக் கொடுத்திருக்கிறது. 'அமெரிக்காவின் மனவியல் முறையில் சிகிச்சை அளிக்கின்றவர்கள் ஏறத்தாழ பதினைந்தாயிரம் பேர் இருக்கிறார்கள். இவர்கள் தவிர அங்குள்ள மனோதத்துவ நிபுணர்கள், மனோதத்துவ அடிப்படையில் சமூக சேவையில் ஈடுபட்டுள்ள அனைவரும் சேர்ந்தால் கூட - இவர்கள் அனைவரும் தொழிலுக்காக செலவழிக்கும் நேரத்தை முழுமையாகச் செலவழித்தால் கூட - மனதின் காரணமாக நோய்வாய்ப்பட்டுள்ளவர்களில் பத்துப் பேரில் ஒருவருக்குத்தான் சிகிச்சை அளிக்க முடியும், என 'டைம்' பத்திரிகை ஒரு கணக்கு கொடுத்திருக்கிறது.

ஆகவே இந்தப் பிரச்சினைக்கு ஒரு தீர்வை சொல்லி முடியும் என நான் நடிக்கத் தயாராய் இல்லை. ஆனால் மனது சம்பந்தப்பட்ட, உணர்ச்சிகள் சம்பந்தப்பட்ட சில நோய்களை வெற்றிகரமாகக் குணப்படுத்தக்கூடிய ஆலோசனை ஒன்றை சொல்லப் போகிறேன்.

உங்கள் மனதில் புழுங்கிக் கொண்டிருக்கும் ஒன்றை வெளிப்படையாகப் பேசுங்கள். அத்தகைய உணர்ச்சிகளை மனதிற்குள்ளேயே போட்டுப் பூட்டி வைக்காதீர்கள். அவ்வாறு நீங்கள் பூட்டி வைத்தால், ஆபத்தான நிலையில் அது வெடித்து வெளிப்படக் கூடும். அமெரிக்காவின் பிரபல மனவியல் நிபுணர் டாக்டர் கார்ல் மெனிங்கர் இந்த முறையை 'பேசித் தீர்ப்பது', 'பேசி வெளிப்படுத்துவது' எனக் குறிப்பிடுகிறார்.

'மனதின் காரணமாக பலவிதமான நோய்கள் ஏற்படுகின்றன என்று சொல்லுவதை விட, மனதின் காரணமாக ஏற்படுகின்ற நோய் படிப்படியாக பல்வேறு நிலைகளை அடைகிறது' என டாக்டர் மெனிங்கர் குறிப்பிடுகிறார்.

விரும்பத்தகாத எண்ணங்கள் அல்லது செயல்கள் ஆகியவற்றை மனதிற்குள்ளேயே அழுத்தி வைக்கும்போது, உணர்ச்சி

இறுக்கம் ஏற்பட்டு, ஆபத்தான நிலையை அடைகிறது. இவ்வாறு அடைத்து வைப்பதற்குப் பதிலாக உணர்ச்சிகளை வெளியே கொட்டி விட்டால் மன இறுக்கம் நீங்கி விடுகிறது.

மனதிற்குள் புதைந்துள்ள விஷயங்களை வெளியேற்றி விடுவது அவசியம். நோயாளி அழுத்தி வைக்கப்பட்டுள்ள விரும்பத்தகாத சிந்தனைகளை வெளிப்படுத்துவதே ஒரு சிகிச்சை முறையாகும். ஃபிராய்டு முதன் முதலாக மனோதத்துவ பரிசோதனையை உருவாக்கியபோது இதைத்தான் சொன்னார்.

மனம் சம்பந்தப்பட்ட வியாதி இருக்கின்றபோது மனவியல் நிபுணரை அணுகி ஆலோசனை பெறுவது தான் சிறந்த வழி. இங்கே சொல்லப்பட்டு இருப்பது ஓர் எளிய யோசனை மட்டுமே. ஆழ் மனதில் அழுத்தி வைக்கப்பட்டுள்ள விஷயங்களை வெளிக் கொண்டுவர மனவியல் நிபுணரால் மட்டும்தான் முடியும். ஆனால் உங்களுடைய உணர்ச்சி இறுக்கத்திற்கோ, மன இறுக்கத்திற்கோ காரணம் 'இதுதான்' என்று உங்களுக்குத் தெளிவாகத் தெரிந்திருக்குமானால், பேசுவதன் மூலம் அதை நீங்கள் வெளியேற்றிக் கொண்டுவிட முடியும்.

அவ்வாறு பேசுவது என்று நீங்கள் முடிவெடுத்த பிறகு, யாரிடம் பேசுவது எனத் தீர்மானிக்க வேண்டும். இது மிக மிக முக்கியமானது.

இயற்கையாகவே மனவியல் நிபுணர்தான் நீங்கள் பேசுவதற்குப் பொருத்தமானவர். எளிய, மனம் தொடர்பான நோய்களை அவர்களால் சுலபத்தில் குணப்படுத்திவிட முடியும். அடுத்த படியாக உங்களுடைய குடும்ப டாக்டர் நீங்கள் பேசுவதற்குப் பொருத்தமானவர். உங்களைப் பற்றி நன்கு தெரிந்தவராகவும் அவர் இருப்பார். உங்கள் நம்பிக்கைக்குப் பாத்திரமான பெரியவர் எவருடனும் நீங்கள் மனம் விட்டுப் பேசலாம். உங்கள் கணவரிடமோ அல்லது மனைவியிடமோ உங்கள் மனதை அரித்துக் கொண்டிருக்கும் விஷயத்தை மனம் விட்டுப் பேசலாம். கணவன் அல்லது மனைவியின் அனுசரணை இந்த விஷயத்தில்

மிகவும் உதவிகரமாக இருக்கும். சரியான மனிதரை தேர்ந் தெடுத்து நீங்கள் பேச வேண்டும். வெறும் வம்பு பேசுகின்ற வரிடம் உங்களுடைய மனதைத் திறந்து காட்டிப் பயனில்லை.

மனச் சுமையை இறக்கி வைக்க கற்றுக் கொள்ளுங்கள். உங்கள் மனதைக் குடைவது எதுவானாலும், அதனை உடனுக்குடன் பேசி வெளியேற்றி விடுங்கள்.

பலர் முன்னிலையில் பேசுவதற்கு தயக்கம் உடையவராக நீங்கள் இருந்தால், அந்தக் குறையைப் போக்கிக் கொள்ள ஒரு மனவியல் நிபுணரை நீங்கள் நாட வேண்டியது அவசியமில்லை. முன்னர் சொல்லி உள்ளதைப் போல் வாய்ப்பு ஏற்படுகின்ற போதெல்லாம் பேசுகின்ற முயற்சிகளை நீங்கள் மேற் கொண்டால் இந்தக் குறை நிவர்த்தி ஆகிவிடும்.

ஃபேசுவது வெற்றிக்கு மட்டும் வழியல்ல. மன ஆரோக்கியத் திற்கும் சிறந்த வழி. மனிதர்களிடம், கருத்துகளிடம், பொதுவாக வாழ்க்கையிடம் உங்களுக்கு ஒரு லயிப்பு ஏற்பட பேச்சு உதவுகிறது. நீங்கள் பங்கேற்கத் தொடங்குகிறீர்கள். மற்றவர் களிடம் இருந்து நீங்கள் ஒதுங்கி வாழ்வது உங்களுடைய மன நோய்க்குக் காரணமாகி விடக் கூடும். மனச் சோர்வு ஏற்படுகின்றபோதெல்லாம் மற்றவர்களுடன் கலந்து பழகுங்கள். சரளமாக உரையாடுங்கள்.

பேசுவது ஆரோக்கியம் தருவதற்கும், ஆரோக்கியமாக இருப்பதற்கும் ஒரு சிறந்த வழி. எல்லாவற்றையுமே அது குணப்படுத்தி விடும் என்று சொல்ல முடியாவிட்டாலும், பல குறைபாடுகளை போக்குகின்ற சக்தி அதற்கு உண்டு. மன இறுக்கத்தைக் குறைக்கும் பயத்தை வெற்றிக் கொள்ள உதவும். மனச் சோர்வை நீக்கும். பேசுவதின் அனுகூலங்களை அடுக்கிக் கொண்டே போகலாம். ஆனால் உங்கள் பிரச்சினை எதுவானாலும் அதைத் தீர்ப்பதற்கு பேசுவது ஒரு வழி. பேச்சு எந்த அளவுக்கு உங்களுக்கு உதவுகிறது என்பதை அனுபவத்தில் காண்பீர்கள்.

34

கவனிப்பது, உங்களுக்கு உதவும்

ஒவ்வொரு நாணயத்திற்கும் இரண்டு பக்கங்கள் உண்டு. கடந்த இரண்டு அத்தியாயங்களில் நாணயத்தின் ஒரு பக்கத்தைத் தான் பார்த்தோம். அதாவது பேசுவது.

இப்போது நாணயத்தைத் திருப்பி மறு பக்கத்தைப் பார்ப் போம். **அதாவது கவனிப்பது** அல்லது கேட்பது. மற்றவர் சொல்லுவதை கவனிக்காமல், பேசிக் கொண்டே இருக்கக் கூடாது. ஒன்றில்லாமல் இன்னொன்று பயனில்லை.

பேசுவதன் அனுகூலங்களைத் தெரிந்து கொண்டிருக்கிறோம். கவனித்துக் கேட்பதன் பலன்கள் என்ன என்று இப்போது கண்டறியலாம். கவனித்துக் கேட்பது உண்மையிலேயே மற்றவர் களுக்கு உதவுவது ஆகும். மற்றவர்களுக்கு உதவுவதன் மூலம் நமக்கு நாமே உதவி செய்து கொள்கிறோம்.

சென்ற அத்தியாயங்களில் ஒவ்வொருவரும் **முக்கியத்துவம் பெற வேண்டும். பாராட்டப்பட வேண்டும்** என்றெல்லாம் விரும்புகிறார்கள் என்பதைப் பார்த்தோம். இவற்றை கவனத்தில் கொள்ளும்போது மற்றவர்களுக்கு நீங்கள் திருப்தியை ஏற்படுத்து கிறீர்கள். அதாவது அவர்களுக்கு உதவி செய்கிறீர்கள்.

தங்களுக்கு முக்கியத்துவம் வேண்டும். தாங்கள் பாராட்டப் பட வேண்டும் என்று எண்ணுகின்றவர்களை திருப்தி செய்வதற்கு ஒரு வழி, அவர்கள் சொல்வதை ஆர்வத்துடன் கேட்பதாகும். அப்போது அவர்களை மதிப்பதாக அவர்கள் கருதுவார்கள். வெற்றி பெறும் வழிகளில் ஒன்று, மற்றவர்கள் விரும்புவதைப் பெறுவதற்கு அவர்களுக்கு உதவுவது ஆகும்.

ஒன்றை மறந்து விடாதீர்கள். பேசுவதன் மூலம் நீங்கள் எதையும் தெரிந்து கொள்ள முடியாது. கவனித்துக் கேட்பதின் மூலமாகத்தான் கற்றுக் கொள்ள முடியும். ஆகவேதான் நீங்கள் பேசுவதை விட அதிகமாக கவனித்துக் கேட்கப் பழகிக் கொள்ள வேண்டும்.

சரியான மனிதர்கள் பேசுவதை, அதற்குரிய அக்கறையுடன் நீங்கள் கவனிக்கத் தொடங்கினால் - வெற்றிக்கான வழியில் உங்கள் கவனம் திரும்பி விட்டதாக அர்த்தம்.

கவனித்துக் கேட்பதில் வேறு பலன்களும் இருக்கின்றன. ஒருவரின் முக்கியத்துவத்தை நீங்கள் அங்கீகரிக்கிறீர்கள். அவர்களைப் பாராட்டுகிறீர்கள் என்பதோடு மட்டுமின்றி, கவனித்துக் கேட்பதன் மூலம் மேலும் சில உதவிகளையும் அவர்களுக்குச் செய்கிறீர்கள். 'எல்லோருமே எப்போதுமே அமைதியான நிலையில் இருக்கிறார்கள் என சொல்ல முடியாது' என்று மனவியல் நிபுணர்கள் அனைவரும் ஒப்புக் கொள் கிறார்கள். மன இறுக்கம் கொண்டவர், தான் சொல்லுவதை கவனிக்க இன்னொருவர் தேவை என்று கருதுகிறார். அனுதாபத் துடன் புரிந்து கொள்ளும் தன்மையில், நம்பிக்கையூட்டும் வகையில் அவர் சொல்லுவதை நீங்கள் கவனிக்கும்போது, பெரிய உதவி தனக்குக் கிடைத்து விட்டதாக அவர் எண்ணுகிறார்.

நாம் அனைவருமே பேசுவதின் மூலமாகவும், கவனித்துக் கேட்பதின் மூலமாகவும் அன்றாட வாழ்க்கையின் இறுக்கங் களில் இருந்து விடுபடுகிறோம்.

இந்தக் காலத்தில் நாம் அடிக்கடி கேட்கின்ற பெரிய குற்றச் சாட்டே, 'நான் சொல்லுவதை யாருமே கவனிப்பதில்லை' என்பதுதான்.

சிறுபான்மையினர், ஆட்சியாளர் தங்கள் கோரிக்கைகளை கவனிக்கவில்லை என்பதற்காகக் கலவரங்களில் ஈடுபடு கிறார்கள்.

தங்களின் எதிர்ப்பும் மறுப்பும் கவனிக்கப்படவில்லை எனக் கூறி மாணவர்கள் கிளர்ச்சிகளில் ஈடுபடுகிறார்கள்.

இளைஞர்கள் தங்களுடைய எண்ணங்களை முதியவர்கள் கவனிப்பதில்லை என்று குறை கூறுகிறார்கள். முதியவர்களோ தங்களுடைய அனுபவ ஆலோசனைகளை இளைஞர்கள் கவனித்துக் கேட்பதில்லை என்று குறைப்பட்டுக் கொள்கிறார்கள்.

இப்படி எத்தனையோ எடுத்துக் காட்டுகளைக் கூறலாம். ஒன்று மட்டும் தெளிவாகிறது. நாம் எல்லோருமே இன்னொருவர் சொல்லுவதை கவனிக்கப் பழகிக் கொள்ள வேண்டும். கவனித்தால்தான் இன்னொருவர் என்ன சொல்லுகிறார் என்பதை புரிந்து கொள்ள முடியும். ஒருவரை ஒருவர் புரிந்துக் கொள்ளும் போதுதான் பரஸ்பர மரியாதையும், ஒத்துழைப்பும் கிடைக்கும்.

35

மிகவும் இருண்டு விடுகிறபோது...

உலகின் மிகப் பெரிய சரித்திர ஆசிரியர்களில் ஒருவர், நாகரிகத்தின் ஆரம்பத்தில் இருந்து வரலாற்றைப் படித்து பதிவு செய்வதற்காக வாழ்நாளை அர்ப்பணித்தவர். அவரிடம், "வரலாற்று சம்பவங்களை நீங்கள் படித்ததிலிருந்து தெரிந்து கொண்ட முக்கிய விஷயம் என்ன?" என்று கேட்டபோது, அவர் பதில் சொன்னார், "மிகவும் இருண்டு விடுகின்றபோது நட்சத்திரங்கள் வெளிவருகின்றன."

அவருடைய இந்த வாசகம் உதவக் கூடியதும், உற்சாகம் ஊட்டக் கூடியதும் ஆன மிகச் சிறந்த வாசகமாக நான் கருதுகிறேன். நீங்களும் என்னைப் போலவே இந்த வாசகத்தை நினைவில் வைத்துக் கொள்வீர்கள். உங்களுடைய இருண்ட நேரங்களில் இந்த வாசகம் உங்களுக்கு மிகுந்த பலத்தை அளிக்கும்.

"மிகவும் இருண்டு விடுகின்றபோது, நட்சத்திரங்கள் வெளிவருகின்றன."

இதற்குச் சான்றுகள் ஏராளம். அதைப் பட்டியல் போடுவது கூட சரியாக இருக்காது. ஆனாலும், அப்படியே விட்டு விடவும் எனக்கு மனமில்லை. வரலாற்றில் மூன்று முக்கிய மனிதர்களின் வாழ்க்கையில் இருந்து எடுத்துக் காட்டுகளை கூறுவதை என்னால் தவிர்க்க முடியவில்லை. பலரும் நினைத்துக் கூடப்

பார்க்க முடியாத அளவுக்கு அவர்களுடைய வாழ்க்கையில் இருள் கவிந்தது. விளக்க முடியாத அதிசயமான நட்சத்திரங்களும் உதயமாயின.

ஜான் ஸ்டூவர்ட் மில், பிற்காலத்தில் தத்துவ ஞானியாகவும் பொருளாதார நிபுணராகவும் விளங்கியவர். 1826ல் அதாவது அவருக்கு இருபது வயதாக இருந்தபோது, கடுமையான மூளை நோயினால் பாதிக்கப்பட்டார். இதன் விளைவாக அவருக்கு மிகுந்த மனச் சோர்வு ஏற்பட்டு பல மாதங்கள் தற்கொலை உணர்வுடன் வாழ்ந்தார். 1826ல் அம்மாதிரி நோயை குணப்படுத்த மருந்துகள் எதுவும் கண்டுபிடிக்கப்படவில்லை. ஆனால் அவருடைய வாழ்க்கையின் மிக இருட்டான அந்தத் தருணத்தில் நட்சத்திரங்கள் பிரகாசிக்கத் தொடங்கின. தன்னுடைய வாழ்க்கை அமைப்பை முற்றிலுமாக அவர் மாற்றி அமைத்துக் கொண்டார். தர்க்க ரீதியான சிந்தனை ஆற்றலை வளர்த்துக் கொண்டார். அவர் காலத்தின் மிக உன்னதமான தத்துவ ஞானியும் பொருளாதார நிபுணரும் எனக் கருதப்பட்டவர்களில் ஒருவராகத் தன்னை ஆக்கிக் கொண்டார்.

''இருள் அதிகமாகின்றபோது நட்சத்திரங்கள் வெளிவரு கின்றன.''

வில்லியம் ஜேம்ஸ் என்பவர் தத்துவ ஞானியாகவும், மனோதத்துவ நிபுணரும் ஆவார். இளமைப் பருவத்தில் நோஞ்சானாக இருந்தார். மனம் தொடர்பான நோயின் அறிகுறியாக அவருடைய கண்களும் வயிறும் பாதிக்கப்பட்டன. அப்போது அவருக்கு வயது இருபத்தி மூன்று. இரண்டு ஆண்டு களுக்குப் பிறகு சிகிச்சைக்காக படிப்பை நிறுத்திவிட்டு ஐரோப்பா சென்றார். ஆனாலும் மனம் சம்பந்தப்பட்ட அவருடைய நோய் மேலும் கடுமை ஆயிற்று. மிகுதியான மனச் சோர்வுக்கு ஆளாகி, பல சந்தர்ப்பங்களில் தற்கொலை செய்து கொள்ளவும் எண்ணி னார். அப்போது.. வில்லியம் ஜேம்ஸின் மிக இருண்ட அந்தக் காலக்கட்டத்தில்... நட்சத்திரங்கள் வெளிவந்தன. குடல்நோய், மனம் சம்பந்தப்பட்ட நோய் ஆகியவற்றைக் கடந்து வரலாற்றின் மிகப் பெரிய சிந்தனையாளர்களுள் ஒருவராக மாற்றம் பெற்றார்.

ஹார்வார்டு பல்கலைக் கழகத்தில் ஆசிரியராகி எங்களைப் போன்ற பலருக்கும் வழிகாட்டுகின்றவர் ஆனார்.

''இருள் அதிகமாகின்றபோது நட்சத்திரங்கள் வெளிவருகின்றன.''

டாக்டர் கார்ல் மெனிங்கர் உலகப் புகழ் பெற்ற மனவியல் நிபுணர். அவர் தன்னுடைய நூலில் **ஆபிரகாம் லிங்கனைப் பற்றி ஒரு தகவலைச் சொல்லுகிறார்.** ஆபிரகாம் லிங்கன் பலமுறை மனம் தொடர்பான நோய்களுக்க ஆளானவர் என்றும், அவருடைய நெருங்கிய உறவினர்கள் கூட அவருக்குப் பைத்தியம் பிடித்து விட்டது என்று சொல்லுகின்ற அளவுக்கு அவர் மனநோய் கொண்டவராக இருந்தார் என்றும் குறிப்பிடுகிறார். அதற்கு எடுத்துக் காட்டாக அவருடைய திருமண ஏற்பாடுகள் எல்லாம் நடந்து, திருமணத்திற்காக அனைவரும் காத்திருந்த நிலையில், மணமகனான அவர் மட்டும் வரவில்லை என்கிற நிகழ்ச்சியினைச் சுட்டிக் காட்டுகிறது. கடைசியாக அவரைத் தேடியபோது மிகவும் மனம் சோர்வுற்ற நிலையில் எங்கோ ஓர் இடத்தில் தனிமையில் இருந்தாராம்.

லிங்கனின் வாழ்க்கைப் பற்றி மூன்று ஆண்டுகள் ஆராய்ச்சிகள் செய்து அவருடைய வரலாற்றை எழுதிய டேல் கார்னகி, அவரைப் பற்றிச் சொல்லுகின்றபோது, உடல் அளவிலும், மன அளவிலும் லிங்கன் மோசமான நோய்வாய்ப்பட்டு இருந்தார் என்றும், அர்த்தமற்ற வாக்கியங்களை அடிக்கடி பேசிக் கொண்டிருப்பார் என்றும், சில சமயங்களில் தற்கொலை செய்து கொள்ளப் போவதாகப் புலம்புவார் என்றும் குறிப்பிட்டு இருக்கிறார். தற்கொலை பற்றி லிங்கன் ஒரு கவிதை எழுதி அதை ஒரு பத்திரிகையில் வெளிவரச் செய்தாராம். பயந்து போன நண்பர்கள் எப்போதும் அவர் தன்னிடம் வைத்திருந்த கத்தியை அவரிடமிருந்து பிடுங்கிக் கொண்டார்களாம்.

ஆனாலும், ஆபிரகாம் லிங்கனின் வாழ்க்கையில் மிகப் பெரிய இருள் கவிழ்ந்திருந்தபோது, அதிசயிக்கத்தக்க வகையில், நட்சத்திரங்கள் வெளிவந்தன.

அந்த நட்சத்திரங்களை நீங்கள் இப்போதும் பார்க்க முடியும். அமெரிக்க கொடியின் நீலப் பகுதியில் அந்த நட்சத்திரங்கள் இப்போதும் பிரகாசித்துக் கொண்டிருக்கின்றன. ''ஒரே தேசம், பிரிக்க முடியாதது. அனைவருக்கும் சுதந்திரமும், நீதியும் கிடைக்கும் படியாக'' (இந்த வாசகம் லிங்கனுடையது)

இல்லினாயிஸ் மாநிலத்தில் உள்ள ஸ்பிரிங்ஃபில்டு நகரில் லிங்கன் வாழ்ந்த பழைய வீடு இப்போதும் தேசியச் சின்னமாகப் பாதுகாக்கப்படுகிறது. அந்த வீட்டுக்கு அருகாமையில் வாழ்ந்த ஒரு தாய் தன்னுடைய சிறிய மகளுடன் அந்த வீட்டைத் தாண்டிச் செல்லுகின்றபோது, அமெரிக்க ஜனாதிபதியாக லிங்கன் இருந்த காலத்தில் அவர் புரிந்த சாதனைகளையும், தேசத்திற்காக அவர் தன்னுடைய வாழ்க்கையினை அர்ப்பணித்துக் கொண்ட விதத்தினையும் மகளுக்குச் சொல்வாளாம்.

ஒரு நாள் தாயும் மகளும் லிங்கனுடைய வீட்டை இரவில் கடந்து செல்ல வேண்டியிருந்தது. அது தேசியச் சின்னமாக இருந்ததால் விளக்குகள் பிரகாசமாக எரிந்து கொண்டிருந்தன. அதைப் பார்த்த அந்தச் சிறுமி, ''அம்மா, அதோ பார் லிங்கன் விளக்குகளை அணைக்காமலே எரிய விட்டு விட்டார்'' எனக் கூறினாள்.

மெய்தான், லிங்கன் விளக்குகளை எரிய விட்டு விட்டுத்தான் போய்விட்டார். உலகம் முழுவதும் பிரகாசித்து வழிகாட்டும் படியாக விட்டு விட்டுச் சென்று விட்டார். சுதந்திரம், சமத்துவம், சகோதரத்துவம் ஆகியவற்றுக்கான பாதை எல்லா இடங்களிலும் ஒளியுடன் திகழச் செய்துவிட்டார்.

வரலாற்றின் வாக்குறுதியை லிங்கனின் வாழ்க்கை நிறை வேற்றி விட்டது.

இருள் அதிகமாகும் போது நட்சத்திரங்கள் வெளிவரு கின்றன.

36

காரியத்தைச் செய்யுங்கள்,
சக்தி தானாக வரும்

அதிர்ஷ்டவசமாக, சிறு பிராயத்திலே வாழ்க்கையின் முக்கியமான உண்மை ஒன்றினை நான் கற்றுக் கொண்டேன். எமர்சனின் போதனைகளில் அது ஒன்று. ஒவ்வொரு நாள் காலையிலும் படுக்கையை விட்டு எழுந்தவுடன் மானசீகமாக எமர்சனுக்கு நன்றி தெரிவித்துக் கொள்கிறேன்.

இளமைப் பருவத்தில் நான் கற்றுக் கொண்ட உண்மை இதுதான்:

"காரியத்தைச் செய்யுங்கள்; சக்தி தானாகவே வரும்!"

இந்த எளிய வாக்கியம் வாழ்க்கையில் எனக்குச் சொல்லிக் கொடுத்தது. 'முயற்சி செய்' என்பதாகும். காரியங்களைச் சாதிப்பதற்கு நான் கேள்விப்பட்ட எந்த வாக்கியத்தையும் விட இது மிகவும் என்னை ஊக்கப்படுத்திய வாக்கியம்.

நான் நம்பாவிட்டால், ஆழமாக நம்பியிருக்காவிட்டால், **அதாவது செயல்படு, சக்தி எங்கிருந்தாவது கிடைக்கும்** என்று நம்பியிருக்காவிட்டால், நான் இப்போது செய்துள்ள முயற்சிகளில்

பாதியளவுக்குக் கூட செய்திருக்க மாட்டேன். சாதனைகளில் பாதி கூட நடந்திருக்காது.

செயல்படுவது, அதற்குத் தேவையான சக்தியைக் கொடுப்பது எவ்வாறு சாத்தியமாகிறது?

இதற்கான ஒரு பதிலை மனோதத்துவ நிபுணர்கள் கொடுத் திருக்கிறார்கள். மிதமான போக்குக் கொண்ட மனோதத்துவ நிபுணர்கள், ஒருவன் தன்னுடைய உண்மையான ஆற்றலில் பாதி கூட பயன்படுத்துவது இல்லை எனச் சொல்லுகிறார்கள். இன்னும் சிலர், பத்தில் ஒரு பங்கைதான் பயன்படுத்துகிறோம் எனச் சொல்லுகிறார்கள். எந்த மனோதத்துவ நிபுணர் சொல்வது சரியாக இருந்தாலும், நாம் ஒவ்வொருவரும் 'நம்முடைய திறமையில் ஒரு பகுதியைத்தான் பயன்படுத்துகிறோம்' என்பது தெளிவாகிறது. ஆகவே முயற்சியின் மூலமாகவும், செயலின் மூலமாகவும் அதிகமாகச் செய்ய முடியும்.

காரியத்தைச் செய்யுங்கள். அதற்கானச் சக்தி உங்களுக்கு வந்து விடும்.

ஹென்றி ஃபோர்டு பல அரிய சாதனைகள் புரிந்தவர். அவர் சுருக்கமாகவே சொல்லி இருக்கிறார். **"ஒரு காரியத்தை செய்ய முடியும் என்று நீங்கள் நம்பினாலும், அந்தக் காரியத்தைச் செய்ய முடியாது என்று நீங்கள் நம்பினாலும், இரண்டுமே சரிதான்."**

வாழ்க்கையின் மிகப் பெரிய உண்மையைப் பற்றிய மிகச் சுருக்கமான விளக்கம் இது. இருந்தபோதிலும் ஒரு காரியத்தைச் செய்ய தொடங்கும்போது நம்மிடம் சேமித்து வைக்கப்பட்டி ருக்கும் மிகப் பெரிய சக்தியை தேவையானபோது நம்மால் பயன்படுத்திக் கொள்ள முடியும். செயலை செய்யத் தொடங்கி னால் அந்தச் சக்தி தானாகவே கிடைக்கும்.

ஒருவேளை, 'நான்' என்கிற 'முனைப்பு' அதைவிட உயர்ந்த 'தான்' என்கிற 'முனைப்பிடம்' முறையிட, இவற்றை எல்லாம் தாண்டிய சர்வ சக்தியிடம் இருந்து, அந்தச் சக்தி கிடைப்பதாக இருக்கலாம்.

இதை வேறு விதமாகச் சொல்ல வேண்டுமானால், நம் முடைய நினைவு மனம், ஆழ் மனதிடம் இருந்து சக்தியைப் பெற, அதை நாம் சரியாகப் பயன்படுத்துகின்றபோது, பிரபஞ்ச சக்தியிடம் இருந்து, அது சக்தியைப் பெற்றுக்கொள்வதாக இருக்கலாம். இதை மதவாதிகள் இறை சக்தி என்று குறிப்பிடு கிறார்கள். எந்த வார்த்தைகளால் இதை விளக்கினாலும் நாம் ஒரு காரியத்தைச் செய்து முடிக்க, எல்லையற்ற சக்தியிடம் இருந்து, நமக்குத் தேவையான சக்தியைப் பெற முடியும் என்பது தெளிவாகிறது.

தாமஸ் ஆல்வா எடிசன் தன்னுடைய எண்ணங்களின் சக்தி பிரபஞ்ச வெளியில் இருந்து கிடைப்பதாக நம்பினார். அவர் சொல்லுகிறார், ''எண்ணங்கள் பிரபஞ்சவெளியில் இருந்து கிடைக்கின்றன. இது ஆச்சரியப்படத்தக்கதாகும். நம்ப முடியா தது போலவும் தோன்றலாம். ஆனால் பிரபஞ்சவெளியில் இருந்து எண்ணங்கள் கிடைக்கிறது என்பது உண்மை. ''உலகத்தில் வாழ்ந்த வேறு எவரையும்விட எடிசன் அதிகமான எண்ணங் களைப் பெற்று இருந்ததால் அவருக்கு இந்த உண்மை நன்றாகவே தெரிந்திருக்க வேண்டும்.

எண்ணங்கள் பிரபஞ்சவெளியிலிருந்து கிடைப்பது உண்மை யானால், ஒரு காரியத்தைச் செய்வதற்குத் தேவையான சக்தியும் பிரபஞ்சவெளியில் இருந்து கிடைப்பது சாத்தியமே. நிச்சயமாக ஒரு காரியத்தைச் செய்வதற்குத் தேவையான சக்தி, அந்தக் காரியம் எவ்வளவு கடினமானதாக இருப்பினும், எங்கிருந்தோ, அந்தக் காரியத்தைச் செய்கின்றபோது, நமக்குள் கிடைக்கவே செய்கிறது. இதற்கான எல்லா விளக்கங்களையும் பெறுகின்ற நிலையில் நாம் இல்லை.

தத்துவ ஞானி ஒருவர் சொன்னார்: "மனிதனுடைய அறிவு, கப்பலில் உள்ள பெரிய உருளைக் கிழங்கு மூட்டையில் ஒரு ஓரத்தில் ஒட்டிக் கொண்டிருக்கின்ற மூட்டைப் பூச்சியைப் போன்றது. அந்தக் கப்பல் எந்தச் சக்தியால் சென்றுகொண்டிருக்கிறது என்று அந்த மூட்டைப் பூச்சி எந்த அளவுக்கு அறியுமோ அதைப் போன்றதுதான் மனிதனுடைய அறிவும் ஆகும்" என்று.

காரியத்தைச் செய்வதற்குத் தேவையான சக்தி எங்கிருந்து கிடைக்கிறது என்று நமக்குத் தெரியவில்லை என்பதற்காக, அந்தச் சக்தியை நாம் பயன்படுத்திக் கொள்ளாமல் இருக்க வேண்டிய அவசியமில்லை. ஆகவே லட்சியத்தை அடைய, எப்போதும் கிடைக்கக்கூடிய பெரிய சக்தியை, பயன்படுத்தத் தயக்கம் காட்டாதீர்கள். மனிதன் எதை நினைத்தாலும், எதை நம்பினாலும், அதைச் சாதிக்க முடியும். தயக்கமோ அச்சமோ இன்றி வேலையைத் தொடங்குங்கள். செய்யத் தொடங்கி விட்டால், செய்வதற்குத் தேவையான சக்தி உங்களுக்குத் தானாவே கிடைத்துவிடும்.

37

வாழ்க்கை பூராவும் சிரித்துக் கொண்டே இருங்கள்

மிகவும் உணர்ச்சி வயப்படக்கூடிய மனிதர்களை தினந் தோறும் சந்தித்துக் கொண்டுதான் இருக்கிறேன். அவர்களைப் பற்றி சொல்லப்படுகின்ற ஒவ்வொரு அபிப்பிராயத்திலும், தங்களை அவமானப்படுத்துகின்ற ஏதோ ஒன்று மறைந்திருப்ப தாக அவர்கள் எண்ணுகிறார்கள். பயன்தரத் தக்க யோசனைகள், நளின்மான விமர்சனங்கள் - எல்லாவற்றையுமே அப்படித்தான் எடுத்துக் கொள்கிறார்கள். ஒவ்வொரு உரையாடலையும் வாதப் பிரதிவாத சவாலாகவே பாவிக்கிறார்கள்.

தன்னையே மையமாகக் கொண்ட இவர்கள் சிறிய பணி களையும் பெரிய பாரமாகப் பாவிக்கிறார்கள். அந்த பாரத்தை அவர்கள் சுமக்க வெளிப்படையான அங்கீகாரத்தையும் அளவுக்கு அதிகமான பாராட்டுதல்களையும் எதிர்பார்க்கிறார்கள். சாதாரண வேலைகள்கூட பெரியத் திட்டங்கள்போல அவர்களுக்குத் தோன்றுகிறது. தேவையான வேலைகளை வெறுக்கிறார்கள். சுமந்தே தீரவேண்டிய பாரங்களாக எண்ணுகிறார்கள். சிக்கலானத் திட்டங்கள் என்றாலோ தாங்கள் நசுங்கி விடுவதைப்போல பீதியடைகிறார்கள்.

மிகுதியாக உணர்ச்சி வயப்படுகிறவர்கள் எப்போதுமே தங்கள் உணர்ச்சி புண்படுத்தப்பட்டதைப் போன்ற நிலையில் இருக்கி

றார்கள். உடனே எதிர்ப்புணர்ச்சியைக் காட்டுகிறார்கள். அல்லது மனத்தாங்கல் அடைந்து விட்ட மௌனத்தில் ஆழ்ந்துபோய் விடுகிறார்கள். ஆகவே அவர்களுடன் பழகுகின்றவர்கள் முட்டைகளின் மீது நடப்பதைப் போல பழக வேண்டியுள்ளது.

இவர்கள் அனுதாபத்திற்கு உரியவர்களே தவிர, கண்டனத் திற்கு உரியவர் அல்லர். உண்மையில் அவர்கள் கோபப்படுவ தில்லை. துன்பத்தை அனுபவிக்கிறார்கள். இவர்களை அனுதாபத் துடன் நடத்த வேண்டிய தோழர்களாகவே நடத்த வேண்டும்.

உணர்ச்சி வயப்படுகின்றவர்கள் மகிழ்ச்சியற்ற நிலையினை எதற்காக அனுபவிக்க வேண்டும்? புகழ் பெற்ற மனோதத்துவ நிபுணர் டாக்டர் மாக்ஸ்வெல் மால்ட்ஸ் என்பவரைக் கேட்டுப் பார்ப்போம்.

தன்னிரக்கமே இதற்குக் காரணம் என்று அவர் சொல்லு கின்றார். இந்த நிலைமையினை பின்வருமாறு அவர் வர்ணிக் கிறார். "வாழ்க்கையில் ஏமாற்றம் அடைந்த இவர்கள் தங்களின் தன்னிச்சை உணர்வை பல வழிகளில் சரி செய்கிறார்கள். அதிகமாகப் புகை பிடிக்கிறார்கள், அதிகமாகக் குடிக்கிறார்கள், கடினமாக உழைக்கவேண்டும் என்று எதையாவது செய்கி றார்கள், நோக்கம் இல்லாமல் எதையாவது படித்துக்கொண்டு இருக்கிறார்கள். அல்லது மற்றவர்களிடம் கடுமையாக நடந்து கொள்ளுதல், சீக்கிரம் கோபம் அடைதல், மற்றவர்களை தேவை யில்லாமல் தொல்லைப்படுத்துதல், அல்லது மற்றவர்களிடம் குற்றம் கண்டுபிடித்தல் போன்ற காரியங்களில் ஈடுபடுகிறார்கள்."

இத்தகைய மனிதர்களை வாழ்க்கையின் எல்லா நிலை களிலும் நீங்கள் சந்திக்கலாம்.

டாக்டர் மால்ட்ஸ் கொடுத்துள்ள பட்டியலை வைத்து, அதில் ஏதாவது உங்களுக்குப் பொருந்துகிறதா என்றும் நீங்கள் பார்த்துக் கொள்ளலாம்.

மேலே சொல்லியுள்ள அறிவுரைகளைத் தவிர இவர்களிடம் காணப்படுகின்ற பொதுவான குணம் என்ன?

இவர்கள் அபூர்வமாகவே சிரிக்கிறார்கள்!

உணர்ச்சிவயப்படுகின்ற மனிதர்கள் வாழ்க்கையை சிரித்துக் கொண்டே நடத்தக் கற்றுக்கொண்டு விட்டால், தங்களை மையப்படுத்தி அனுபவிக்கும் துயரங்களில் இருந்து அவர்கள் விடுபட முடியும். புதிய அமைதியான, மகிழ்ச்சியான வாழ்க்கை யினையும் அமைத்துக் கொண்டு விட முடியும்.

சிரிக்கத் தேவையில்லாத சந்தர்ப்பங்களும் இருக்கவே செய்கின்றன. இன்னொருவரின் துக்கத்தில் அல்லது இங்கிதக் குறைவான சந்தர்ப்பங்களில் சிரிப்பதை நான் குறிப்பிடவில்லை. இம்மாதிரியான சந்தர்ப்பங்கள் மிக மிகக் குறைவாகவே இருக்கும்.

ஆஹா ஆஹா என்று வாய் விட்டுச் சிரிப்பதையும் நான் குறிப்பிடவில்லை. அமைதியான, அடக்கமான சிரிப்பைத்தான் குறிப்பிடுகிறேன். உங்களிடமே உங்களுக்கு ஓர் உற்சாகமான நோக்கை ஏற்படுத்திக் கொள்ளுங்கள். உங்களுடைய பிரச்சினை கள், கஷ்டங்கள், அவற்றை ஏற்படுத்துகின்ற சூழ்நிலைகள், அல்லது மனிதர்கள், பொதுவாக வாழ்க்கையினிடமே ஓர் உற்சாகத்தை ஏற்படுத்திக் கொள்ளுங்கள். வாய்விட்டுச் சிரிப்பது சரியாக இருக்காது என்றால், அமைதியாகச் சிரியுங்கள். **ஆனால் சிரியுங்கள்!** உங்கள் அன்றாட அனுபவங்களில் அமைதியாகச் சிரிப்பது ஆரோக்கியமான விஷயம்.

அமைதியாகச் சிரிப்பது எப்படி? இருபத்தி ஐந்தாவது அத்தி யாயத்தில் சொல்லியுள்ளதைப் போல் **கண்களால் சிரியுங்கள்.** மனதிற்குள் வேண்டுமானால் உரத்துச் சிரித்துக் கொள்ளுங்கள். இப்படிச் சிரிப்பது அதிகப்படியான உணர்ச்சிகளை சமனப்படுத்த சிறந்த வழி.

உங்களைப் பார்த்தே நீங்கள் சிரிக்கும் போது தன்னிரக்கம் அதில் மூழ்கிப் போகும். உங்களுக்கு ஏற்பட்டுள்ள எதையும் 'உங்களால் வெல்ல முடியும்' என்பதற்கு **சிரிப்பு** ஓர் அடையாளம்.

சிரிப்புக்கு எதிராக பயம், கவலை, சோர்வு, வெறுப்பு எதுவும் நிற்க முடியாது. மிகுதியாக உணர்ச்சி வயப்படுதல், தன்னிரக்கம் ஆகியவை சிரிப்புடன் சேர்ந்து வாழ முடியாது.

எவன் ஒருவனுக்கு சிரிக்கின்ற துணிச்சல் இருக்கிறதோ அவன், உயிரைத் தியாகம் செய்யத் தயாராக இருப்பவனுக்கு இணையாக உலகின் எஜமானன் ஆகிறான் என்று சொல்லுகிறது ஒரு வாசகம்.

உங்களுக்கு எதிரி இருக்கிறானா? அவனைப் பார்த்துச் சிரியுங்கள். அவனைச் செயல் இழக்கச் செய்வதற்கு இதை விடப் பெரிய ஆயுதம் வேறு எதுவும் தேவையில்லை.

ஒரு அவமானம் உங்கள் மீது வீசப்படுமானால் அதைப் பார்த்துச் சிரியுங்கள். அப்படி நீங்கள் சிரிக்காவிட்டால், அந்த அவமானத்தை ஏற்கத் தகுதியானவர் நீங்கள் என்று ஆகிவிடும்.

சிரிப்பது ஓர் ஆயுதம்; பயனுள்ள ஆயுதம். ஆகவே நண்பனைப் பார்த்துச் சிரிப்பதற்கு அந்த ஆயுதத்தைப் பயன்படுத்தாதீர்கள். நண்பர்களோடு சேர்ந்து சிரியுங்கள். நண்பர்களைப் பார்த்துச் சிரிக்காதீர்கள். எதிரிகளை மட்டுமே பார்த்துச் சிரியுங்கள். அவர்கள் உங்கள் எதிரிகளாக இருக்கப் போகிறார்கள் என்று தெரிந்த பிறகு சிரியுங்கள்.

உங்களிடம் உள்ள தவறான போக்குகளை அழிப்பதற்கு சிரிப்பு என்கிற ஆயுதத்தைப் பயன்படுத்துங்கள். உங்கள் மனம் காலியாக இருக்கும் போதுதான் கவலை, ஏக்கம், சோர்வு, தன்னிரக்கம் போன்றவை அதை ஆக்கிரமிக்கின்றன. ஆகவே உங்கள் மனதை சிரிப்பால் நிரப்பி வைத்து விடுங்கள். ஆக்கப் பூர்வச் சிந்தனைகள், செயலாற்றும் சிந்தனைகள் உங்கள் மனதில் இடம் பெறாத போதெல்லாம் அமைதியான சிரிப்பால் அதை நிரப்புங்கள். சிரிப்புடன் நீங்கள் வாழத் தொடங்கும் போது, வரவேற்கத்தக்க தோற்றத்தை அது உங்களிடம் ஏற்படுத்தி விடுகிறது.

ஆமாம், இது ஒரு மந்திர சக்திதான். ஆனால் சுலபமாகப் பெறக் கூடிய மந்திர சக்தி. உங்களைப் பற்றியே நீங்கள் கழிவிரக்கம் கொள்ளாமல் தடுக்கின்ற மந்திர சக்தி - அதுதான் சிரிப்பு!

38

தவறாகச் செய்வது கூட சரிதான்

தேவையற்ற பழக்கங்களை அப்புறப்படுத்த மனவியல் நிபுணர்கள் வெற்றிகரமான ஒரு வழியைக் கண்டுபிடித்து இருக்கிறார்கள். எல்லாத் தீய பழக்கங்களையும் இல்லா விட்டாலும், பல தீய பழக்கங்கள் இந்த வழியில் அப்புறப்படுத்தி விடலாம்.

மனிதர்களாகிய நாம் பெரும்பாலும் பழக்கத்தில் அடிமைகள். அநேகப் பழக்கங்கள் விரும்பத்தக்கவை. தேவையானவை. ஒவ்வொன்றையும் யோசித்துப் பார்த்துச் செய்வதென்றால், பைத்தியமே பிடித்து விடும். அன்றாட செயல்கள், பழக்கத்தால் அமைவதால், சிந்தித்துச் செயல்படுவதற்கு நேரம் கிடைக்கிறது. பழக்கத்தால் செய்யும் சில நல்ல காரியங்கள், யோசித்துச் செய்கின்ற காரியங்களைவிட மேலானவையாகவே இருக்கின்றன. ஆகவே நல்ல காரியங்களை பழக்கத்துக்குள் கொண்டு வருவது விரும்பத்தக்கது.

ஆனால் சில பழக்கங்கள் விரும்பத்தகாதவை. வேறு சில பழக்கங்கள் தீமை பயப்பவை. இன்னும் சில பழக்கங்கள் ஆபத்தானவை. இம்மாதிரிப் பழக்கங்கள் அப்புறப்படுத்தப்பட வேண்டியவை. கெட்ட பழக்கங்களில் இருந்து விடுபடுவது

மிகவும் கடினமான காரியம். 'பழக்கங்கள் சிலந்திக் கூடுகளைப் போல உருவாகி கேபிள் கம்பிகளைப் போல உறுதியாக விடுகின்றன' என்கிறது ஒரு ஸ்பானிஷ் பழமொழி. கேபிள் நிலையை அவை அடைகிறபோது அவற்றை முறிப்பது கடினமாகி விடுகிறது.

பழக்கங்களின் முக்கியத்துவத்தால் அவை அமைவது, நீடிப்பது, அப்புறப்படுத்துவது - ஆகியவற்றைக் கொண்டு மனோ தத்துவ நிபுணர்கள் இவை சம்பந்தமான நிறைய ஆராய்ச்சிகள் செய்து பல சோதனைகளையும் செய்திருக்கிறார்கள். பழக்கத்தை மாற்றுவதற்கு சுலபமான, நிச்சயமான, சிறந்த வழியினையும் அவர்கள் கண்டு பிடித்திருக்கிறார்கள். இதை 'எதிர்மறைப் பயிற்சி' என்று சொல்லுகிறார்கள். இது பலன் தரத்தக்க ஒரு முறை என்பதால் அதுபற்றி நாம் சற்று விரிவாகப் பார்ப்பது அவசியமாகிறது.

எதிர்மறைப் பயிற்சி முறையைத் தவறான பழக்கங்களை அப்புறப்படுத்த நாம் கையாள இருப்பதால், முதலில் தீய பழக்கங்கள் எப்படி உருவாகின்றன என்று பார்க்கலாம்.

1. ஒரு பழக்கம் நாமாகத் தொடர்ந்து ஒரு காரியத்தைச் செய்வதால் ஏற்பட ஆரம்பிக்கிறது. நாம் என்ன செய் கிறோம் என்பதைத் தெரிந்தே செய்கிறோம். அதைச் செய்வதும் செய்யாமல் இருப்பதும் நம்முடைய கட்டுப் பாட்டுக்குள் அடங்கிய விஷயமாகவே இருக்கிறது.

2. இப்படித் தொடர்ந்து செய்து வருகிறபோது நம்முடைய நினைவுடனும் கட்டுப்பாட்டுடனும் அந்தச் செயல் நடக்கின்ற நிலைமை மாறி ஆழ் மனதின் இறுக்கத்தில் செயல்படுகின்ற நிலைமை உருவாகி விடுகிறது.

3. கடைசியாக நினைவுப்பூர்வமாக அந்தச் செயலின் மீது உங்களுக்குக் கட்டுப்பாடு இல்லாமல் போய்விடுகிறது.

பயிற்சிக்குள் வந்துவிட்ட அனிச்சை செயலாக அது மாறிவிடுகிறது. சில சூழ்நிலைகள் உருவானவுடனேயே, ஆழ்மன இயக்கமாகி விட்ட அந்தச் செயல் நடைபெறத் தொடங்கி விடுகிறது. பழக்கத்தால் உருவாகி விட்ட அந்தச் செயலை நீங்கள் நினைவுடன்தான் செய்ய வேண்டும் என்கிற அவசியமில்லை. எவ்வளவு மன உறுதியுடன் அந்தச் செயலை நிறுத்துவதற்கு நீங்கள் முயற்சிக்கிறீர்களோ அந்த அளவுக்கு அந்தப் பழக்கமும் அதிகரிக்கிறது.

ஆகவே ஒரு கெட்ட பழக்கத்தை எவ்வாறு அப்புறப்படுத்துவது? எத்தனையோ வழிகள் இருக்கின்றன. இங்கே ஒன்றை மட்டும் பரிசீலிக்கலாம். அதாவது எதிர்மறைப் பயிற்சி என்பதை எப்படிச் செய்வது என்று பார்க்கலாம்.

ஒரு பழக்கம் எவ்வாறு நம்முடைய நினைவுக் கட்டுப்பாட்டில் ஆரம்பமாகி, திரும்பத் திரும்பச் செய்வதன் மூலம் ஆழ்மன இயக்கத்துக்கு உட்பட்டு, முடிவில் உங்கள் கட்டுப்பாட்டையும் மன உறுதியினையும் மீறிய செயலாக ஆகிவிடுகிறது என்று முன்னரே பார்த்தோம்.

இந்த நடைமுறையை எதிர்த்து செயலை நிகழ வைத்து அந்தக் குறிப்பிட்டப் பழக்கத்தை நீக்கி விடலாம்.

குறிப்பாகச் சொல்ல வேண்டுமானால் ஆழ்மனக் கட்டுப்பாட்டில், உங்கள் நினைவுக் கட்டுப்பாட்டுக்கு மீறி நடக்கின்ற அந்தச் செயலை உங்கள் கட்டுப்பாட்டுக்குள் கொண்டு வந்து, நீங்கள் விரும்புகின்றபோது அந்தப் பழக்கத்தை நீக்கி விடலாம்.

இந்த எதிர்திசை நடவடிக்கை செயல்படுவதற்கு எதிர்மறைப் பயிற்சியை மேற்கொள்கிறோம். எந்தப் பழக்கம் உங்கள் கட்டுப்பாட்டை மீறி நடந்துகொண்டிருக்கிறதோ, அந்தப் பழக்கத்தை உங்கள் நினைவோடு, அதாவது நினைவின் கட்டுப்பாட்டில் மிக அதிகமாகச் செய்யுங்கள். இதன் மூலம் அந்தப்

பழக்கத்தின் மீது உங்களுக்கு ஒரு கட்டுப்பாடு ஏற்பட்டு விடுகிறது. இப்போது உங்கள் நினைவுக் கட்டுப்பாட்டுக்குள் அந்தப் பழக்கம் வந்துவிட்டதால் நீங்கள் விரும்புகின்றபோது அதைச் செய்யலாம். விரும்பாதபோது அதைக் கைவிட்டு விடலாம்.

அதற்குப் பிறகும் அந்தப் பழக்கம் தொடர்ந்து நீடிக்குமானால், எதிர்மறைப் பயிற்சியை போதுமான அளவுக்கு நீங்கள் மேற்கொள்ளவில்லை என்றுதான் அர்த்தம். ஆகவே எதிர்மறைப் பயிற்சியை விடாமல் செய்து கொண்டே இருங்கள். பிறகு மிகுந்த மன உறுதியுடன் அந்தப் பழக்கத்தை விட்டு விடுங்கள். இதைத் தொடர்ந்து செய்கின்றபோது தீய பழக்கம் உங்களை விட்டு நீங்கி விடும்.

திக்குவாய் இருப்பதை எடுத்துக் கொள்ளுங்கள். நடைமுறை பேச்சை தடை செய்கின்ற அளவுக்கு நினைவு உணர்வு இருப்பதே அதற்குக் காரணம். ஒருவரிடம் பேசும்போது இது அடிக்கடி ஏற்படுவதால், பேச்சு இடை இடையே தடைப்பட்டு வாய் திக்குகிறது.

இதைப் போக்குவதற்காக உள்ள அமைப்புகளில் எதிர்மறைப் பயிற்சி முறையைக் கையாளுகிறார்கள். வேண்டும் என்றே திக்கிப் திக்கிப் பேசச் சொல்லுகிறார்கள். எனவே அவ்வாறு பேசுகின்றவர் திக்கிப் பேசுவதைத் தன்னுடைய கட்டுப்பாட்டுக்குள் கொண்டு வந்து விடுகிறார். அந்தக் கட்டுப்பாடு முழுமை அடைந்தவுடன் அவர் நினைக்கின்றபோது திக்கிப் பேசுவதையும் தவிர்த்துவிட முடிகிறது. இந்தப் பயிற்சி வெற்றி பெற்றவுடன், சரளமாகப் பேசிப் பழகுவது அவருக்குச் சாத்தியமாகி விடுகிறது. எதிர்மறைப் பயிற்சியின் விளைவாகவே இது சாத்தியமாகிறது. இதன் மூலம் எத்தனையோ பழக்கங்களை நம்மிடம் இருந்து நாம் விலக்கிக் கொண்டுவிட முடியும்.

உதார்ணமாக் நகம் கடிக்கின்ற பழக்கத்தை தொடர்ந்து கடிப்பதன் மூலம் நிறுத்திவிட முடியும். ஒரு அரை மணி நேரம் நினைவு உணர்வுடன் இதைச் செய்துகொண்டே வாருங்கள். இப்படிச் செய்யும்போது நகம் கடிக்கின்ற பழக்கம் உங்கள் கட்டுப்பாட்டுக்குள் வந்து விடுகிறது. வேண்டும்போது உங்களால் அந்தப் பழக்கத்தை கைவிட்டு விடவும் முடிகிறது.

விரும்பத்தகாத எத்தனையோ பழக்கங்கள் நம்மிடம் ஏற்பட்டு விடுகின்றன. எதிர்மறைப் பயிற்சியின் மூலம் அவற்றை நாம் விலக்கிக் கொண்டுவிட முடியும். இங்கே ஒரு எச்சரிக்கை தேவைப்படுகிறது. எல்லாப் பழக்கங்களையுமே இப்படி நீக்குவது சாத்தியமில்லை. குடிப்பழக்கம், போதை மருந்துப் பழக்கம் ஆகியவற்றிற்கு எதிர்மறைப் பயிற்சி முறையைக் கடைப்பிடிப்பது ஆபத்தானது ஆகும்.

சிறு சிறு தீய பழக்கங்களை விலக்கிக்கொள்ள எதிர்மறை பயிற்சி முறையினை நீங்கள் வெற்றிகரமாகக் கையாளலாம்.

39

ஆபத்தை நோக்கிச் செல்லுங்கள்

நான் இளம் வயதில் வியாபாரத்தில் நுழைந்த தருணத்தில் கல்வி கிடையாது. பணம் கிடையாது, செல்வாக்கான தொடர்புகள் கிடையாது. வெற்றிகரமான வாழ்க்கைக்குத் தேவையெனச் சொல்லுகின்ற எதுவுமே கிடையாது. அந்தச் சமயத்தில் 'தலைமைத் தகுதிக்குச் சில யோசனைகள்' என்கிற புத்தகம் எனக்குக் கிடைத்தது.

அந்தப் புத்தகத்தில் இருந்து நான் தெரிந்து கொண்ட முக்கியமான யோசனைகளுள் ஒன்று, "ஆபத்தை நோக்கிச் செல்லுங்கள்" என்பதாகும். அந்த வாசகம் என்னுடைய வாழ்க்கையில் மிகப் பெரிய பாதிப்பினை ஏற்படுத்தியது.

கல்லூரிக் கல்வி பெறுவதைவிட, ஆபத்தை நோக்கிச் செல்லுங்கள் என்கிற மூன்று வார்த்தைகளில் உள்ள விஷயத்தை வாழ்க்கையில் கடைப்பிடிப்பது என்கிற முடிவுக்கு வந்தேன். எனக்கும் கல்லூரிக் கல்வி வேண்டும் என்று விருப்பம்தான். கல்லூரிப் பட்டதாரிகளில் பலர் வேறு சில அளவுகோல்களின்படி வெற்றி பெற்றவர்களாக இருந்தாலும், தலைவர்களாக இருந்ததில்லை. கல்லூரிக் கல்வி இருந்தாலும் இல்லாவிட்டாலும் ஆபத்தை நோக்கிச் செல்லுகின்ற முனைப்பு உங்களிடம்

இல்லாவிட்டால் நீங்கள் நீண்ட காலம் தலைமை வகித்துச் செயலாற்ற முடியாது.

தலைமைத் தகுதிக்கான குணங்களை மிருகங்களின் வாழ்க்கையில் தெளிவாகவே பார்க்க முடிகிறது. ஆபத்திற்கான அறிகுறி தோன்றிய உடனேயே மிருகக் கூட்டத்தின் தலைவன் முன்னால் வந்து ஆபத்தை எதிர் நோக்குவதைப் பார்க்க முடியும். அப்படி இல்லாவிட்டால் தலைமைப் பதவி அதனிடமிருந்து பறிபோய்விடும்.

வாணிபம், அரசியல், நிர்வாகம் ஆகிய துறைகளுக்கும் இந்த உண்மை பொருந்தும். தலைவனின் பொறுப்பு உத்தரவுகளைக் கொடுப்பதோடு முடிந்து விடுவதில்லை. தலைமை தாங்கி வழி நடத்துகின்றவர் மற்றவர்களுக்குப் பாதுகாப்பு அளிக்க வேண்டும். தனிப்பட்ட முறையில் சவால்களைச் சந்திக்க வேண்டும். ஆபத்தை நோக்கி நடக்க வேண்டும். ஆபத்துக்கும் தன்னைப் பின்பற்றுபவர்களுக்கும் மத்தியில் நிற்கின்ற துணிச்சல் வேண்டும். இதில் எப்போது தயக்கமும் தடுமாற்றமும் அடைகின்றானோ, அப்போதே தலைமைப் பதவியினையும் இழந்து விடுகிறான். அவனைப் பின்பற்றுகிறவர்கள் வேறு ஒரு தலைவனைப் பின்பற்றத் தொடங்கி விடுகிறார்கள்.

தலைமைப் பொறுப்பில் அபாயங்கள் உண்டு. அது கோழையின் வேலை அல்ல. மூளை மட்டும் போதாது. துணிச்சலும் வேண்டும். உடனுக்குடனே, தயக்கமின்றி, ஆபத்தை எதிர் நோக்குகின்ற துணிச்சல் வேண்டும். சாதக பாதகங்களை சீர்தூக்கிப் பார்த்துக் கொண்டு அந்தத் துணிச்சல் வரக் கூடாது. ஆபத்துத் தன்மையினை எடை போட்டுப் பார்த்துக் கொண்டிருக்கக் கூடாது. சொந்த இழப்பு என்ன என்று கணக்குப் பார்க்கக் கூடாது. ஆபத்தை எதிர்நோக்கியவுடன் கூட்டத்தில் இருந்து வெளிவந்து, ஆபத்திற்கும் கூட்டத்திற்கும் இடையில் நிற்கின்ற துணிச்சல் வேண்டும்.

ஆபத்தை நோக்கி நடைபோட வேண்டும்.

40

புரிந்து கொள்ளுங்கள்

✳

பிரச்சினைகளைத் தீர்ப்பதில் முக்கியமாகக் கருதப்படுவது **'புரிந்து கொள்ளுதல்'** என்பதாகும். பிரச்சினையைத் தீர்த்து வைக்கும் முயற்சியில் ஈடுபடுகின்ற மனோதத்துவ நிபுணர்கள், மனவியல் சிகிச்சை அளிப்பவர்கள், ஆலோசனை கூறுகின்ற வர்கள் ஆகிய அனைவருமே 'புரிந்து கொள்ளுங்கள்' என்றுதான் சொல்லுகிறார்கள்.

இந்த வார்த்தையும் இதன் பொருளும் அநேகமாக எல்லோ ராலும் பிரச்சினையைத் தீர்க்கும் விஷயத்த்ல் சிபாரிசு செய்யப் படுகிறது.

புரிந்து கொள்ளுதல் பிரச்சினைகளைத் தீர்ப்பதில் முக்கியப் பங்கு வகிப்பதால், நம்முடைய வாழ்க்கையில், எல்லோருக்குமே தோன்றுகின்ற பிரச்சினை எது என்று முதலில் பார்க்கலாம். நம் அனைவருக்குமே பிரச்சினைகள் இருப்பதோடு மட்டுமின்றி, ஒவ்வொரு நாளும் ஒரு குறிப்பிட்ட அளவு பிரச்சினைகள் தோன்றிக்கொண்டேதான் இருக்கின்றன. தொடர்ந்து தோன்றிக் கொண்டும் இருக்கின்றன. இவ்வாறு பிரச்சினைகள் தோன்றுவது அந்தச் சமயத்தில் சிரமமாக இருந்தாலும், பிரச்சினைகள் தோன்றுவது நல்லதுதான் என்பதையும் நாம் புரிந்துகொள்ள வேண்டும்.

தடைகள், சோதனைகள், பிரச்சினைகள் இல்லாவிட்டால் வாழ்க்கைக்கு அர்த்தமே இல்லாமல் போய்விடும்.

பிரச்சினைகள் இல்லாமல் இருப்பதே மகிழ்ச்சி என்று ஆகிவிடாது. கஷ்டங்களை வெற்றி கொள்ளுவதிலும், பிரச்சினை களைத் தீர்ப்பதிலும்தான் மகிழ்ச்சியே இருக்கிறது.

பிரச்சினையில் இருந்து தப்பிப் போவதற்கு எவ்வளவு சக்தி தேவைப்படுகிறதோ அதே அளவு சக்திதான் பிரச்சினையைப் புரிந்துகொண்டு வெற்றி கொள்ளுவதற்கும் தேவையாக இருக்கிறது. பிரச்சினையில் இருந்து தப்பிப்போக நீங்கள் முயன்றால் அது உங்களுக்குத் தொடர்ந்து வந்துகொண்டே இருக்கும். பிரச்சினையைப் புரிந்துகொண்டு நீங்கள் தீர்க்க முயலும்போது, அது உங்களை விட்டு முற்றிலுமாக நீங்கிவிடும்.

பிரச்சினைகள் தொடர்ந்து வந்துகொண்டே இருக்குமாதலால், அவற்றை அவ்வப்போது நீங்கள் தீர்த்து விடுவது அவசியம். இல்லாவிட்டால் அவை ஒன்று சேர்ந்து சுமையாகி உங்களை அழுத்தத் தொடங்கும்.

தீர்க்க முடியாத பிரச்சினைகளால்தான் உலகத்தில் பல ஆண்களும் பெண்களும் மன அளவிலும் உடல் அளவிலும் சோர்வுற்று முறிந்து போகிறார்கள்.

மனம் சம்பந்தப்பட்ட பல நோய்களுக்கும், உணர்ச்சி சம்பந்தப்பட்ட பல நோய்களுக்கும், தீர்க்கப்படாத பிரச்சினைகள் பளுவாகி விடுவதே காரணம். இந்தப் பிரச்சினையில் இருந்து தப்பிக்க அவர்கள் செய்கின்ற முயற்சி மன நோய்களாகவும், உணர்ச்சி சம்பந்தப்பட்ட நோய்களாகவும் வெளிப்படுகின்றன.

பல உடல் நோய்களும், இதன் தொடர்பாகவே ஏற்படுகின்றன. இதிலிருந்து விடுபட ஒரே வழி, தோன்றுகின்ற பிரச்சினைகளை அப்போதைக்கு அப்போதே தீர்த்து விடுவதுதான். இதனால் பிரச்சினைகள் சேர்ந்து போவது தடுக்கப்படுகிறது. ஆனால் இதை எப்படிச் செய்வது?

பிரச்சினைகளைப் புரிந்து கொள்ளும் விஷயம் இங்கேதான் வருகிறது. மனவியல் நிபுணர்கள் இதற்கொரு ஆலோசனை சொல்லியிருக்கிறார்கள். எந்த அளவிற்கு ஒருவன் பிரச்சினையின் யதார்த்ததை நேர்முகமாகச் சந்திக்கிறானோ அந்த அளவுக்கு அவன் பலசாலியாக வெளிப்படுகிறான். அதே சமயம் எந்த அளவுக்கு பிரச்சினையில் இருந்து தப்பி ஓட முயலுகிறானோ, அந்த அளவுக்கு வாழக்கையினையும் சிக்கலாக்கிக் கொள்கிறான்.

பிரச்சினையை நேரடியாகச் சந்தித்து, அதன் மையப் பகுதியில் நுழைந்து, அதன் தன்மையினைத் தெளிவாகப் புரிந்து கொள்ளு கின்றபோது, நீங்கள் பலம் பெறுவதோடு, அதைச் சமாளிக்கின்ற திறமையினையும் பெற்று விடுகிறீர்கள்.

பிரச்சினைக்கு முழுத் தீர்வு கிடைக்காவிட்டாலும் போது மான அளவில் தீர்வு கிடைத்துவிடும். இதுவே பிரச்சினை யினைத் தீர்ப்பதில் முக்கியக் கட்டமாகும். சிலர் முழுமையான தீர்வு கிடைக்க வேண்டும் என்கின்ற எண்ணத்தில் தங்களையும் தங்களைச் சார்ந்தவர்களையும் தொல்லைகளுக்கு உள்ளாக்கு வார்கள். குறைவான எதையும் ஏற்றுக் கொள்ள மாட்டார்கள். ஒரே சிறந்த தீர்வு வேண்டும் என்று பிடிவாதம் காட்டுவார்கள். இதனால் முடிவுக்கு வரமுடியாமல் தடுமாறுவார்கள். இதனால் பிரச்சினையும் தீர்க்கப்படாமலே இருக்கும். முடிவுக்கு வராமல் இவர்கள் யோசித்துக் கொண்டிருக்கும்போதே வேறு புதிய பிரச்சினைகளும் சேர்ந்துவிடும்.

முதலில் ஒரு விஷயத்தை நாம் தெளிவாகப் புரிந்து கொள்ள வேண்டும். பல பிரச்சினைகளுக்கு, இதுதான் சிறந்த தீர்வு என்று எதுவும் இல்லை. சந்தர்ப்பத்தையொட்டி எது போதுமான தீர்வு, எது விரைவான தீர்வு என்றுதான் முடிவு செய்ய முடியும். போதுமான தீர்வே சரியான தீர்வுதான்.

நீண்ட காலத்தைப் போக்கி சரியான தீர்வைக் காண்பதைவிட, விரைந்து போதுமான தீர்வைக் காணும்போது புதிய பிரச்சினை கள் பெரிய அளவில் சேர்ந்துபோவதைத் தடுக்க முடிகிறது.

ஆகவே பிரச்சினைகளைப் புரிந்து சமாளிக்கும்போது, அவற்றை உடனடியாகச் சமாளிப்பதும், விரைந்து சமாளிப்பதும் போதுமான அளவில் சமாளிப்பதும் அவசியமாகிறது.

நீங்கள் அலட்சியப்படுத்துகிறீர்கள் என்பதற்காகப் பிரச்சினைகள் உங்களை விட்டு விலகிவிடாது. பிரச்சினைகளில் இருந்து நீங்கள் தப்பிக்கவும் முடியாது. ஒவ்வொரு பிரச்சினையினையும் நேரடியாகச் சந்தித்து, சரியாகப் புரிந்து கொண்டு, தீர்வு கண்டேஆக வேண்டும். போதுமான தீர்வு கண்ட பிறகு அந்தப் பிரச்சினையை உங்கள் வாழ்க்கையில் இருந்து நீக்கி வைத்து விடுங்கள்.

உலகப் புகழ் பெற்ற ஓவியர் ஒருவர் இருந்தார். ஓவியங்களுக்கு அவர் பூசுகின்ற சிவப்புச் சாயம், மற்ற சிவப்புச் சாயங்களை விட அதிகச் சிவப்பாக இருந்தது. அதைப் பார்த்து அதிசயித்த ஒருவர், அவர் பூசுகின்ற சிவப்புச் சாயத்தில் வேறு எதைக் கலக்குகிறார் எனக் கேட்டார். அந்த ஓவியரும் தான் வரைந்து கொண்டிருந்த படத்தில் இருந்து தலையைக்கூட நிமிர்த்தாமல் 'இரத்தம்' என்று பதில் அளித்தார்.

ஆமாம், உங்கள் பிரச்சினையைப் புரிந்து கொண்டு நீங்கள் சமாளிக்கும்போது அதில் உங்கள் ரத்தத்தையும் (உழைப்பையும்) சேர்த்துக் கொள்ளுங்கள்.

பிரச்சினைகளைத் தீர்க்கின்றவர்களுக்கு மட்டுமே வாழ்க்கை புகழையும் செல்வத்தையும் கொடுக்கிறது.

பிரச்சினைகளைத் தீர்ப்பதற்கு நீங்கள் தெரிந்து கொள்ளுகின்ற போது, அதற்கான துணிச்சலை நீங்கள் பெறுகின்றபோது, வாழ்க்கையில் உங்கள் மதிப்பையும் நீங்கள் உயர்த்திக் கொள்ள முடியும்!

41

அச்சுறுத்தல் ஆபத்து!

சிலர், தங்களுக்குத் தாங்களே ஆபத்தை விளைவித்துக் கொண்டிருக்கிறார்கள் என்பதை உணராமலே வாழ்ந்து கொண்டு இருக்கிறார்கள்.

வன்முறைகளில் சொத்துக்களை அழித்தல், தனி நபர்களுக்கு ஆபத்தை விளைவித்தல் போன்ற மிகவும் மோசமான வன்முறை களைப் பற்றி இந்த அத்தியாயத்தில் பார்க்கப் போகிறோம்.

இதற்கானக் காரணத்தைப் புரிந்து கொண்டால், பொறுப்பாக சிந்திக்கத் தெரிந்தவர்களாவது, தங்களுக்கும் மற்றவர்களுக்கும் இதனால் விளையக்கூடிய தீமைகளைப் பற்றி எண்ணிப் பார்க்க இடமுண்டு.

வன்முறைக்குப் பின்னே உள்ள மனோதத்துவக் காரணம் நீண்ட ஆராய்ச்சிகளுக்குப் பிறகு, வரலாற்று ஆதாரங்களுடன் ஏற்கப்பட்டு இருக்கிறது.

எளிமையான முறையில் இந்த ஆபத்து பற்றிய ஒரே ஒரு காரணத்தை மட்டும் ஆராயலாம்.

பிறரை பயமுறுத்தும்போது ஆபத்தை நாம் விலைக்கு வாங்குகிறோம்.

இது என்ன என்று முதலில் தெளிவுபடுத்தலாம். மற்றவர்களை பயமுறுத்தி, அச்சத்தை ஏற்படுத்தி அதிகாரத்தைப் பெற முயல்கிறவர்கள், ஆபத்தை எதிர்நோக்க வேண்டியவர்களாக இருக்கிறார்கள்.

பயமுறுத்தப் படுகின்றவனுக்கு அபாயம் இருப்பது உண்மைதான். அதேசமயம் பயமுறுத்துகின்றவனும் அபாயத்தை எதிர்நோக்க வேண்டியவனாக இருக்கிறான்.

ஒருவன் இன்னொருவனை பயமுறுத்தும்போது பயமுறுத்தப் படுகின்றவனின் கோபத்திற்கும் வெறுப்புக்கும் அவன் ஆளாகிறான். இதுவே பெரிய அபாயம்.

மிரட்டுவதின் நோக்கம் பயத்தை ஏற்படுத்துவதாகும். அதோடு அது நிற்பதில்லை. பாதுகாப்பு அற்ற உணர்ச்சியினையும் அது ஏற்படுத்துகிறது. கோபத்தையும், வெறுப்பையும் வன்முறையர்க உடனடியாக வெளிப்படுத்த முடியாத சமயங்களில், அந்த உணர்ச்சிகள் அழுத்தி வைக்கப்படுகின்றன. ஆழ்மனதில் பதிந்து விடுகின்றன. அப்போது பயத்தைப் போக்கிக் கொள்ளும் வழிகளை அது தேடுகிறது. அதனால் பயமுறுத்தியவனுக்கு நிரந்தரமான ஆபத்தாக அது இருந்து கொண்டே இருக்கிறது.

ஒருவன் பயமுறுத்தப்படும்போது அவன் பயமுறுத்தியவனைப் பழிவாங்க நேரம், இடம், வழிமுறை ஆகியவற்றை தன் விருப்பப்படி தேர்ந்தெடுத்துக் கொள்ளுகின்ற நிலைமையில் இருக்கிறான்.

ஒருவனை பயமுறுத்தும்போது, பயமுறுத்துகின்றவன் நேரப்படி வெடிக்கும் குண்டினை தன்னுள்ளேயே வைத்து விடுகிறான். அது எப்போது வெடித்து அவனை அழிக்கும் என்று அவனுக்கே தெரியாது.

இருந்தும் இம்மாதிரி ஆபத்தான முயற்சிகள் தொடர்ந்து நடைபெற்றுக் கொண்டே இருக்கின்றன. ஒருவனை இன்னொருவன் பயமுறுத்துதல், ஒரு கோஷ்டி இன்னொரு கோஷ்டியை

பயமுறுத்துதல், ஒரு அரசை இன்னொரு அரசு பயமுறுத்துதல் போன்ற செய்திகளை தினசரி பத்திரிகைகளில் படித்துக் கொண்டு, வானொலியில் கேட்டுக் கொண்டு தொலைக்காட்சியில் பார்த்துக் கொண்டுதான் இருக்கிறோம்.

பயமுறுத்துகின்றவன் தனக்கு ஏற்படுகின்ற ஆபத்துகளை உணராமலே பயமுறுத்திக் கொண்டு இருக்கிறான். மற்றவர் களைப் பயமுறுத்தி விட்டு அதன் விளைவுகளில் இருந்து யாரும் தப்பித்துவிட முடியாது.

லாபத்துக்காக உழைப்பதும், நஷ்டத்தை தவிர்க்கப் போராடு வதும், வாழ்க்கையின் ஆதார உண்மையாகும். சிலர் வெளிப் படையாகச் சண்டையிட விரும்பாமல் இருக்கலாம். வேறு சிலர் உடனடியாகச் சண்டையிட முடியாதவர்களாக இருக்கலாம். ஆனால் இழப்பு ஏற்படும் என்கிற மிரட்டலுக்கு ஆளாகின்ற எவரும் ஏதோ ஒரு சந்தர்ப்பத்தில் திருப்பித் தாக்கவே செய்வார்கள்.

ரோம் சாம்ராஜ்யத்தில் வாழ்ந்த 'செனக்கா' சொல்லியுள்ள ஒரு வாசகம், இந்தச் சந்தர்ப்பத்தில் நினைவு கூறத்தக்கது. 'யாரைக் கண்டு பலர் பயப்படுகிறார்களோ, அவர் பலரைக் கண்டும் பயப்பட வேண்டியிருக்கும்.'

பிறரை பயமுறுத்துகிறவர்கள் எல்லா சந்தர்ப்பங்களிலும் படுகொலை செய்யப்படும் நிலைக்கு ஆளாகாமல் போயினும், அவ்வாறு நிகழ்கின்ற அபாயம் இருப்பதையும் மறுப்பதற்கு இல்லை. பல சந்தர்ப்பங்களில் அவர்கள் வன்முறைக்கு ஆளாகிறார்கள். அப்படிப்பட்ட மனிதர்களை எந்த நிறுவனமும் தங்களுடைய நிர்வாகத்தில் ஏற்றுக் கொள்வதில்லை.

உண்மை இப்படியிருந்தும் பயமுறுத்தல்கள் தொடர்கின்றன. பெருகிக் கொண்டே போகின்றன. பயமுறுத்தல் மூலம் அதிகாரத்தை பெறுகின்றவர்களை ஆபத்து எப்போதும் சூழ்ந் திருக்கிறது. வரலாறு உணர்த்தும் இந்தப் பாடத்தைப் புரிந்து கொள்வது நல்லது.

42

இதைக் கொஞ்சம் கவனியுங்கள்!

✳

சுயமுன்னேற்றம் காண விரும்பும் எவரும் சில விஷயங்களில் கவனத்தைச் செலுத்துவது அவசியமாகிறது. எந்த ஒரு விஷயத்திலும் ஆழமான கவனத்தைச் செலுத்தும் போதுதான் வெற்றி உத்தரவாதமாகிறது.

எதிர்மறையாக இதே விஷயத்தைப் பார்த்தால், கவனத்தை ஆழமாக ஒன்றில் செலுத்த முடியாமல் போகும் போது பல தொல்லைகள் உருவாகினறன. இந்தத் தொல்லைகள் தவிர்க்கக் கூடியவை என்பதையும் நினைவில் வைத்துக் கொள்ள வேண்டும்.

'நான் சொல்லுகின்ற ஒன்றைக்கூட நீ கவனிப்பது இல்லை! என்கிற கண்டனத்தில் இருந்து, கவனக் குறைவால் ஏற்படுகின்ற சாலை விபத்துகள்வரை எல்லாமே ஆழ்ந்து கவனிக்காததால் ஏற்படுகின்ற விளைவுகளே ஆகும்.

ஆழ்மனம் எத்தனையோ காரியங்களை கவனம் செலுத்தாமலேயே சிறப்பாகச் செய்கின்ற நிலையில், சில காரியங்களை நாம் செய்வதற்கு ஆழ்ந்த கவனம் தேவை என்பது கொஞ்சம் விசித்திரமாகத்தான் இருக்கிறது.

ஆழ்மனம் நினைவுகளின் கிடங்காக செயல்பட்டாலும், ஆழ்மனதின் மூலம் நாம் எதையும் கற்றுக் கொண்டு விடுவதில்லை. நினைவு மனதைக் கவனமாகச் செலுத்தியே பல்வேறு விஷயங்களைக் கற்க வேண்டியவர்களாக இருக்கிறோம். பல சமயங்களில் பல பக்கங்களைப் புரட்டி நான் படித்துக் கொண்டிருக்கும்போது என் மனம் வேறு எங்கோ சஞ்சரித்துக் கொண்டு இருக்கும். அதற்குப் பிறகு நான் என்ன படித்தேன் என்பதே என்னுடைய நினைவுக்கு வராது.

ஒன்று நினவில் நிலைக்க கவனத்தை முழுமையாகச் செலுத்துவது அவசியமாகிறது.

கார் ஓட்டுவது பெரும்பாலும் ஆழ்மனச் செயலாக இருப்பினும், எதிர்பாராத சூழ்நிலைகளில் காரை சரியாக ஓட்டுவதற்கு நினைவு மனதின் ஆழ்ந்த கவனம் தேவையாக இருக்கிறது. பல கார் விபத்துகள் இந்த கவனம் குறைகின்றபோது ஏற்படுகின்றன.

ஞாபக மறதி உள்ள மனிதன் யார் என்றால், கவனத்தை முழுமையாகச் செலுத்தத் தவறியவனாகவே இருப்பான்.

ஆழ் மனத்தின் அளவற்ற சக்தி பற்றியும் ஆச்சரியப்படத்தக்க திறமை பற்றியும் நிறைய எழுதப்பட்டிருக்கிறது. உடல் உறுப்புகளின் பல்வேறு இயக்கங்களை ஆழ்மனம் சுதந்தரமாகச் செய்கிறது. எனினும், நினைவு மனதை ஒருமுகப்படுத்தி கவனம் செலுத்துவதையே நாம் அலட்சியப்படுத்திவிட முடியாது.

ஆழ்மனதிற்கு பகுத்துணர முடியாது. நினைவு மனம் ஒப்படைக்கின்ற வேலைகளை ஆழ்மனதால் சிறப்பாக, பிரமிக்கத்தக்க வகையில் செய்து முடிக்க முடியும். ஆகவே நம்முடைய வாழ்க்கையின் நன்மை தீமைகளை நினைவு மனம்தான் வழி நடத்துகிறது என்பதை நாம் எப்போதும் நினைவில் வைத்துக் கொள்ள வேண்டும். நம்முடைய நினைவு

எண்ணங்களை மேம்படுத்துங்கள்!

மனச் சிந்தனையே நமக்கு ஏற்படுகின்ற நன்மை தீமைகள் அனைத்துக்கும் காரணமாகின்றன.

போதை மருந்துகளால் பல உன்னதக் காட்சிகளைக் காண முடியும் என்று சிலர் நம்புகிறார்கள். ஆனால் அப்படி அவர்கள் காணுகின்ற காட்சிகள் அனைத்தும் வெறும் பிரமையே. ஒரு ரோஜாவின் எளிமையான அழகு, மலைச் சிகரத்தில் இருந்து பார்க்கும்போது தோன்றுகின்ற ரம்மியம், கடல் அலைகளின் நீலப் பசுமை அழகு, ஒரு குழந்தையின் களங்கமற்ற சிரிப்பு - இப்படிப்பட்ட நினைவு உணர்வில் பார்த்து ரசிக்கும் அழகுக்கு இந்த பிரமை அழகு ஒருபோதும் ஈடாகாது.

கவனம் செலுத்தாதபோது கிடைக்கின்ற தண்டனைகள் கடுமையானவை; செலுத்தும்போது கிடைக்கின்ற வெகுமதிகள் மிகுதியானவை. ஆகவே ஆழ்ந்து கவனம் செலுத்தப் பழகிக் கொள்ளுங்கள். உங்கள் வாழ்க்கையில் பெரிய மாற்றம் ஏற்பட அது காரணமாக இருக்கலாம்.

43

நீங்கள் தனிமையை உணர்கிறீர்களா?

பல மனிதர்கள் இயற்கையான வாழ்க்கை அமைப்பின் காரணமாகவோ, பார்க்கின்ற வேலையின் காரணமாகவோ, அல்லது சூழ்நிலையின் காரணமாகவோ பெரும்பகுதி நேரத்தை தனிமையில் கழிக்க வேண்டியவர்களாக இருக்கிறார்கள்.

அதற்காக அவர்கள் தனிமையில் இருப்பதாகச் சொல்ல முடியாது. தனித்து இருப்பதே தனிமையாகி விடாது. தனிமை உணர்வைப் பெற்று இருப்பவர்கள் கூட்டத்தில் இருக்கும் போதுகூட தனிமையினை உணர்வதுண்டு. "ஒரு கூட்டத்திலும் என்னால் தனிமையாக இருக்க முடியும்" என்று பாடல் வரி ஒன்று சொல்லுகிறது.

தனிமை உணர்வு என்பது மனநோய் தொடர்புடைய ஒரு நிலையாகும். இது பல்வேறு நிலைகளுக்கும் சென்று சஞ்சலம், அடிக்கடி உணர்ச்சிக்கு ஆளாகுதல், மனச் சோர்வு ஆகிய கட்டங்களை அடைந்து இறுதியில் 'தனிமை பயம்' என்கிற நோயாக முற்றி விடுவதும் உண்டு.

இது எந்த நிலையில் இருந்தாலும் தனிமை என்பது விரும்பத்தக்கது அல்ல. மற்றவர்களுடன் சேராமல் தனிமையில் இருக்கும் எண்ணம் உங்களுக்குத் தோன்றுமானால், அந்த உணர்விலிருந்து ஆரம்பத்திலேயே விடுபட்டுவிடுங்கள்.

தனிமை உணர்வில் இருந்து விடுபடுவது எளிமையானது, நிலையானது, அவ்வாறு விடுபடுகின்றபோது மகிழ்ச்சி இன்மை குறைகிறது. மகிழ்ச்சி அதிகமாகிறது.

தனிமை உணர்வில் இருந்து விடுபடுமுன், அது என்ன என்பதை முதலில் புரிந்துகொள்ள வேண்டும். இது உங்களுக்கு ஆச்சரியமாக இருக்கலாம். தனிமை உணர்வு என்பது தனிமையில் இருப்பது என்றும், யாரும் நம் அருகில் இல்லை என்கிற உணர்வு என்றும் பலரும் நினைக்கிறார்கள். ஆகவே, இந்த உணர்வுக்கான சரியான காரணம் அவர்களுக்குப் புரிவதில்லை. ஆகவே நிவர்த்திக்கான வழியும் தெரிவதில்லை.

மனவியல் நிபுணர்கள் 'தனிமை உணர்வு என்பது உங்களை நீங்களே விரும்பாத நிலை' என்று சொல்லுகிறார்கள். தனிமையில் இருக்கும்போது உங்களோடு நீங்கள் வாழ முடியாது போய், நீங்கள் உங்களை எதுவாகக் கற்பனைசெய்து கொண்டிருக்கிறீர்களோ அதன் மீது முழு கவனம் செலுத்துகின்ற நிலையும் ஆகும். தனிமை என்பது அமைதிச் சூழ்நிலையினையும் விரும்பாத ஒரு நிலை. உங்களை நீங்கள் என்ன செய்து கொள்ளுவது என்பதில் மட்டுமே ஆழ்ந்து போகின்ற நிலை. கூட்டத்தில் இருக்கும்போதும் உங்களை நீங்கள் விரும்புவதில்லை. ஆகவே உங்களை நீங்களே கூட்டத்தில் இருந்து விலக்கிக் கொண்டு, அப்போதும் ஒரு தனிமையை அனுபவிக்கத் தொடங்குகிறீர்கள்.

இந்தப் பிரச்சினையை நேரடியாகவே சந்திப்போம். பெரும் பாலான நேரத்தை யாருடன் நீங்கள் செலவிடுகிறீர்கள்? அந்த மனிதர் வேறு யாரும் இல்லை. நீங்களேதான். ஏனைய அனை வரும் அவர்கள் எவ்வளவு நெருக்கமானவர்களாக இருந்தாலும், நட்பினராக இருந்தாலும், அவர்களில் எவரும் எப்போதுமே உங்களுடன் இருக்க முடியாது. உங்களோடு அவர்கள் இருக்க முடியாத நேரங்களும் உண்டு.

பெரும்பகுதி நேரத்தை நீங்கள் உங்களோடுதான் செலவழிக்க வேண்டும் என்பதால், உங்களை நீங்களே விரும்புவது அவசியமாகிறது. இப்படிச் சொல்லுகின்றபோது உங்களை நீங்களே மையப்படுத்திக் கொண்டவராக ஆகி விட வேண்டும் என்று சொல்லுவதாக அர்த்தமில்லை. (அப்படி உள்ளவர்கள்கூட மற்றவர்களிடம்தான் தங்களை அப்படிக் காட்டிக் கொள்கிறார்களே தவிர, தங்களுக்குத் தாங்களே அப்படி இருப்பதில்லை என்பது வேறு விஷயம்) மனிதர்கள் தாங்கள் தனிமையில் இருக்கும்போது தங்களைப் பற்றி என்ன நினைக்கிறார்களோ அவ்வாறே தங்களை மதிப்பீடு செய்யவும் முயல்கிறார்கள். இதன் விளைவாகவே உங்களை நீங்கள் விரும்பாதபோது, உங்களோடு தனிமையில் இருக்க நீங்கள் விரும்பாதபோது, தனிமை உணர்வு என்கிற உணர்ச்சிபூர்வமான அசௌகரியத்தை நீங்கள் அனுபவிக்கிறீர்கள்.

உங்களுடைய ஆழ்மனம் உங்களிடம் புதைந்துள்ள விரும்பத் தகாத நினைவுகளை வரிசையாக நினைவு மனதின் முன் கொண்டு வந்து நிறுத்துகிறது. அது உங்களுக்குப் பிடிப்பதில்லை. மிகுதி யான உணர்ச்சி உடையவர்கள், பிறருக்குத் தொந்தரவு கொடுத்து விமர்சிக்கின்றவர்கள், விரும்பத்தகாத இந்த நினைவுகளின் பாதிப்பால், மற்றவர்களைப் புண்படுத்துவதாக மனவியல் நிபுணர்கள் கண்டுபிடித்து இருக்கிறார்கள். மற்றவர்கள் கிடைக் காதபோது அதே குணத்தை தங்கள் மீதே திருப்பி விட்டுக் கொள்ளுகிறார்கள். குற்ற உணர்வை உணருகிறார்கள். தாங்கள் தனிமையில் இருப்பதைப்போல எண்ணுகிறார்கள்.

இதை எளிமைப்படுத்திச் சொல்லி விடலாம். மற்றவர் களோடு நீங்கள் இணக்கமாகப் பழக முடியுமானால் உங்களு டனும் நீங்கள் இணக்கமாகப் பழக முடியும். தனிமை உணர்வின் அடிப்படைக் காரணத்தை நீக்கிக் கொண்டவராக நீங்கள் ஆகிவிடுவீர்கள்.

ஆனால் தனிமையில் இருக்கும்போது நீங்கள் என்ன செய்ய வேண்டும்? ஒன்றும் செய்யாமல் இருப்பது எவ்வளவோ பயனுடையதாக இருக்கும். இதன் உண்மையான பொருள் என்னவென்றால் உடல் இயக்கமே இல்லாத ஒரு நிலையாகும். உடல் இயக்கம் இல்லாமல் தனிமையில் இருக்கும்போது இரண்டு பயனுள்ள காரியங்களில் நீங்கள் ஈடுபடலாம்.

1. தியானம்
2. ஆழ்ந்த சிந்தனை

முதலில் தியானத்தைப் பற்றிப் பார்க்கலாம். "மனதை ஒருநிலைப்படுத்தி இருங்கள். தானே கடவுள் என்பதை அறிவீர்கள்!" மதத் தலைவர்கள், தத்துவ ஞானிகள், சிந்தனையாளர்கள், சான்றோர்கள் ஆகிய அனைவரும் இந்த வாசகத்தை சிரமேற்கொண்டு தனிமையான இடத்தை நாடிச் சென்று, தியானம் செய்து ஆன்மிக உணர்வைப் பெற்றிருக்கிறார்கள்.

இத்தகைய பெரியவர்களின் வாழ்க்கையினைப் படித்துப் பாருங்கள். அவர்கள் அனைவரின் வாழ்க்கையுமே இதற்குச் சான்றாக உள்ளன. ஏசுநாதர் நாற்பது பகல்களையும், நாற்பது இரவுகளையும் தனியாகக் கழித்தபோது தனிமை உணர்வையா பெற்றார்? தாரு தனிமையில் பல ஆண்டுகளைக் கழித்தபோது தனிமை உணர்வையா பெற்றார்? வாழ்க்கையின் மிகச் சுமுகமான அனுபவமே தனிமையில் அமைதியாக, ஆன்மிக உணர்வுடன் தியானிப்பதுதான்.

அடுத்தபடியாக, ஆழ்ந்த சிந்தனை என்பது என்ன என்று பார்ப்போம். இது ஒரு கலை. இதன் மகிழ்ச்சியை வார்த்தைகளால் வர்ணிக்க முடியாது. எதைப் பற்றி ஆழ்ந்து சிந்திக்கிறோமோ, அதுவாகவே நாம் ஆகிவிடும் கலைதான் இது. கலை ரசனையில் இருந்து இயற்கையின் அழகை அனுபவிப்பதுவரை எல்லாமே இதற்குள் அடங்கும். ஒவ்வொன்றின் நுணுக்கத்தையும் ரசித்து, அந்த ரசனையில் மூழ்கிப் போகும்போது ஆழ்ந்த சிந்தனையின் சுகானுபவத்தை உணரலாம்.

விமானத்தில் பறந்து செல்லுகின்றபோது சிலர் பத்திரிகையைப் பிரித்து வைத்துக்கொண்டு அவற்றில் முகத்தைப் புதைத்துக் கொண்டிருப்பதை நான் பார்த்திருக்கிறேன். பறந்து செல்லுவதும் அன்றாடக் கடமைகளில் ஒன்றுபோல இவர்கள் இயந்திர கதியில் செயல்பட்டுக் கெண்டிருக்கிறார்கள். நான் பல்வேறு நாடுகளுக்கும் விமானத்தில் பறந்து சென்றிருக்கிறேன். ஒவ்வொன்றும் எனக்கு ஒரு உற்சாகமான அனுபவம்! எல்லாப் பயணங்களிலும் மேகங்களைப் பார்த்து இருக்கிறேன். அவற்றில் தான் எத்தனை வடிவங்கள், எத்தனை மாற்றங்கள், எத்தனை மாறுபாடுகள்! அனைத்துமே பிரமிக்கத்தக்கவை! அவற்றின் அங்கமாக நான் ஆகியிருக்கிறேன். பகல் நேரங்களில் விமானத்தில் இருந்து பார்த்தால் மனிதனும் இயற்கையும் உருவாக்கிய படைப்புகள் எவ்வளவு ரம்மியமாகக் காட்சி அளிக்கின்றன! இரவு நேரங்களில் விமான சன்னல் வழியாகப் பார்க்கும்போது ஒளிமயமான வைரக் கற்கள் எத்தனையோ! இவை அனைத்தும் பிரபஞ்சத்தின் ஒரு சிறு பகுதியே. நான் ஆழ்ந்து சிந்திக்கும்போது, பிரபஞ்ச அழகுக்குள் ஐக்கியமாகிப் போகிறேன். இதுவா தனிமை? இவற்றுக்கு மத்தியில் தனிமை சாத்தியமா?

நீங்கள் மட்டும் பார்க்கக் கற்றுக்கொண்டால், ஆழ்ந்து சிந்திப்பதற்குரிய விஷயங்கள் எல்லையற்றவை என்பது உங்களுக்குப் புலனாகும். மிகப் பெரியதாக இருந்தாலும், மிகச் சிறியதாக இருந்தாலும், அதில் மனம் ஒன்றி நீங்கள் ஆழ்ந்து சிந்திக்கத் தொடங்கினால் தனிமை உணர்வை ஒருபோதும் உணர மாட்டீர்கள்.

உலகின் அழகை ரசிக்க விமானத்தில்தான் பறக்க வேண்டும் என்கிற அவசியமில்லை. அறையில் நீங்கள் அமர்ந்திருக்கும் சாய்வு நாற்காலியிலிருந்து நீங்கள் எழுந்திருக்க விரும்பா விட்டாலும்கூட உலகம் உங்களிடம் வரும். பத்திரிகைகள் மூலமாக, புத்தகங்கள் மூலமாக, வானொலி, தொலைக்காட்சி மூலமாக உங்களிடம் வரும். இன்றைய மனிதர்கள் மட்டுமல்ல.

நேற்றைய மனிதர்களும் ஆழ்ந்த சிந்தனைக்கு உரியவர்களே. ஆழ்ந்த சிந்தனை தனிமை உணர்வைப் போக்கும் அருமருந்து.

தனிமை உணர்வைப் போக்கிக் கொள்ளுவதற்கு ஒரு சிறந்த வழியாக சுறுசுறுப்பான நடவடிக்கைகளில் ஈடுபடுவது குறிப்பிடப்படுகிறது. உங்கள் முழுக் கவனத்தை ஈர்க்கின்ற எதிலும் நீங்கள் ஈடுபடலாம். தனிமை உணர்வில் இருந்து தப்பிக்கும் உபாயமாக நீங்கள் இதைக் கையாளக்கூடாது. எந்த வேலையிலும் முழுமையான ஈடுபாட்டுடன் உங்கள் கவனத்தைச் செலுத்துங்கள். அப்போது அந்த வேலையில் நீங்கள் உங்களை இழந்து சுகமான அனுபவத்தைப் பெறுவீர்கள்.

நீங்கள் விரும்புகின்ற அல்லது நேசிக்கின்ற ஒருவருடன் இருக்கும்போது தனிமை உணர்வு உங்களை விட்டு விலகிப் போகிறது என்பது உண்மை. இதை நான் கடைசியாகக் குறிப்பிடுவதற்குக் காரணம் இருக்கிறது. மற்றவர்களுடன் இருப்பதையே முழுமையாக சார்ந்து இருந்து விட்டால், தனிமையில் இருப்பதற்குத் தயக்கம் ஏற்பட்டு விடும். ஆனால் நாம் அனைவருமே நம்முடைய பெரும் பகுதி நேரத்தை நம்மோடுதான் செலவழிக்க வேண்டியிருக்கும். நான் முன்னர் குறிப்பிட்டுள்ளதைப்போல மற்றவர்கள் எப்போதும் நம்முடன் இருப்பது சாத்தியமில்லை.

ஆகவே உங்களை நீங்களே நேசிக்கக் கற்றுக் கொள்ளுங்கள். இல்லாவிட்டால், தனிமை உணர்வில் இருந்து நீங்கள் ஒரு போதும் விடுபட முடியாது.

உங்களுடன் நீங்கள் இருப்பதே உங்களுக்கு மகிழ்ச்சி என்று ஆகிவிடுகிறபோது, உங்களைச் சுற்றி உள்ளவற்றை ரசிக்கத் தொடங்குவீர்கள். பிரபஞ்ச அழகில் மெய் மறந்து போவீர்கள். படைக்கப்பட்டுள்ள அனைத்தையும் ரசித்து மகிழ்வீர்கள். **தியானம், ஆழ்ந்த சிந்தனை** இவற்றின் மூலம் புதுமையான இன்பத்தை அனுபவிக்க ஆரம்பிப்பீர்கள்.

உங்களோடு நீங்கள் இருக்க விரும்புகின்றபோது, தனிமை உணர்வு ஒருபோதும் பெற மாட்டீர்கள்!

44

கண்டுபிடியுங்கள்!

கண்டுபிடிக்கத் தெரிந்தவர்கள் யாரோ அவர்களுக்கே இந்த உலகம் சொந்தமாக இருக்கிறது. தொல்லை என்ன என்பதை உணர்ந்து, அதை அடையாளம் கண்டு கொள்கிறவரை எனக்குக் காட்டுங்கள். வாழ்க்கை, தொழில், மகிழ்ச்சியைப் பெறுவது ஆகிய அனைத்திலும் வெற்றி பெறக் கூடியவர் அவர் என்று என்னால் உறுதியாகச் சொல்ல முடியும்.

கேள்விக்குறிகள் நிரம்பிய வாழ்க்கையைப் போல, ஒரு மனிதனுடைய நிலைப்புத் தன்மையை சேதாரப்படுத்தக் கூடியது வேறு எதுவும் இல்லை.

கேள்விகளுக்குப் பதில்களைக் கண்டுபிடிப்பது, பிரச்சினை களுக்குப் பரிகாரம் காண்பது ஆகியவற்றை விடத் திருப்தி அளிக்கக் கூடியதும் பயனளிக்கக்கூடியதும் வேறு எதுவும் இருக்க முடியாது.

காரியத்தைச் செய்து முடிக்கின்ற மனிதர்கள் நமக்குத் தேவை. அதைவிட எதைச் செய்ய வேண்டும், அதைச் செய்வதற்கு வழி என்ன என்று சொல்லுகின்றவர்கள் இன்னும் அதிகமாகத் தேவை. ஏதோ சில சில வேலைகளை செய்து கொண்டிருப்ப வர்கள், தவறாகச் செய்து கொண்டிருப்பவர்கள் இந்த உலகத்தில் நிறையப் பேர் இருக்கிறார்கள். எத்தனையோ விஷயங்கள்

அவர்களுக்குத் தெரியும். அவர்களுக்குத் தெரிந்து இருப்பவை தவறானவை. அதை அவர்கள் கண்டு பிடிப்பதில்லை.

இவர்கள் எதையும் செய்யாமல் எதைப் பற்றியும் தெரியாமல் இருப்பதே நல்லது. அப்படியிருந்தால் தெளிந்த நிலையில் இருந்து அவர்கள் எதையும் ஆரம்பிக்க முடியும். அவர்கள் நினைப்பது, சொல்வது, செய்வது ஆகியவை சரிதானா என்று அவர்களால் புரிந்து கொள்ள முடிவதில்லை. தவறாக இருப்பதில் எந்த அனுகூலமும் இல்லை. முதல் தடவையில் தவறாக இருந்தால் கூட, தேவையான நேரத்தை எடுத்துக் கொண்டு பின்னர் சரியாகி விடுவது இலாபகரமானதுதான்.

எல்லா அரசுகளிலுமே தவறான செயல்களை சுறுசுறுப்புடன் செய்து, தவறான கொள்கைகளை முடிவெடுத்து, தவறான வழிகளில் மிக அரிய செலவில் அவற்றைச் செயல்படுத்தி, தவறான விளைவுகளைத் தோற்றுவிக்கின்ற மனிதர்கள் நிறையப் பேர் இருக்கிறார்கள். நம்முடைய நாட்டு வரலாற்றிலும் (அமெரிக்கா) இதுபோன்ற செயல்கள் நிறைய நடந்து இருக்கின்றன. **முயற்சி செய்யாததால் இப்படி நடக்கவில்லை, கண்டுபிடிக்காததால் இப்படி நடந்துள்ளது.**

தொழில் துறையிலும் பெரிய திட்டங்கள் தவறாகிப் போவதுண்டு. கம்ப்யூட்டர்கள் உதவக் கூடும். ஆனால் கம்ப்யூட்டரோடு எனக்கு உள்ள அனுபவம் இந்த முடிவுக்கு ஏற்புடையதாக இல்லை. ஒரு கம்ப்யூட்டர் தவறு செய்கின்றபோது அது இமாலயத் தவறாக இருந்து விடுகிறது. நூற்றுக்கணக்கான மனிதர்கள் செய்கின்ற தவறு கூட அதற்குச் சமமானதாக இருக்க முடியாது. தொழில் துறையில் என்னுடைய வாழ்க்கையைக் கழித்திருக்கிறேன். இப்போது நான் ஓய்வு பெற்று விட்டேன். ஆகவே அப்போது நான் செய்த தவறுகளைப் பற்றி நினைத்துப் பார்க்க எனக்கு நிறைய நேரம் இருக்கிறது. அவற்றைப் பகுத்து ஆராய்ந்து பார்த்திருக்கிறேன். பிரேத பரிசோதனைபோல, கண்டுபிடிக்கத் தெரிந்திருந்தால் நான் செய்த பல தவறுகளைத் தவிர்த்து இருக்க முடியும் என்கிற முடிவுக்கு வந்திருக்கிறேன்.

கல்வி என்பது, கண்டுபிடிக்கச் சொல்லித் தருவது என்று சொல்லப்படுகிறது. பிரச்சினை என்னவென்றால், கல்வி தொடக்கத்தில் ஆரம்பமாவதில்லை. கல்வியின் முடிவான நோக்கம் வாழ்க்கையில் வெற்றி பெறச் செய்வதாகும். வெற்றி என்பதை வாழ்க்கைக் குறிக்கோளை அடைவது என்றுதான் என்னால் வர்ணிக்க முடியும். இதைச் செய்ய, கல்வி மூன்று அடிப்படைகளுக்கு ஏற்பாடு செய்ய வேண்டும்.

1. உங்களால் வெற்றி பெற முடியும் என்று உங்களை நம்ப வைக்கின்ற மெய்யான, நம்பகமான தகவல்கள் மூலம் உங்களுக்கு உற்சாகம் ஊட்ட வேண்டும்.

2. உங்களுக்கு எது தெரியவேண்டும், எதைச் செய்தால் வெற்றி கிடைக்கும் என்பதை நீங்கள் கண்டுபிடிக்கும் விதத்தில் உங்கள் உள்ளுணர்வை அது தூண்ட வேண்டும். வெற்றிக்கு எது தேவையோ அதை நீங்கள் செய்யும்படியாக வாழ்க்கை பூராவும் அது உங்களைத் தூண்டிக் கொணடே இருக்க வேண்டும்.

3. வாழ்க்கையின் குறிக்கோளை நீங்கள் அடையத்தக்க விதத்தில் எளிமையான வெற்றிச் சூத்திரத்தை அது உங்களுக்குச் சொல்லிக் கொடுக்க வேண்டும்.

இது மட்டுமே கல்வி ஆகிவிடாது. இது ஒரு தேவையான ஆரம்பம்.

அரசு, தொழில், கல்வி, அன்றாட வாழ்க்கை எதுவாக இருந்தாலும், அதில் நீங்கள் சிறப்புப் பெற விரும்பினால், பாராட்டப்பட விரும்பினால், செல்வச் சிறப்பு அடைய விரும்பினால், தொல்லை என்ன என்பதை உணர்ந்து அதை அடையாளம் காண்பது அவசியம். நீங்களே அதைச் செய்ய வேண்டும் என்பதில்லை. அது தொடர்பான வேலைகளைச் செய்ய எத்தனையோ பேர் இருக்கிறார்கள். ஆனால் கண்டுபிடிக்கத் தெரிந்தவனையே மிகப் பெரிய வெகுமதி சென்று அடைகிறது.

45

வெற்றி மூன்று விஷயங்களில் ஆரம்பம் ஆகிறது

இந்தப் புத்தகத்தின் தனிச் சிறப்பே ஒரு அத்தியாயம் இன்னொரு அத்தியாயத்துடன் தொடர்பில்லாமல் இருப்பதுதான். பலவிதமான, வித்தியாசமான சிந்தனைகளை உங்களிடம் ஏற்படுத்துவதே இதன் நோக்கம்.

ஆனாலும் இந்த அத்தியாயத்தில், இதற்கு முன்னர் உள்ள அத்தியாயத்தில் சொல்லியுள்ள கருத்தைப் பற்றி இன்னும் கொஞ்சம் விரிவாகச் சொல்ல விரும்புகிறேன். கல்வியைப் பற்றியும், கல்வி தொடங்க வேண்டிய மூன்று விஷயங்கள் பற்றியும் சொல்லப் போகிறேன். உங்கள் வாழ்க்கை இலக்கினை அடைவதில் நீங்கள் வெற்றிபெற இவை மூன்றும் உத்தரவாதம் அளிக்கின்றன.

இன்றைய கல்வி காலியான எரிபொருள் தொட்டியுடன் ஆரம்பமாகிறது. இயக்குகின்ற ஆற்றல் அதற்கு இல்லை. வெற்றியை நோக்கி செலுத்துகின்ற வாகனத்தை உங்களிடம் ஒப்படைக்கும் முன், அதில் ஏற்ற வேண்டிய தகவல்களை மட்டும் கல்வி உங்களுக்குக் கொடுக்கிறது.

வாழ்க்கையின் இளமைப் பருவத்தில் வாழ்க்கையில் என்ன செய்யப் போகிறோம் என்பதை வைத்து வெற்றிக்கு இலக்கணம் சொல்லுவது முடியாத காரியம். ஆகவே 'நம்மால் முடியும்' என்கிற ஆரம்பத்தை வைத்துதான் இது சாத்தியமாகும். எந்த அளவுக்கு என்பது வளர்ச்சியைப் பொறுத்து நிர்ணயிக்க வேண்டிய விஷயம்.

அதற்காகக் கல்விப் பயிற்சி ஆரம்பமாவதற்கு முன் தேவைப்படுகின்ற மூன்று விஷயங்களை இது பாதிக்க வேண்டும் என்கிற அவசியமில்லை.

உங்களால் வெற்றி பெற முடியும் என்று உங்களை நம்ப வைக்கின்ற மெய்யான, நம்பகமான தகவல்களால், நீங்கள் உற்சாகப்படுத்தப்பட வேண்டும். வெற்றியின் திசை நோக்கி ஏவுகணையைச் செலுத்த, எரிபொருளை எரியச் செய்வது இதுதான். எரியச் செய்யாவிட்டால், தரையிலேதான் இருக்க வேண்டும். உற்சாகம் செய்கிற எரியச் செய்யும் சக்தி கிடைக்காததால் பலருடைய வாழ்க்கை மேலே எழும்ப முடியாமல் தரையிலேயே தங்கி விட்டன.

அடுத்தபடியாக வெற்றி உறுதி ஆவதற்கு உங்களுக்குத் தெரிய வேண்டியது என்ன, நீங்கள் என்ன செய்ய வேண்டியது என்ன என்பதை நீங்கள் கண்டறிவதற்கு ஊக்கம் தேவை. இந்த ஊக்கமே உற்சாகத்திற்கு செயல் வடிவம் கொடுக்கிறது. உற்சாகம் எவ்வளவு உன்னதமாக இருப்பினும், செயல் நல்லதாகவும் இருக்கலாம். கெட்டதாகவும் இருக்கலாம். குதிரையின் மீது வீரத்துடன் ஏறி, தவறானத் திசையில் அதைச் செலுத்துவதால் எந்தவிதமான பலனும் இல்லை. ஆகவே நீங்கள் ஏற்கெனவே நிர்ணயித்துக் கொண்டுள்ள இலக்கை நோக்கிச் செல்லுவதற்கு கொடுக்க வேண்டிய விலையை கொடுக்கக் கூடிய அளவுக்குப் போதுமான ஊக்கம் உங்களிடம் இருக்க வேண்டும். இல்லாவிட்டால் நீங்கள் சேகரித்தத் தகவல்கள் எந்த விதத்திலும் எதிர்காலத்திற்குப் பயன்படப் போவதில்லை.

வாழ்க்கையிடம் இருந்து நீங்கள் எதை எதிர்பார்த்தாலும், அதற்கு ஒரு விலை கொடுத்தே ஆக வேண்டும். விலை என்பது பணம் அல்ல. பணம் சம்பந்தப்படுகிறது என்றாலும், அது முக்கிய விஷயமில்லை. தேவையான பணத்தை எவரும் பெற்றுவிட முடியும். வெற்றியின் விலை, நேரம், முயற்சி, திட்டமிடுதல் போன்ற பல்வேறு விஷயங்களையும், எந்த அளவு தியாகத்திற்கு நீங்கள் தயாராக இருக்கிறீர்கள் என்பதையும் பொருத்ததாகும். தகவல்களோடு சரியான திசையில் ஊக்கத்தை அளிக்க இன்றையக் கல்வி தவறி விட்டது.

கல்விப் பயிற்சிக்கு முன்னோடியாக அமைய வேண்டிய மூன்றாவது விஷயமொன்று இருக்கிறது.

வாழ்க்கையில் எது உங்களுக்குத் தேவையோ, அதை நீங்கள் பெறுவதற்கு எளிய, சுலப **வெற்றிச் சூத்திரம்** ஒன்று உங்களுக்குக் கொடுக்கப்பட வேண்டும். வெற்றிச் சூத்திரத்தை உருவாக்கி எப்படிப் பயன்படுத்துவது என்று அறியாதவர்களாகவே பலரும் இருக்கிறார்கள்.

இவற்றை எல்லாம் அளிக்க முடியாத கல்வியால் எந்தப் பயனும் இல்லை. உங்களைச் சுற்றி உள்ள ஏழை எளிய மக்களைப் பாருங்கள். அவர்களது வாழ்க்கைக்கு ஏதாவது இலக்கு இருக்கிறதா என்று எண்ணிப் பாருங்கள். ஊக்கம் பெற, உற்சாகம் பெற, வாழ்க்கையில் அவர்கள் எதைக் கற்றுக் கொண்டிருக்கிறார்கள்? வெற்றிச் சூத்திரம் எதையாவது அவர்கள் தெரிந்து கொண்டிருக்கிறார்களா?

ஏன் அவர்கள் தெரிந்து கொள்ளவில்லை?

குற்றம் யாருடையது?

இந்தக் குற்றத்தை இன்னும் எவரும் ஏன் திருத்த முன்வரவில்லை?

46

இழப்பு ஏற்படுகின்றபோது...

✳

எழுதுவதற்கு மகிழ்ச்சியான அத்தியாயம் அல்ல, இது. ஆனால் மனத் துயர் மனமுறிவு ஆகிவிடாமல் தடுப்பதற்காக இந்த அத்தியாயத்தை எழுதுவது அவசியமாகிறது. வாழ்க்கையில் ஏற்படுகினற சில இழப்புகளை, அதனால் ஏற்படும் துயரங்களை ஆற்றிக் கொள்வதற்கு ஏதோ ஒரு வழி தேவையாகவே இருக்கிறது.

எப்போதோ ஒரு சமயம் தவிர்க்க முடியாத நிலையில் வாழ்க்கையில் சோகம் சம்பவிக்கவே செய்கிறது. வாழ்வதும் மரிப்பதும் வாழ்க்கையில் தவிர்க்க முடியாத நிலைகள்.

விளக்கம் காண்பது நோக்கமல்ல, துயரத்தில் இருந்து எப்படி சமாதானம் பெறுவது என்பது மட்டுமே நோக்கம்.

வாழ்க்கையில் ஏற்படுகின்ற சோகங்கள் எத்தனையோ! அவற்றைப் பட்டியல் போடுவது மனச் சுமையை அதிகரிக்கும். தனிப்பட்ட இழப்பு என்று சொல்லுகின்றபோது, பொருள்களின் இழப்பு, நமக்கு நெருக்கமானவர்களின், நம்மோடு வாழ்க்கையில் ஒன்றி கலந்து விட்டவர்களின் இழப்பையே குறிப்பிடுகிறோம்.

இதுபற்றி நாம் என்ன செய்யலாம்? என்ன செய்ய முடியும்? என்ன செய்ய வேண்டும்?

நான்கு விஷயங்கள்.

மற்ற விஷயங்களும் இருக்கக் கூடும். ஆனால் தனிப்பட்ட சோகம் தவிர்க்க முடியாதது என்பதால், அதில் இருந்து மீள்வதற்கு இந்த நான்கும் நிச்சயமானவை.

1. **ஒப்புக் கொள்ளுங்கள்** - முதலில் இழப்பு ஏற்பட்டு விட்டது என்பதை ஒப்புக் கொள்ளுங்கள். அதை நம்பாமல் இருப்பது தற்காலிக நிவாரணமாக வேண்டுமானால் இருக்கலாம். ஆனால், அவநம்பிக்கை என்கிற மயக்கம் மெல்ல மெல்ல விலகுகின்றபோது எதார்த்தத்தை எதிர் நோக்கத்தான் வேண்டியிருக்கும்.

நிகழ்ந்துவிட்ட சோகத்தை நம்ப மறுப்பது மனநிலையில் பெரிய தீங்கினை விளைவிக்கக் கூடியது. உங்களுடைய மனநிலை ஆரோக்கியத்தை நீங்கள் கெடுத்துக் கொள்ளாமல் இருக்க வேண்டுமானால் சோகத்தை வெளிப்படையாக, துணிச்சலுடன் எதிர் நோக்க வேண்டும். எதார்த்தத்தை துணிச்சலுடனும் வெளிப்படையாகவும் எதிர் கொள்ளுவது ஆறுதலையும், பலத்தையும் அளிக்கும். நடந்தது நடந்து விட்டது என்பதை ஒப்புக் கொள்ளுங்கள்.

இந்த முதலடியை நீங்கள் எடுத்து வைத்த பிறகுதான் அமைதிக்கான அடுத்த அடிக்கு நீங்கள் செல்ல முடியும்.

2. **ஏற்றுக் கொள்ளுங்கள்** - சோகமான இழப்பை நீங்கள் ஒப்புக் கொண்ட பிறகு, உணர்ச்சிப்பூர்வமான ஆறுதலைப் பெற அந்த இழப்பை ஏற்றுக் கொள்ளுகின்ற மன நிலையினை நீங்கள் அடைந்து விடுகிறீர்கள்.

தவிர்க்க முடியாததை ஏற்றுக் கொள்ளுவது மனித சமுதாயத்தின் மிகப் பெரிய சாதனை ஆகும். நிகழ்ச்சிகளின் மீது நமக்குக் கட்டுப்பாடு இல்லை என்பதை உணர்கின்றபோது **ஏற்றுக் கொள்ளுவதின் மூலம் அதன் விளைவுகளின் மீது ஒரு கட்டுப்பாட்டினையும் நாம் கொண்டுவந்து விடுகிறோம்.**

அடக்கத்தோடும், பணிவோடும் ஏற்றுக் கொண்டுவிட்ட பிறகு அதன் விளைவுகளை சந்திக்கின்ற அகச் சக்தி உங்களிடம் தோன்ற ஆரம்பிக்கிறது.

எதையும் தாங்குகின்ற வலிமை நமக்கு அளிக்கப்பட்டிருக்கிறது.

மனப்பூர்வமாக துரதிர்ஷ்டத்தை ஏற்றுக் கொள்ளுகின்றபோது, வேறு எந்த மனித சக்தியை விட மிகப் பெரிய மனிதசக்தி கிடைக்க ஆரம்பிக்கிறது. தவிர்க்க முடியாததை எதிர்த்துப் போரிடுவதில் பயனில்லை. நீங்கள் அதை வெறுக்கலாம். சாபம் கொடுக்கலாம். ஆனால் எதிர்த்துச் சண்டை போட முடியாது. ஹாலந்தில் உள்ள தேவாலயம் ஒன்றில் பொறிக்கப்பட்டுள்ள வாசகம் இது: ''அது அப்படித்தான். அது வேறு மாதிரியாக இருக்க முடியாது.''

இப்படிப்பட்ட விஷயங்களை, இறுதியான விஷயங்களை, ஏற்றுக் கொள்ளுவதின் மூலமாகத்தான் சமாளிக்க முடியும். தத்துவ ஞானி வில்லியம் ஜேம்ஸ் சொல்லியுள்ள ஆலோசனை இது: ''அதை அப்படியே ஏற்றுக் கொள்ளுங்கள். நிகழ்ந்து விட்டதை ஏற்றுக் கொள்வதின் மூலமாகத்தான் அதன் விளைவுகளை வெற்றி கொள்ள முடியும்.'' ஷோஃபனேர் என்கிற தத்துவஞானி, ''வாழ்க்கைப் பயணத்தில், தவிர்க்க முடியாமல் நடந்து போனதை ஏற்றுக் கொள்ளுவது முதன்மையான முக்கியத்துவம் வாய்ந்தது ஆகும்'' எனக் கூறுகிறார்.

ஏற்றுக் கொள்வதின் மூலம் துயரத்தில் இருந்து மன அமைதி என்கிற நிலைக்கு ஆன்மிக மாற்றம் ஏற்படுகிறது.

அதற்குப் பிறகு?

ஒப்புக் கொண்டு, ஏற்றுக் கொள்கிறபோது மன அமைதி கிடைக்கிறது. ஆனால் அதற்குப் பிறகு புத்தனைப் போல் ஆழ்ந்த சிந்தனையில் நம்மை நாமே இழந்துவிட முடியுமா?

வாழ்க்கை அத்துடன் முடிவுக்கு வந்துவிடுவதில்லை. முன்னேறிச் செல்லுகிறோம். மூன்றாவது நிலையைச் சென்று அடைகிறோம்.

3. **அனுசரித்துப் போதல்** - ஒப்புக் கொள்ளுதல், ஏற்றுக் கொள்ளுதல் இரண்டும் அனுசரித்துப் போவதற்குப் பாதை வகுக்கின்றன. மூன்றாவது நிலையை நாம் அடையா விட்டால் மனம் செயல்படாத அமைதி நிலைக்கு ஆளாகி விடும்.

நேர்ந்து விட்ட துரதிர்ஷ்ட சூழ்நிலையில், விளைவுகளுக்கு ஏற்ப நாம் அனுசரித்துப் போவது அவசியமாகிறது. அந்த அனுசரிப்பில் மன நிறைவோடு நீங்கள் உங்களை ஈடுபடுத்திக் கொள்ள வேண்டும். இல்லாவிட்டால் யதார்த்தத்தில் இருந்து நீங்கள் தனிமையாகிப் போவீர்கள். அதுவே மனநோய் ஆகிவிடும்.

அனுசரித்துப் போவது உங்கள் உள்ளத்தில் இருந்து ஆரம்பமாக வேண்டும். நீங்களாகவே அதில் ஈடுபட வேண்டும். எந்தவிதமான தயக்கமும் இருக்கக் கூடாது. முழுமையாக அனுசரிக்க வேண்டும். அதில் உங்களுடைய தைரியம், உங்களுடைய மன உறுதி, உங்களுடைய தீர்மானம் ஆகிய அனைத்தும் இடம் பெற்று இருக்க வேண்டும்.

1. ஒப்புக் கொள்ளுதல், 2. ஏற்றுக் கொள்ளுதல், 3. **அனு சரித்தல்** ஆகிய மூன்று நிலைகளும் ஒரு ஆன்மிக மாற்றத்தை உங்களிடம் ஏற்படுத்தும்.

மேலும் நீங்கள் என்ன செய்ய வேண்டும்?

ஒன்றே ஒன்று மீதமிருக்கிறது. வாழ்க்கை நீரோட்டத்தோடு நீங்கள் பயணம் செய்ய அது உங்களுக்கு உதவும்.

4. **செயல்படுங்கள்** - சோக நிகழ்ச்சியின் விளைவுகளைச் சமாளிக்க உடனடியாக நீங்கள் செயல்படுவது அவசியம். விதி அடைத்து விட்ட கதவைப் பற்றிக் கவலைப்படாமல்,

நம்பிக்கை திறந்து வைத்திருக்கும் கதவை நாடிச் செல்லுங்கள். 'தேடுங்கள், கண்டு கொள்வீர்கள்' - **விதி ஒரு கதவை மூடுகின்றபோது நம்பிக்கை இன்னொரு கதவைத் திறந்து வைக்கிறது என்பது வாழ்க்கையின் நியதி.**

திறந்துள்ள நம்பிக்கைக் கதவுக்குப் பின்னால் எது உங்களை அழைக்கிறது? நீங்கள் தேர்ந்தெடுக்கும் செயலில் உங்களை நீங்கள் முழுமையாக ஈடுபடுத்திக் கொள்ள முடியும். உங்களுடைய சிந்தனை, சக்தி ஆகிய அனைத்தும் அந்தச் செயலில் ஈடுபட்டு உங்கள் சோக நினைவுகளை மறந்து போகச் செய்து விடும்.

குறிப்பிட்ட நோக்கத்தோடு உங்கள் செயலைத் தேர்ந்தெடுங்கள். முழுமையாக உங்களை அதில் ஈடுபடுத்திக் கொள்ளுங்கள். கடந்த கால சோக நினைவுகள் கடந்து போனவைகளாக இருக்கட்டும்.

கடினமான உடல் உழைப்பும் மன உழைப்பும் உணர்ச்சி இறுக்கம், கவலை ஆகியவற்றை போக்குகின்ற அருமருந்துகளாகும். இந்த உழைப்பினால் ஏற்படுகின்ற ஆரோக்கியமான களைப்பு, சாதனை புரிந்துவிட்ட மகிழ்ச்சி என்கிற ஓய்வினை ஏற்படுத்திக் கொடுக்கும். நீங்கள் தேர்ந்தெடுக்கின்ற செயல் வெறும் வேலையாக மட்டும் இருக்கக் கூடாது. அது ஒரு வேள்வியாகவும் இருக்க வேண்டும்.

மேலே சொல்லியுள்ள நான்கு நிலைகளையும் வரிசைக் கிரமத்தில் நீங்கள் கடைப்பிடித்தால், உங்களுக்குத் தேவையான சக்தி உங்களுடைய செயல் மூலமாகவே உங்களுக்குக் கிடைக்கும். 'காரியத்தைச் செய்யுங்கள், சக்தி தானாகவே கிடைக்கும்' என்பது வாழ்க்கையின் நியதி.

உங்கள் பிரச்சினை அல்லது துயரம் எதுவானாலும், அதைத் தீர்த்து வைக்க பிரபஞ்ச ஆற்றல் தயாராகவே இருக்கிறது. அந்த ஆற்றலின் ஓர் அங்கம்தான் 'நீங்கள்' என்கிற நம்பிக்கை மட்டும் உங்களுக்கு இருந்தால் போதும்.

47

அனுதாபத்தைத் தேடுகிறவர்கள்

✳

உலகத்தில் வாழ்கின்ற அவைருமே அன்புடன் அரவணைக் கப்படுகிறார்கள் என்று சொல்ல முடியாது. ஆகவே அனுதாபத்தை உண்டாக்க நீங்கள் விரும்பினால் அதற்கான சந்தர்ப்பங்கள் உங்களுக்கு இல்லாமல் போகாது.

நம்முடைய பிரச்சினைகளை நாம் சமாளிக்க விரும்பினால், குறைவான அளவில் அனுதாபமும், நிறைவான அளவில் உறுதியுமே தேவையாக இருக்கிறது. ஆனெட் கெல்லர்மேன் உடல் ஊனமுற்ற நோயாளிப் பெண். அவள் அனுதாபத்தை எதிர்பார்த்தாளா? இல்லை. முழுமையான உடலை அவள் விரும்பினாள். பயிற்சி, சிகிச்சை ஆகியவற்றை ஏற்றுக் கொண்டு மன உறுதியுடன் முழுமையான உடலை அவள் ஏற்படுத்திக் கொண்டாள். உலகத்தில் உள்ள முழுமையான உடலைப் பெற்ற பெண்களில் ஒருத்தியாக அவள் தேர்வும் செய்யப்பட்டாள். நீரில் 'டைவ்' செய்கின்ற உலகச் சாம்பியன் பட்டத்தையும் அவள் பெற்றாள்.

சாண்டோ என்பவர் பலகீனமான நோயாளியாகத்தான் வாழ்க்கையைத் தொடங்கினார். சாண்டோ அனுதாபத்தை எவரிடமிருந்தும் எதிர்பார்க்கவில்லை. அவர் விரும்பியது பலம்! மன உறுதியுடன் தேகப் பயிற்சி செய்து உடல் வளர்ச்சியில்

கவனம் செலுத்தினார். அவர் காலத்தில் 'மிகவும் பலசாலி' என்கிற பெயரையும் பெற்றார்.

சில ஆண்டுகளுக்குப் பிறகு உடல் ஊனமுற்ற பலகீனமான உடலை உடைய ஜார்ஜ் ஜோவெட் என்கிற சிறுவன் 'அனுதாபத்தைவிட மன உறுதியே ஆக்கப்பூர்வமானது' என்கிற முடிவுக்கு வந்தான். அவனுடைய முடிவு சரியானதே. தன்னுடைய நிலையை எண்ணி அவன் வருந்தாமலும், மற்றவர்கள் தனக்காக வருத்தப்பட வேண்டும் என்று எதிர்பார்க்காமலும், தன்னுடைய மனதையும், உடலையும் மேலும் மேலும் வளப்படுத்திக் கொண்டான். என்ன நடந்தது? அதிசயம் எதுவும் நிகழவில்லை. 'செயலுக்கு ஏற்ற விளைவு' என்கிற இயற்கை விதி செயல்பட்டது. அது எப்போதுமே செயல்பட்டுக் கொண்டுதான் இருக்கிறது. பத்து ஆண்டுகளில் ஜார்ஜ் ஜோவெட் உலகத்தின் மிகச் சிறந்த பலசாலி என்கிற பெயரைப் பெற்றான்.

ஹெலன் கெல்லர் - குருடு, செவிடு, ஊமை. அனுதாபத்தை அவள் எதிர்பார்த்தாளா? இல்லை. தன்னுடைய பலகீனங்களை வெற்றி கொள்ளுவது என்கிற உறுதி பூண்டாள். மற்றவர்களுக்கு உதவுவதில் தன்னுடைய வாழ்க்கையை அர்ப்பணிப்பது என்கிற முடிவுக்கு வந்தாள். உலகத்தில் வாழ்ந்த பெண்மணிகளிலேயே சிறந்த முன் உதாரணமாகத் திகழ்ந்தாள். ஹெலன் கெல்லரிடம் இருந்த உடல் ஊனங்கள் மாற்ற முடியாதவை என்பதையும் கவனத்தில் கொள்ள வேண்டும். தன்னுடைய குறைபாடுகளை வெற்றி கொள்ளுவதற்கான மன உறுதியினை அவள் பயன்படுத்தினாள். இந்தக் குறைபாடுகளுடனேயே மகத்தான சாதனைகள் புரிய வேண்டும் என அவள் தீர்மானித்தாள்!

நவீன மருத்துவத்தால் உடலின் பல குறைபாடுகளைப் போக்கிவிட முடியும். இருந்தாலும் மன உறுதி என்பது மிகப் பெரிய அம்சம். பல சந்தர்ப்பங்களில் முதல் முயற்சியில் சிகிச்சை தோற்றுப் போவதுண்டு. அதனால் பலரும் குணம் அடைகின்ற எண்ணத்தை விட்டு விட்டு அனுதாபத்தைத் தேடுகின்றவர்களாக மாறி விடுகிறார்கள். எடிசன் தன்னுடைய பரிசோதனைகளில் காட்டியதைப் போல, நீங்கள் தொடர்ந்த முயற்சியில் உங்கள்

உறுதியினைக் காட்ட வேண்டும். பல தோல்விகளுக்குப் பிறகுதான், சரியானது என்ற தீர்வைக் கண்டுப்பிடிக்க முடிகிறது. குணப்படுத்தும் முயற்சிகளில் தீவிரமாக தொடர்ந்து ஈடுபடுவதே ஒரு சிறந்த சிகிச்சை முறையாகும்.

ஹெலன் கெல்லரின் குறைபாடுகளைப் போன்ற சில குறைபாடுகளுக்கு முழுமையான சிகிச்சை இல்லை. ஆகவே ஹெலன் கெல்லரைப் போலவே, நீங்களும் அனுதாபத்தை எதிர்பார்க்கக் கூடாது. குறைபாடுகளைப் போக்கிக் கொள்ள மன உறுதியைப் பயன்படுத்திக் கொள்ள வேண்டும். குறைபாடு களுக்கு மத்தியிலும் மகிழ்ச்சியான வாழ்க்கை அமைத்துக் கொள்ளும் மன உறுதி வேண்டும்.

பீதோவன் சாகாவரம்பெற்ற ராகங்களை செவிடாக இருந்த நிலையில்தான் உருவாக்கினார்.

கவிஞர் மில்டன் 'சொர்க்கம் இழக்கப்படல்' என்கிற காவியத்தை பார்வையற்ற நிலையில்தான் எழுதி முடித்தார்.

அலெக்சாண்டர் போப் என்கிற ஆங்கிலக் கவிஞர் உடல் ஊனமுற்றவர். அவரால் நகர முடியாது. ஆங்கில இலக்கியத்தில் மிகப் பெரிய சாதனைகளை அவர் படைத்தார்.

ஜூலியஸ் சீசர் காக்கா வலிப்பு நோயினால் அவதிப்பட்டார். இருந்தும் பல நாடுகளை வென்ற மாவீரராகத் திகழ்ந்தார். காக்காய் வலிப்பு வரப் போகிறது என்கிற உணர்ச்சி ஏற்பட்ட உடனேயே, போரை நடத்துவதற்கான யோசனைகளைச் சொல்லிவிட்டு, சுய நினைவு இழந்த நிலையில் படுத்து விடுவாராம். சுய நினைவு வந்தவுடன் எதுவுமே நடக்காதது போல தளபதி நிலையில் ஆணைகளைப் பிறப்பிப்பாராம். ஃபிராங்க்ளின் ரூஸ் வெல்ட் இளம் பிள்ளை வாதத்தால் கால் ஊனமுற்ற நிலையிலும் அமெரிக்காவின் ஜனாதிபதி ஆவார்.

ஜான்பன்யன் சிறையில் இருந்தபோது எழுதிய 'யாத்திரி கனின் புறப்பாடு' என்கிற புத்தகம் ஆங்கில இலக்கியத்தில் ஒப்பற்றப் படைப்பாகக் கருதப்படுகிறது.

ராபர்ட் லூயி ஸ்டீபென்சன் ஒரு மணி நேரம் கூட இருமலில் இருந்தும் நெஞ்சு வலியில் இருந்தும் விடுபட்டது இல்லை. க்ஷயரோகத்திலும், ஜுரத்தாலும் எப்போதும் அவதிப்பட்டார். அந்த நிலையிலும் 'புதையல் தீவு' போன்ற அருமையான கதைகளை எழுதி முடித்தார்.

இம்மாதிரி எத்தனையோ நிகழ்ச்சிகளைச் சொல்லி ஒரு புத்தகத்தையே நிரப்பி விட முடியும். இவர்கள் அனைவரும் அனுதாபத்தை எதிர்பார்க்கவில்லை. மன உறுதியின் மூலம் சாதனைகள் படைத்தார்கள்.

பல்லாயிரக்கணக்கானவர்கள் உடல் ஊனமுற்ற நிலையிலும், தங்களின் குறைபாடுகளை ஏற்றுக் கொண்டு வாழ்க்கைக்குத் தங்களை சரி செய்து, வாழ்ந்து கொண்டுதான் இருக்கிறார்கள். அவர்கள் அனுதாபத்தைத் தேட வில்லை. விசேஷ உதவிகளைக் கேட்கவில்லை. அவர்களுடைய வாழ்க்கையைப் பார்த்தால், எந்த விதமான குறைபாடும் இல்லாமல், வாழ்க்கையைப் பற்றி குறை கூறிக் கொண்டிருக்கும் நாம் வெட்கத்தால் தலைகுனிய வேண்டியிருக்கும்.

கைகள் இல்லாமல், கால்களால் கார் ஓட்டுகின்றவர்கள் இருக்கிறார்கள்.

கால்கள் இல்லாமல் கைகளால் அல்லது செயற்கை கால்களால் நகர்ந்து சென்று சுறுசுறுப்பாகப் பணியாற்றுகின்றவர்களும் இருக்கிறார்க்ள்.

கண் பார்வையில்லாமல் இருளையே வாழ்க்கைத் துணை யாகக் கொண்டவர்கள் செய்கின்ற காரியங்கள் அற்புதங்கள் போல நமக்குத் தோன்றுகின்றன.

இவர்களில் எவரும் அனுதாபத்தைத் தேடுகிறவர்கள் அல்ல. தங்கள் குறைபாடுகளை ஈடு செய்ய மிக உயர்ந்த கோட்பாடுகளை உருவாக்கிக் கொண்டவர்கள் இவர்கள். இவர்களை விட அதிர்ஷ்ட சாலிகளான நாம் இவர்களின் உயர்ந்த கோட்பாடுகளைத் தேடிக் கண்டுபிடித்தால் போதும்.

48
உங்களிடமிருந்து வெளியே வாருங்கள்

இது ஒரு மனோதத்துவ முறை. நம்மைப் பற்றியே நாம் எண்ணிக் கொண்டிருப்பதைப் போக்கக் கூடியது. நீங்கள் கற்பனை செய்வதைவிட உங்களுக்கு அதிகமான செல்வாக்கை உண்டாக்கிக் கொடுக்கக் கூடியது. உங்கள் வாழ்க்கையினை மேலும் சிறப்பானதாக மாற்றி அமைக்கக் கூடியது.

உங்களில் இருந்து நீங்கள் விலகி இருக்கப் பழகிக் கொள்ள வேண்டும். பெரும்பாலோருக்கு இது கஷ்டமான காரியமாக இருக்கலாம். கஷ்டமானதே தவிர முடியாதது அல்ல. ஒரு கெட்ட பழக்கத்தைக் கைவிட வேண்டும் என்பதால், இது கஷ்டமானது. ஆனால் பழகிவிட்டால் மிகுந்த புத்துணர்ச்சியைக் கொடுக்கக் கூடியது.

நம்மில் பலர் நமக்குள்ளேயே வாழக் கற்றுக் கொண்டு விட்டோம். அதாவது நம்மைப் பற்றியே சிந்தித்துக் கொண்டு இருப்பது, மற்ற மனிதர்களையும், சம்பவங்களையும் நம்மோடு மட்டுமே இணைத்துப் பார்ப்பது ஆகியவை இதன் அடையாளங்கள் ஆகும். இதற்காக நாம் வெட்கப்பட வேண்டிய தில்லை. நம் அனைவரிடமும் பிறவியிலேயே இருக்கின்ற குணம்

இது. காலம் காலமாக மனிதனிடம் தொடர்ந்து வருகின்ற ஒன்று இது. இதை எதிர் திசையில் செலுத்தத் தொடங்கி, நமக்குள் ளிருந்து வெளிப்பட்டு, நமக்கு அப்பாலும் வாழத் தொடங்கினால் என்ன நிகழ்கிறது என்று பார்க்கலாம். மற்றவர்களின் தேவைகள், ஆசைகள், நம்பிக்கைகள், திட்டங்கள் ஆகியவற்றைப் பற்றி எல்லாம் நாம் சிந்திக்கத் தொடங்கி விடுகிறோம்.

நம்முடைய மனதில் நாம் மட்டும் வாழ்ந்துக் கொண்டிருக்க மாட்டோம். மற்றவர்களும் வாழ ஆரம்பிப்பார்கள்.

அதற்குப் பிறகு என்ன நடக்கும்?

முதலில் பயத்தை எடுத்துக் கொள்வோம். பயம் என்பது நமக்கும், நம்முடைய குடும்பத்தினருக்கும், நம்முடைய நண்பருக்கும், நம்முடைய உடைமைகளுக்கும் ஆபத்து எதிர் நோக்கும்போது ஏற்படுகின்ற ஒரு உணர்ச்சி ஆகும். நம்மைப் பற்றி சிந்திப்பதை நாம் நிறுத்துகின்றபோது, பயப்படுவதையும் நிறுத்தி விடுகிறோம். இதன் மூலம் பயத்துடன் நெருக்கமான தொடர்பு உள்ள கவலை போன்றவைகளும் நம்மை விட்டு நீங்கி விடுகின்றன.

உதாரணமாக புதியவர்களைச் சந்திக்கும்போது ஏற்படுகின்ற பயத்தை எடுத்துக் கொள்வோம். தன்னுணர்வுடனும், ஏதோ ஒரு வகையான அச்சத்துடனும், புதியவர்களைச் சந்திக்கச் செல்லுகிறோம். நம்மைப் பற்றி ஒரு நல்ல அபிப்பிராயத்தை அவர்களிடம் ஏற்படுத்த முடியாமல் போய்விடுமோ என்று அச்சப்படுகிறோம். தன்னுணர்வை மறந்து விடுகிறபோது இம்மாதிரியான அச்சங்கள் தோன்றுவதற்கான சூழ்நிலைகளும் மறைந்துபோய் விடுகின்றன. தயக்கமற்ற, நிதானமான மன நிலையினை நீங்கள் பெற்று விடுகிறீர்கள். அப்போது உங்களைப் பற்றி நல்ல அபிப்பிராயத்தை மற்றவர்களிடம் ஏற்படுத்துகின்ற வாய்ப்பும் அதிகமாகிறது.

உங்கள் மனதில் நீங்கள் மட்டுமே இடம் பெற்று இருக்காமல், மற்றவர்கள் மனதிலும் இடம் பெற்று விடுகிறீர்கள். பிறருடன் உரையாடுவது உங்களுக்குச் சுலபமாகி விடுகிறது. அவர்களின் குடும்பங்கள், ஆசைகள், வெற்றிகள் ஆகியவற்றைப் பற்றிப் பேச ஆரம்பிக்கிறீர்கள். அப்போது நீங்கள் யாருடன் பேசுகிறீர்களோ அவர்களுக்கு மகிழ்ச்சி ஏற்படுகிறது.

ஆகவே உங்களுடைய பிரச்சினைகள், கஷ்டங்கள், சுமைகள் ஆகியவற்றைப் பற்றியே மற்றவர்களிடம் பேசிக் கொண்டிருக்காதீர்கள். உங்களுக்கு வெளியில் நீங்கள் வாழத் துவங்கும்போது மற்றவர்களின் பிரச்சினை குறித்து உங்களுக்கு அக்கறை ஏற்படத் தொடங்கும். மற்றவர்களிடம் நீங்கள் காட்டுகின்ற அக்கறை உங்களிடத்தில் அவர்களுக்கு மரியாதையினை ஏற்படுத்தும்.

நீங்கள் சிறிய வளையத்துக்குள் வாழாமல் எல்லையற்ற பரந்த சமுதாயத்தில் வாழ்கின்ற உணர்வைப் பெறுவீர்கள்.

49

உதவக் காத்திருக்கும் பரம்பொருள்

உங்களுக்குப் பிரச்சினைகள் இருக்கிறதா? தொல்லைகள் இருக்கிறதா? பயம், கவலை, மனக்கிலேசம் இருக்கிறதா?

நிச்சயம் இருக்கும். ஏன் என்று உங்களுக்கும் தெரியும். ஏனென்றால் நீங்கள் ஒரு மனிதப் பிறவி. எல்லோரையும் போலவே பிரச்சினைகள், தொல்லைகள், பயங்கள், கவலைகள், இல்லாத அளவுக்கு நீங்கள் பலசாலியும் அல்ல, புத்திசாலியும் அல்ல.

விஷயம் அவ்வளவுதான்.

ஆனால் கொஞ்சம் உதவி நமக்குக் கிடைக்கும். எங்கிருந்து? ஆமாம், பிரச்சினைகளே இல்லாத ஏதாவது ஒன்று இருக்கிறதா? நிச்சயம் இருக்கிறது. எல்லையற்ற பரம்பொருளுக்கு பிரச்சனைகளே இல்லை. எல்லாமே ஒழுங்காக, அதனதன் நியதிப்படி நடக்கின்றன. எப்போதுமே நடந்து கொண்டிருக்கின்றன. பிரபஞ்சத்தில் உள்ள கிரகங்களிலிருந்து எலக்ட்ரான்கள் வரை எல்லாமே சிறப்பாகச் செயல்பட்டுக் கொண்டிருக்கின்றன. பிரச்சினைகளே இல்லை. எல்லாமே முழுமை பெற்ற இயக்கம். **அதுதான் பரம்பொருள். பரிபூரணமானது.**

பரம்பொருள் மேலே சொன்னது மட்டும் அல்ல. அதனிடம் எல்லாமே இருக்கிறது. ஆகவே அது முக்கியத்துவம் பெற்றது.

உங்களைப் பொறுத்தவரையில் அது மிகவும் முக்கியமானது. ஏனெனில் **நீங்கள் உட்பட, அந்தப் பரம் பொருளுக்குள் அனைத்துமே அடக்கம்.**

சர்வ சக்தி வாய்ந்ததும், சர்வ அறிவானதும், பிரச்சினைகள், தொல்லைகள், அச்சங்கள், கவலைகள் ஆகிய எதுவுமே இல்லாத **பரம்பொருளில் நீங்களும் ஓர் அங்கம்.** *அந்தப் பரம் பொருளில் நீங்களும் ஒரு பங்குதாரர்.*

உங்களுக்குத் தேவைப்படுவதை விட அதிகமான உதவி எப்போதும் உங்களுக்காகக் காத்திருக்கிறது. இப்படி ஒரு உதவி தயாராகக் காத்திருக்கிறது என்பதைப் பலரும் உணருவதே யில்லை. எந்த நேரத்திலும், எந்தச் சந்தர்ப்பத்திலும், எந்த இடத்திலும் இந்த உதவி உங்களுக்குக் கிடைக்கும். ஒரு கோடீஸ்வரரின் பங்குதாரராக நீங்கள் இருந்து, அது உங்களுக்குத் தெரியவில்லை என்று வைத்துக் கொள்ளுங்கள். அப்படியிருந்தால், உங்களுக்கு எந்தப் பலனும் இல்லாமல் போய்விடும். ஆனால் நீங்களோ அதைவிட பிரம்மாண்டமான ஆற்றலின் பங்குதாரராக இருக்கிறீர்கள்.

உங்கள் பங்குதாரர் உங்களுக்கு உதவ வேண்டுமானால், உங்களுக்கு இருக்கும் பங்கு பற்றிய உணர்வு உங்களுக்கு எப்போதும் இருக்க வேண்டும். உங்களுடைய பிரச்சினைகள், தொல்லைகள், பயங்கள், கவலைகள் ஆகிய அனைத்தையும் பரம் பொருளிடம் ஒப்படைத்து விடுங்கள். சர்வசக்தி வாய்ந்த அந்தப் பரம் பொருள் உங்கள் பிரச்சினைகள் அனைத்தையும் தீர்த்து வைத்துவிடும்.

எல்லையற்ற பரம் பொருளோடு தொடர்பை ஏற்படுத்திக் கொள்வதில் மனிதர்களுக்கு சிரமம் இருக்கிறதா? அது இயற்கையும் கூட. ஆகவே மக்களில் பலர் அந்தப் பரம் பொருளை தங்களுக்கு விருப்பமான வடிவமாக்கிக் கொண்டு அதற்கு ஒரு பெயர் வைத்திருக்கிறார்கள். *அதுதான் கடவுள்!*

50

வாழ்க்கை ஒரு கண்ணாடி

✳

இந்த விஷயத்தைப் பற்றி நான் பலமுறை எழுதி விட்டேன். பலவிதமான பாணியில் எழுதி விட்டேன். இன்னமும் அது எனக்கு கண்ணாமூச்சு காட்டுகிற விஷயமாக இருப்பதால் மீண்டும் ஒருமுறை அதைப்பற்றி எழுதப் பேகிறேன்.

நம் ஒவ்வொருவருடைய வாழ்க்கையும், நம்முடைய அச்சான பிரதிபலிப்பாகவே இருப்பதைப் பார்த்து நான் வியந்து போய் இருக்கிறேன். நாம் எதை நினைக்கிறோமோ அதையேதான் நம்முடைய வாழ்க்கையும் பிரதிபலிக்கிறது. நாம் எப்படி உணர்கிறோம், நாம் என்ன செய்கிறோம், உண்மையில் நாம் என்னவாக இருக்கிறோம் என்பதையெல்லாம் கண்ணாடி போல வாழ்க்கை பிரதிபலித்துக் காட்டி விடுகிறது.

இது நம்மை நிதானப்படுத்த வேண்டிய விஷயம். நம்முடைய அன்றாட மனச் சலனங்களுக்கு மத்தியில் சற்று வாழ்க்கை என்கிற கண்ணாடி எதைப் பிரதிபலித்துக் காட்டுகிறது என்பதை கவனித்துப் பார்க்க வேண்டும்.

நமக்கு வயதாகும்போது நம்முடைய கடந்த கால வாழ்க்கை, கோடுகளாக முகத்தில் பதிந்து விடுகிறது. மங்கலாகவோ பிரகாசமாகவோ கண்களில் தெரிய ஆரம்பிக்கிறது. மற்றவர்கள்

நம்மை ஒரு புத்தகம்போல படித்துவிட முடியும் என்கிற பழைய வாசகம் ஒன்று உண்டு. அதைப் படம்போல கவனித்துப் பார்த்துவிட முடியும் என்று கொஞ்சம் மாற்றிச் சொல்லலாம். நம்முடைய தோற்றத்தைக் கொண்டே நம்மைப் பற்றிக் கணித்து விட முடியும்.

ஆனால் சிலர் தோற்றத்தைக் கண்டு ஏமாறக் கூடாது என்று சொல்லுகிறார்கள். உடல் அமைப்பை மட்டும் வைத்து நாம் முடிவுக்கு வந்தால், அப்படி நிகழ்வதும் சாத்தியமே. உடலில் இயற்கை தோற்றுவிக்கின்ற மாற்றங்களிலும் விரைவாக தங்கள் குணங்களை மாற்றிக் கொள்ளக் கூடிய மனிதர்களும் இருக்கிறார்கள். அனுபவம் இல்லாதவர்கள் ஒருவரைப் பற்றி செய்கின்ற முடிவுகள் தவறாகி விட முடியும். அனுபவம் அற்றவர்களுக்கு எல்லாத் துறைகளிலுமே ஏற்படுகின்ற பிரச்சினை இது.

ஆனாலும் வாழ்க்கை என்பது ஒரு துல்லியமான கண்ணாடி. நம்முடைய உருவத்தை நாம் பார்த்துக் கொள்ளுகின்ற கண்ணாடியை விட விசேஷத் தன்மை கொண்டது. வாழ்க்கைக் கண்ணாடி நம்முடைய புறத் தோற்றத்தை மட்டும் பிரதிபலிப்ப தில்லை. நம்முடைய குணம், மன அழுத்தம், உணர்ச்சியின் நிலைப்பாடு, விசேஷத் தன்மைகள், காந்தக் கவர்ச்சியின் விதம் ஆகிய அனைத்தையும் பிரதிபலித்துக் காட்டி விடுகிறது.

இவை பார்வைக்குத் தென்படும் பிரதிபலிப்புகள் மட்டு மல்ல. நம்மைச் சூழ்ந்துள்ள ஒருவகையானப் பிரகாசம். இதைப் பார்க்கவும் முடியும். உணரவும் முடியும்.

இந்தப் பிரதிபலிப்புதான் நம்முடைய வாழ்க்கைப் போக்கி னைத் தீர்மானிக்கின்ற சக்தி ஆகும்.

நம்முடைய சிந்தனைகள், அனுபவங்கள், கடந்த காலச் செயல்கள் ஆகியவற்றின் கூட்டாக மட்டும் நாம் உருப்பெறுவ

தில்லை. அப்படி உருவானதின் விளைவாக ஒவ்வொரு சூழ்நிலைக்கும் நாம் எப்படி நடந்து கொள்கின்றோம் என்பதும் தீர்மானிக்கப்படுகிறது. இதுவே நமது வாழ்க்கையாகவும் அமைகிறது.

இது காரண காரியங்களின் சங்கிலித் தொடர். நம்முடைய எண்ணம், உணர்ச்சி, செயல் ஆகியவையே நாம் இருக்கின்ற நிலைமைக்குக் காரணமாகிறது.

நாம் இருக்கின்ற நிலைமையே நம்மைச் சுற்றி அமைகின்ற வாழ்க்கைச் சூழ்நிலைக்கும் சம்பவங்களுக்கும் காரணமாகிறது!

விதி உங்கள் வாழ்க்கையை அமைக்கிறது என்று உங்களை நீங்களே ஏமாற்றிக் கொள்ள வேண்டாம். **உங்கள் வாழ்க்கை உங்கள் செயல்களின் விளைவுதான்.** நீங்கள் என்னவாக இருக்கிறீர்களோ அதைத்தான் வாழ்க்கை என்கிற கண்ணாடியும் பிரதிபலித்துக் காட்டுகிறது.

வாழ்க்கைக் கண்ணாடி பிரதிபலிப்பது உங்களுக்குப் பிடிக்காமல் போனால் நீங்கள் அதை மாற்றிவிட முடியும். உங்களை நீங்களே மாற்றிக் கொள்ளும்போது அதுவும் மாறிவிடும்.

51

மன அமைதி காண...

ஒருவன் எந்தத் தன்மையில் செயல்படுகிறானோ அதை யொட்டியே அவனுடைய வாழ்க்கையின் நிலைப்புத் தன்மையும் அமைகிறது. அவன் தன்னுடைய செயல் வேகத்தை அதிகப் படுத்துகின்றபோது உணர்ச்சிகள் கூத்தாடத் தொடங்குகின்றன. அந்த வேகத்தை அவன் குறைத்துக் கொள்ளுகின்றபோது அவனுடைய நிலைப்புத் தன்மையிலும் சேதாரம் ஏற்படத் தொடங்குகிறது.

உங்களுக்கு என்று அமைந்துள்ள இயற்கை வேகத்தை நீங்கள் அதிகப்படுத்தவும் முடியாது. குறைத்துக் கொள்ளவும் முடியாது. உங்களுக்கு என்று அமைந்த வேகத்தில்தான் நீங்கள் செயல்பட முடியும்.

அப்படியானால் உங்களுக்குள் அமைந்திருக்கும் வேகத்திற்கு எல்லைக் கோடு இருக்கிறதா?

உங்களின் நிலைப்புத் தன்மைக்கு எல்லைக் கோடு இருந்தால் அதற்கும் எல்லைக் கோடு உண்டு. உங்களுடைய நிதானம், அமைதி ஆகியவற்றிற்கு எல்லைக்கோடு இல்லாவிட்டால்,

அதற்கும் எல்லைக் கோடு கிடையாது. உங்களுடைய நிதானத் திற்கும் அமைதிக்கும் நிச்சயம் எல்லைக்கோடு கிடையாது.

உலக வாழ்க்கையில் எதிர்பாராத எத்தனையோ சக்திகள் நம்மை மெதுவாகவும், வேகமாகவும் தள்ளிக் கொண்டே இருக்கின்றன. அவற்றின் அனுதாபத்தில்தான் நாம் வாழ வேண்டியவர்களாக இருக்கிறோம். ஆனால், நம்மைத் தள்ள முயலும் சக்திகளை அமைதியுடன் ஏற்றுக்கொள்ளப் பழகி விட்டால், அவற்றின் அனுதாபத்திற்கு நாம் ஆளாக வேண்டிய அவசியம் இருக்காது. அதிர்ஷ்டமாக இருந்தாலும், துரதிர்ஷ்ட மாக இருந்தாலும், அவற்றை நம்முடைய மனப் போக்கிலேயே ஏற்றுக்கொள்ளப் பழகிவிட்டால், தொல்லைகள் இருக்காது.

நம்முடைய வாழ்க்கையை நிலைப்புத் தன்மை உடையதாக மேலே சொன்ன வழியில் நாம் ஆக்கிக்கொள்ள முடியும். வாழ்க்கைப் பயணத்தை அவசரப்படாமலும், தொல்லைகளால் பாதிக்கப்படாமலும் நடந்த நாம் கற்றுக் கொண்டு விட்டால், எந்தச் சக்திகள் நம்மைத் தள்ள முயன்றாலும், நம்முடைய பயணத்தை நம்முடைய போக்கில் நாம் தொடர முடியும்.

இந்த நிலைப்புத் தன்மையைப் பெறுவதற்கு, வாழ்க்கையின் ஏற்றத் தாழ்வுகளைச் சமாளித்து நடைபோடுவதற்கு நம்முடைய உள்மன வேகத்தை முதலில் நாம் ஏற்றுக்கொள்ள வேண்டும். அதை ஏற்றுக்கொண்டு விட்டால் மன அமைதி தானாகவே வந்துவிடும். இதைக் கடுமையான பயிற்சியின் மூலம் நாம் பெற முடியும்.

அதைப் பெறுவது எப்படி? அதைக் கண்டுபிடிப்பது எப்படி? கடவுளை எப்படிக் கண்டுபிடிப்பது என்பதைப் போன்றதுதான் இதுவும். இரண்டுமே ஒன்றுக்கொன்று தொடர்புடையவை. ஏனெனில், நம்முடைய மன இறுக்கம் என்பது பிரபஞ்ச இயக்கத்தின் ஒரு பகுதிதான்.

ஒளி என்பது அலைகளாகத்தான் இருக்கிறது. ஒலி என்பதும் அலைகளாகத்தான் இருக்கிறது. மின் சக்தி என்பது தொடர்ந்து வரும் எலக்ட்ரானிக் சக்தியாகத்தான் இருக்கிறது. பிரபஞ்சம் என்பது பல்வேறு கிரகங்கள் குறிப்பிட்ட வேகத்தில் சுழல்கின்ற இயக்கத்தை தன்னிடத்தே கொண்டதாகத்தான் இருக்கிறது. பிரபஞ்சத்தின் மிகப் பெரிய அமைப்பில் இருந்து மிகச் சிறிய அமைப்பு வரை அனைத்தும் முறையாக அமைந்த இயக்கங்களைக் கொண்டதாகவே இருக்கிறது.

இந்தப் பிரபஞ்ச உண்மைகளைப் புரிந்து கொள்வதற்கு, நீங்கள் பிரபஞ்ச இயக்கத்தின் ஓர் அங்கம் என்பதைப் புரிந்து கொள்வதற்கு, உங்களுக்கும் இயற்கையான ஓர் உள் இயக்கம் தேவை. அதை உணர்வதே அதைக் கண்டுபிடிப்பதற்கான வழியும் ஆகும். உங்களுடைய இதயத் துடிப்பு, சுவாசம் ஆகியவற்றைப் போல அது வெளிப்படையாகத் தெரியாமல் இருக்கலாம். ஆனால் உங்களின் மனக் குழப்பம், உணர்ச்சி இறுக்கம் ஆகியவற்றின் அடையாளங்களைக் கொண்டு உங்களின் மனவேகத்தை நீங்கள் புரிந்துகொள்ள முடியும்.

ஒரு மோட்டார் இயந்திரம் சுழல்கின்றபோது, அது ஒழுங்காகச் சுழலா விட்டால், அதன் இயக்கம் தடைப்பட்டுப் போகிறது. அதைப் போலவே உங்களுக்கு மன அமைதியை அளிக்கக் கூடிய மனவேகத்தில் நீங்கள் செயல்படா விட்டால், அது உங்களையே அழித்து விடும்.

உங்கள் மன அமைதியை நீங்கள் நிலைப்படுத்த முடியாத நிலைமை ஏற்பட்டால், உங்களின் மன வேகத்தையொட்டி நீங்கள் வாழவில்லை என்பதற்கான எச்சரிக்கையாக அதைக் கருதவேண்டும்.

உங்கள் வாழ்க்கையில் தேவையான மாற்றங்கள் நீங்கள் செய்து கொள்கின்றபோது, மன அமைதி உங்களுக்கு ஏற்படுகிறது. உங்களுக்குச் சுலபத்தில் புரியாத மன அமைதியாகவும் அது இருக்கும்.

52

நெருப்புக் கோழி

நெருப்புக் கோழி தன்னுடைய தலையை மண்ணில் புதைத்துக் கொண்டு, ஆபத்தின் இலக்கில் இருந்து தான் தப்பித்துக் கொண்டதாக எண்ணிக் கொள்ளுமாம்.

அதைப் போலவே சில மனிதர்களும் உண்மை அல்லாத விஷயங்கள் என்கிற மணலில் தங்களின் தலையைப் புதைத்துக் கொண்டு, விதி என்கிற கொடுவாளின் இலக்கிலிருந்து தப்பித்து விட்டதாக எண்ணிக் கொள்கிறார்கள்.

தீமை என்கிற யதார்த்தத்திலிருந்து தப்பிக்க நினைப்பதும், எல்லாம் நன்மையாகவே முடியும் என ஆக்கபூர்வமாகச் சிந்திப்பதும் ஒன்றுதானா என்கிற பிரச்சினைக்குரிய கேள்வி இதன் மூலம் எழுகிறது.

எமிலிகூ ஒரு கருத்தைச் சொல்லி இருக்கிறார். "ஒவ்வொரு நாளும் எல்லா வழிகளிலும் நான் மேலும் மேலும் சிறப்படைந்து வருகிறேன்" என்று திரும்பத் திரும்பச் சொல்லுவதால் மிகுதியான பலன் கிடைப்பதாக அவர் கூறியிருக்கிறார். இந்தக் கூற்றைப் பார்த்துப் பலரும் எள்ளி நகையாடுவதை நான் கண்டிருக்கிறேன்.

எமிலிகூ, இந்த வாசகத்தைத் திரும்பத் திரும்பச் சொல்ல வைத்து, பலரையும் குணப்படுத்தியிருக்கிறார். திரும்பத் திரும்பச்

சொல்லுவது மட்டும் போதாது. நம்பிக்கையுடன் சொல்ல வேண்டும். இப்படிச் சொல்லுவது தொடர்ந்து பலரையும் குணப்படுத்தக் கூடியது என்பதில் சந்தேகம் இல்லை.

ஏறத்தாழ நோயாளிகளில், பாதிக்கும் அதிகமானவர்கள் மனதின் காரணமாகத்தான் நோயுற்றவர்களாக இருக்கிறார்கள். எமலிகூ சரியான மன நிலையினை அவர்களிடம் ஏற்படுத்து வதின் மூலம், ஏராளமான நோயாளிகளை குணப்படுத்தி யிருக்கிறார். நோயைக் குணப்படுத்துவதில் சஜஷன் மூலம் ஆழ் மனதில் சில பயனுள்ள எண்ணங்களைப் பதிய வைப்பது ஒரு முறையாக ஏற்றுக் கொள்ளப்பட்டு இருக்கிறது. இந்தப் புத்தகத் தின் மற்ற அத்தியாயங்களில் இது விரிவாகவே சொல்லப்பட இருக்கிறது. இந்த அத்தியாயத்தின் விஷயம் அதுவல்ல. ''ஒவ்வொரு நாளும் எல்லா வழிகளிலும் நான் மேலும் மேலும் சிறப்பாகிக் கொண்டு வருகிறேன்' என்கிற எமிலிகூவின் வாசகத்தை திரும்பத் திரும்பச் சொல்லுவதால் என்ன பலன் ஏற்படுகிறது என்பதை நாம் இங்கே ஆராய்ந்து பார்ப்பது அவசியம். எமிலிகூ சிகிச்சை முறையை எளிமைப்படுத்து வதற்காக இதைச் சொல்லவில்லை. எல்லா சிகிச்சை முறைகளும் இதில் அடங்கி இருக்கிறது என்கிற கருத்தில் அவர் சொல்ல வில்லை. ஆழ்மனதில் இம்மாதிரியான சஜஷனை ஏற்படுத்து வதன் மூலம் என்ன மாதிரியான நோய்களை குணப்படுத்த முடியும் எனவும் அவர் தெளிவுபடுத்தியிருக்கிறார்.

உதாரணமாக 'ஒவ்வொரு நாளும் எல்லா வழிகளிலும் என் முதுகுவலி குணமாகி வருகிறது' என்று முதுகுவலி உள்ள ஒரு நோயாளியிடம் அப்படி ஒரு வாசகத்தைக் கூறுவதில்லை. ஏனெனில் முதுகு வலி என்கிற சொல்லில் வலி என்கிற வார்த்தை திரும்பத் திரும்ப இடம் பெறும்போது அதுவே ஆழ்மன சஜஷன் ஆகி நோயின் தன்மையினை அதிகப்படுத்தவும் கூடும். ஆகவே குறிப்பிட்ட எந்த ஒரு நிலையினையும் அவர் சஜஷன் ஆக்குவதைத் தவிர்த்து வருகிறார்.

எமிலிகூ இப்படிச் செய்ததில் மிக நுட்பமான மனவியல் கோட்பாடு அடங்கி இருக்கிறது. நம்முடைய ஆழ்மனம் ஒரு எலக்ட்ரானிக் கம்ப்யூட்டர் போன்றது. அதற்குள் தகவல்கள், சித்திரத் தோற்றங்கள், உணர்ச்சிகள் ஆகியவற்றைச் செலுத்தி, எப்படி செயல்பட வேண்டும் என்று உத்தரவு கொடுத்து விட்டால் போதும். அது உடனே உங்களுடைய வாழ்க்கைப் பாதை அந்த யோசனைப்படியே அமைவதற்கான நிலையினை ஏற்படுத்திக் கொடுக்க ஆரம்பிக்கிறது. **அந்த உத்தரவு நன்மைக்குரியதா, தீமைக்குரியதா என்பதைப் பற்றியெல்லாம் அது தீர்மானிப்பதில்லை. எண்ணங்களுக்கு செயல் வடிவம் கொடுப்பது மட்டுமே அதன் வேலையாக இருக்கிறது.**

ஆழ்மனம் இந்த இயல்பு கொண்டதாக இருப்பதால், எமிலிகூ முதுகுவலி போன்ற சஜஷன்கள் அதில் இடம் பெற்று நிலைத்து விடக் கூடாது என்பதில் மிகுந்த கவனத்துடன் இருந்தார். ஆகவே தன்னுடைய சிகிச்சை முறையில், நான் மேலும் மேலும் குணம் அடைகிறேன் என்பது போன்ற வாசகங்களைத் திரும்பத் திரும்பச் சொல்லும்படி கூறினாரே தவிர, குறிப்பிட்ட ஒரு உபாதையினை திரும்பத் திரும்பச் சொல்லுவதை அவர் தவிர்த்தார். பொதுத் தன்மையினை மட்டுமே வலியுறுத்தினார்.

நெருப்புக் கோழியைப்போலத் தலையை மணலுக்குள் புதைத்துக்கொண்டு, விதி என்கிற கொடுவாளுக்குத் தப்பி விட்டதாக மனிதர்கள் கற்பனை செய்து கொள்வதில் எந்த விதமான பயனும் இல்லை.

தீமையே இல்லை என்று கற்பனை செய்துகொள்வது உண்மைக்குப் புறம்பான விஷயமாகவே இருக்கும். அதைப் போலத்தான் துயரங்களும், தொல்லைகளும் இல்லையென்கிற தன்மையில் கற்பனை செய்து கொள்ளுவதும் ஆகும். அப்படிச் செய்வது நெருப்புக் கோழி தனது தலையை மணலில் புதைத்துக் கொண்ட கதையாகவே இருக்கும். யாரிடமிருந்தும் நம்மை மறைத்துக் கொள்ள முடியாது. எதனிடமிருந்தும் தப்பிக்கவும் முடியாது.

இந்தப் புத்தகம் மதம் சம்பந்தப்பட்ட புத்தகம் அல்ல. தீமைக்கும் நன்மைக்கும் இடையே போராட்டத்தை நடத்தி அதற்கு முடிவு காண்பதும் என்னுடைய நோக்கம் அல்ல. நான் சுட்டிக் காட்ட விரும்புவது எல்லாம் துயரங்கள், தொல்லைகள், தீமைகள் ஆகியவை இருக்கின்றன என்பதே ஆகும். அவை நம்மைச் சுற்றிலும் இருக்கின்றன என்பதற்கு சாட்சியங்கள் இருக்கின்றன. அந்த சாட்சியங்களும் மறுக்க முடியாதவை. குறிப்பிட்ட தன்மையில் அவற்றை அடையாளம் காணலாம். தவிர்ப்பதன் மூலம் அவற்றை இல்லாமலும் நம்மால் ஆக்கிவிட முடியாது.

எமிலிகூ சொன்ன யோசனைகளுக்கு மாற்றாக ஒரு யோசனையினை உங்கள் முன் வைக்க நான் விரும்புகிறேன்.

1. எந்தத் தொல்லை உங்களுக்கு வந்தாலும் அதை ஒப்புக் கொண்டு ஏற்றுக் கொள்ளுங்கள். அதை நேருக்கு நேர் சந்தியுங்கள். அது என்ன என்று திட்டவட்டமாகத் தெளிவுப்படுத்திக் கொள்ளுங்கள். சந்திக்க வேண்டிய முறையில் அதைச் சந்தியுங்கள்.

2. ஒப்புக் கொள்ளுவதோடு அதை நீங்களே ஏற்றுக் கொள்ளவும் வேண்டும். தோல்வி மனப்பான்மையோடு அல்ல. அதற்குப் பலியாகிவிடும் நோக்கத்தோடும் அல்ல. அது தொல்லைதான் என்கிற யதார்த்த உணர்வோடு ஏற்றுக் கொள்ளுங்கள். உண்மையை ஒப்புக் கொள்ளுவதைவிட மேலான விடுதலை உணர்ச்சி எதுவும் இல்லை. தப்பித்துச் செல்ல முயற்சிப்பதைவிட மனத் துயரம் எதுவும் இல்லை.

3. தொல்லையை யதார்த்த உணர்வோடு ஏற்றுக் கொண்டு, அதைத் தெளிவாகப் புரிந்துகொண்ட பிறகு, **அதன் மீது குறிப்பான தாக்குதலை உங்களால் தொடுக்க முடியும்.** செயற்படுங்கள்! குறிப்பிட்ட தொல்லை உங்களுக்கு இருக்கிறது. அதைப் பொதுவான தன்மையில் நீங்கள் அனுமதிக்கக் கூடாது. **அதன் மையத்தை நீங்கள் தாக்க வேண்டும். அங்கேதான் அதற்கான தீர்வும் இருக்கிறது.**

நெருப்புக் கோழி தீமையில் இருந்து தப்பிக்க மேற்கொள்கின்ற உபாயத்திலிருந்து இது மாறுபட்டது.

இப்படிச் செய்கின்றபோது, நீங்கள் செயலற்றுப் போக மாட்டீர்கள். விதியின் கொடுவாள் உங்களுடைய கழுத்தில் விழுவதைத் தடுக்கின்ற உபாயமாகவும், இது இருக்கும். நீங்கள் செயல்படும்போது, விதி கூட வலிமையுடன் உங்களைத் தாக்க முடியாது. ஏனெனில், நகர்ந்து கொண்டே இருக்கும் ஒன்றை குறி வைத்துத் தாக்குவது கடினம்.

செயற்படுங்கள், செயல்படும்போது, ஆழ்மனதில் விதைக்கப் படுகின்ற சஜஷனும் மிகுந்த வலிமைபெற்று விடுகிறது.

உங்கள் இலக்கை நோக்கி நீங்கள் செயல்படுகின்றபோது, இலக்கை நோக்கி செலுத்தப்படுகின்ற ஏவுகணைக்குத் தேவை யாக இருக்கும் சக்தியையும் வழி காட்டுதலையும் உங்களின் ஆழ்மனம் தரத் தொடங்கி விடும். பூமியில் இருந்து உயரக் கிளம்பினால்தான் இது சாத்தியமாகும். நீங்கள் செயல்பட வேண்டும்! துணிச்சலான தன்னம்பிக்கையுடன் செயல்படுங்கள். வழிகாட்டுதலை உங்களுடைய ஆழ்மனம் செய்யும். 'ஒரு மனிதன் எதைக் கற்பனை செய்து அதில் நம்பிக்கை வைக்கிறானோ அதை நிச்சயம் அடைகிறான்' என்கிற உணர்வுடன் செயல்படுங்கள்.

நெருப்புக் கோழி மாதிரி நிவாரணம் தேடாதீர்கள். குறிப்பிட்ட தொல்லையை வெற்றி கொள்ள, அதற்கான குறிப்பிட்ட காரணத்தைக் கண்டறிந்து, உங்கள் தாக்குதலை நீங்கள் தொடுக்க வேண்டும்.

'செயல்படுகின்றபோது அதற்குத் தேவையான சக்தி கிடைக்கிறது' என்பதை நினைவில் வைத்துக் கொள்ளுங்கள்.

அந்த நினைவில் உங்களுடைய சிந்தனையினையும் செயலினையும் ஒருமுகப்படுத்துங்கள்.

நெருப்புக்கோழி மனப்பான்மை வேண்டவே வேண்டாம்.

53

நீங்களும் இடம் பெறலாம்

✳

ஒரு தேசீய விளம்பர நிறுவனத்தின் தலைவராக நான் இருந்திருக்கிறேன். பொதுஜனத் தொடர்பு நிறுவனத்தின் தலைவ ராகவும் இருந்திருக்கிறேன். ஆகவே ஒருவரின் செல்வாக்கு அமைப்பினை எப்படி பலப்படுத்திக் கொள்வது என்பதைப் பற்றி, அனுபவத்தில் நான் தெரிந்துகொண்ட ஒரு வழிமுறையினைச் சொல்லப் போகிறேன். பொது மக்களுக்கு இது தெரிந்திருக்க நியாயமில்லை.

உங்கள் ஸ்தாபனத்தைப் பற்றியோ உங்கள் குழுவின் ஏனைய தலைவர்களைப் பற்றியோ நீங்கள் பேசும்போது எல்லாம் 'நாம்' என்கிற சொல்லையே பயன்படுத்த வேண்டும். இது பயன் தர வேண்டுமானால் ஓரளவுக்காவது முக்கியத்துவம் பெற்ற நபராக நீங்கள் இருக்க வேண்டும். இல்லாவிட்டால் அந்த முயற்சி கேலிக்கூத்தாகி விடும்.

இதுபற்றி சில எடுத்துக் காட்டுகளை நான் குறிப்பிடப் போகிறேன். எங்களுடைய விளம்பர, பொதுஜனத் தொடர்பு வேலைகளில் எங்களுக்கு வாடிக்கையாளர்கள் நிறையப் பேர் உண்டு. ஆரம்பத்தில் அவர்கள் தங்களுடைய அமைப்புகளில் தலைவர்கள் என்று கருதப்படுகின்ற நிலைமையில் இருக்க மாட்டார்கள்.

ஆகவே விளம்பரத் துறைகளில் அவர்களுடைய பெயர் ஒரு குறிப்பிட்ட நிலை வரையில்தான் இடம் பெற்று இருக்கும். மேல்நிலையில் இடம் பெறும் தகுதியை ஏதோ ஒரு விதத்தில் அவர்கள் பெறுகின்றவரை அதே நிலையில்தான் அவர்கள் இருப்பார்கள்.

ஒரு விளம்பரச் செய்தியை வெளியிடுகின்றபோது, அவர் களும் இடம் பெறத் தக்க விதத்தில் 'நாம்' என்கிற சொல்லைப் பயன்படுத்துகின்றபோது, அவர்களுக்கும் ஒரு முக்கியத்துவம் ஏற்படுகிறது. **''பெற்றோர்களாகிய நாம்', 'வரி கொடுக்கின்றவர் களாகிய நாம்', 'பட்டதாரிகளாகிய நாம்' என்றெல்லாம் சொல்லுகின்றபோது சம்பந்தப்பட்ட அனைவரும் ஓர் அமைப்பில் தாங்களும் பங்கு பெற்று இருக்கின்ற உணர்ச்சி யைப் பெறுகிறார்கள்.** இந்த மனோதத்துவ உண்மையினை வாழ்க்கை வெற்றிக்கு ஒவ்வொருவமே பயன்படுத்திக் கொள்ள லாம்.

நீங்கள் ஒன்றில் இடம் பெறுகின்றபோது, உங்களின் செல்வாக்கு அமைப்பு வளர்ச்சி அடைகிறது, பலம் பெறுகிறது. மற்றவர்கள் உங்களுக்கு மரியாதை கொடுக்கத் துவங்குகிறார்கள். மற்றவர்கள் உங்களை எப்படி நடத்த வேண்டும் என்பதை உங்களுடைய செல்வாக்கு அமைப்புத் தீர்மானிக்கும் நிலையைப் பெற்று விடுகிறது.

எதிலும் நீங்களும் ஓர் அங்கமாக இடம் பெறுகின்ற சுய முக்கியத்துவத்தை உங்களால் ஏற்படுத்திக்கொள்ள முடியும். அதன் பலனும் உங்களுக்குச் சாதகமானதாக இருககும். எதில் உங்கள் பெருமை அதிகரிக்கிறதோ, அந்தக் குழுக்களில் எல்லாம் இடம் பெறுகின்ற முயற்சியினைத் தொடர்ந்து மேற்கொள்ளுங் கள். மன ஈடுபாட்டுடன் அதைச் செய்யுங்கள். நன்றாகச் செய்யுங்கள். உங்களின் செல்வாக்கு அமைப்பு மெய்யானதாக அமையும். உங்களுக்கு என்று தனியான கௌரவம் ஏற்பட்டு விடும்!

54

எந்த நிலையிலும் சிரியுங்கள்

எப்போதும் தொல்லைகளாலும், பிரச்சினைகளாலும் சூழப்பட்ட ஒரு பெண்ணின் கதையை நான் உங்களுக்குச் சொல்லப் போகிறேன். 'சிரித்தபடி இரு' என்கிற வாசகத்தை அவள் எழுதி தன்னுடைய குளியல் அறையில் கண்ணாடியில் மாட்டி வைத்தாள். அப்போது அவளுடைய தொல்லைகளும் பிரச்சினைகளும் குறைவதாக இல்லை. பின்னர் அவள் **'எப்படியாவது சிரித்துக் கொண்டே இரு'** என சிறிய மாற்றத் தைச் செய்து அதை மறுபடியும் தொங்க விட்டாள்.

பிரச்சினைகளும் தொல்லைகளும் இல்லாதவர்கள் எவருமே இல்லை. அவை எல்லாம் வாழ்க்கையின் ஓர் அங்கம். அவை நமக்கு மகிழ்ச்சியை அளிக்காவிட்டாலும், வாழ்க்கை சுவை யற்றுச் செயல்படுகின்ற நிலையினை மாற்றுவதற்கு உதவு கின்றன. ஆடும் நாற்காலியில் அமர்ந்து கொண்டு ஐஸ்கிரீமை நாள் முழுதும் சாப்பிட்டுக் கொண்டே இருந்தால் எவ்வளவு போரடிக்கும் என்பதை எண்ணிப் பாருங்கள்.

அதிர்ஷ்டவசமாக நம் ஒவ்வொருவருக்கும் அதைவிட முக்கியமான விஷயங்கள் வாழ்க்கையில் இருக்கின்றன. *சமாளிக்க வேண்டிய உறுத்தல்கள், தீர்க்க வேண்டிய பிரச்சினை கள், தாண்ட வேண்டிய தடைகள், சந்திக்க வேண்டிய சவால்கள்*

இவை அனைத்துமே தூண்டுகோலாக இருந்து நம்மை செயல்பட வைக்கின்றன. வாழ்க்கை இப்படி உற்சாகம் பெறா விட்டால் வாழ்க்கையில் சுவையிருப்பதையே உணராமல் போய் விடுவோம்.

செயலில் நாம் பங்கேற்க மனவியல் நிபுணர்கள் பல ஆலோசனைகளைச் சொல்லி இருக்கிறார்கள்.

ஒரு மனவியல் நிபுணர், "எப்போதுமே ஒரு போராட்டத்தில் ஈடுபட்டு இரு" என்று சொல்லுகிறார். அந்தப் போராட்டம் ஒரு நல்ல காரியத்திற்காக இருக்க வேண்டும் என்கிறார். அநீதி, வறுமை, நோய் இவற்றுக்கு எதிராக அவை இருக்கலாம் என்கிறார். விற்பனை நிர்வாகியாக இருந்து ஓய்வு பெற்ற நண்பர் ஒருவர் எனக்கு இருக்கிறார். அவர் ஓய்வு பெற்ற பிறகு தேசிய இயற்கை வளத்தைப் பாதுகாப்பதிலும், வன விலங்குகள் வாழ்க்கையைப் பாதுகாப்பதிலும் தன்னுடைய கவனத்தை செலவிடுகிறார். இந்தப் பணியில் அனைவரையும் சேர்த்துக் கொள்கிறார். நான் உட்பட! நான் அவருடைய பணியை ஒப்புக் கொண்டு ஊக்கப்படுத்துகிறேன். அவர் பத்திரிகை ஒன்றில் எழுதிய கட்டுரையில் வெளியிட்டு இருந்த கருத்துகளில் இருந்து மாறுபட்டு அவருக்கு ஒரு சமயம் ஒரு கடிதம் எழுதினேன். அந்தக் கடிதம் பத்திரிகையில் அப்படியே வெளிவர அவரே ஏற்பாடு செய்தார். அந்தப் பத்திரிகைக்கு நிதி உதவி அளிப்பவர்களில் அவரும் ஒருவர். அவருடைய வாழ்க்கை சுவையற்றதாக இருக்கும் என்று நினைக்கிறீர்களா? எப்போதும் ஏதாவது ஒரு போராட்டத்தில் அவர் ஈடுபடுகிறார். பிரச்சினைகளை அவர் விரும்புகிறார், எப்படியும் சிரிக்கக் கற்றுக் கொண்டிருப்பவர் அவர்.

பிரச்சினைகள், தொல்லைகள் ஆகியவற்றைச் சந்திக்கும் நிலையிலும் சிரித்துக் கொண்டிருப்பதற்கு மனவியல் நிபுணர்கள் ஒருவழி சொல்லுகிறார்கள். (நாற்பதாவது அத்தியாயத்தை மறுபடியும் ஒரு முறை முழுக்கப் படியுங்கள்)

தீர்க்கப்படாத பிரச்சினைகள் சுமையாகும் போதுதான் மனம், உணர்ச்சி சம்பந்தப்பட்ட நோய்கள் ஏற்படுகின்றன. ஒவ்வொரு பிரச்சினைக்கும் திருப்தியான தீர்வு காண்பதற்கான முயற்சியினை மேற்கொள்ளுங்கள். பிரச்சினைத் தீர்ப்பதற்கு நீங்கள் எவ்வளவு சக்தியைப் பயன்படுத்த வேண்டுமோ, அவ்வளவு சக்தியைத்தான் பிரச்சினையில் இருந்து தப்பிப்பதற்கும் செலவழிக்கிறீர்கள் என்பதை மறந்து விடாதீர்கள்.

இதை உணர்ந்தால், பிரச்சினை தோன்றுகிறபோது எப்படியாவது சிரித்துக் கொண்டிருக்க உங்களால் முடியும்.

வாழ்க்கையை மகிழ்ச்சியுடன் கழிப்பதற்கு இதுதான் திறவுகோல். பிரச்சினைகள் உறுத்தல்களுக்கு மத்தியிலும் சிரித்துக் கொண்டிருப்பது சாத்தியமே. எல்லாமே சரியாக இருக்கும்போது சிரிப்பது எவருக்கும் எளிது. **எல்லாமே தவறாகச் செல்லும்போது சிரிக்கக் கற்றுக் கொள்ளுவதுதான் வாழ்க்கையின் பெரிய ரகசியம்.** தொல்லைகளையும், துன்பங்களையும், வாழ்க்கைப் போக்கில் அப்படியே ஏற்றுக் கொள்ளுங்கள். விரும்பத்தகாத விருந்தாளிகளாக அவற்றை ஏற்றுக் கொண்டு சிரியுங்கள். **என்ன நிகழ்கிறது என்பதை விட, அதைப் பற்றி நீங்கள் என்ன உணர்கிறீர்கள் என்பதுதான் முக்கியமானது.** உங்களுடைய உணர்ச்சிகளை எப்போதும் உங்கள் கட்டுப்பாட்டில் வைத்திருக்க முடியும்.

'நீங்கள் விரும்புகிறபடி நடப்பதன் மூலம், உங்கள் உணர்ச்சிகளை நீங்கள் கட்டுப்படுத்த முடியும்' என்கிறார். வில்லியம் ஜேம்ஸ் என்கிற மனவியல் நிபுணர், நீங்கள் மகிழ்ச்சியை உணர விரும்பினால், சிரியுங்கள்! சிரிப்பதற்குக் காரணம் இல்லாவிட்டாலும் எப்படியாவது சிரியுங்கள்.

எல்லோர் வாழ்க்கையிலும் பிரச்சினைகள் இருப்பதைப் போல உங்கள் வாழ்க்கையிலும் பிரச்சினைகள் இருக்கத்தான் செய்யும். அந்தப் பெண் எழுதி வைத்ததைப் போல **எந்த நிலையிலும் சிரிக்கக் கற்றுக் கொள்ளுங்கள்!**

55

இலட்சாதிபதி ஆவது எப்படி?

இலட்சக்கணக்கான ரூபாய்களை எப்படிச் சம்பாதிப்பது என்று சொல்லுவதுதான் இந்த அத்தியாயத்தின் நோக்கம். இது, பெரிய தொகை போல் தோன்றலாம். பெரிய தொகைதான். சந்தேக மில்லை. பல லட்சங்கள் என்பது உண்மையிலேயே பெரிய தொகைதான்.

இலட்சக்கணக்கான ரூபாய்களை எப்படி சம்பாதிப்பது என்பதை ஒரு இலட்சாதிபதியிடம் இருந்துதான் கற்றுக் கொள்ள முடியும். அதைச் சம்பாதிக்காத ஒருவரிடம் இதுபற்றி ஆலோ சனை கேட்பதில் அர்த்தமில்லை. கீழே கொடுக்கப் பட்டுள்ள ஆலோசனைகள் ஜே. பால் கெட்டி என்கிற கோடீஸ்வரர் கூறியுள்ள ஆலோசனைகள். ஐயாயிரம் கோடிக்கு மேல் மதிப்பு உள்ள சொத்துக்களைப் பெற்றவர், பால்கெட்டி.

ஒரு பேட்டியில் அவரிடம் ஒரு கேள்வி கேட்கப்பட்ட போது, நானும் உடன் இருந்தேன். அவருடைய வெற்றியின் ரகசியம் என்ன என்று அவரிடம் கேட்கப்பட்டது. கோடிக்கணக்கான பணம் சம்பாதிப்பதை மூன்று வார்த்தையில் ரகசியமாக அவர் குறிப்பிட்டார்.

''இன்னும் கடினமாக முயற்சி செய்.''

அதுதான் அவர் சொன்னது. 'இன்னும் கடினமாக முயற்சி செய்.' மிக எளிமையாகத் தோன்றுகிறது. ஆனால் அதைப் பற்றி தீர்க்கமாகச் சிந்தித்து முடிவுக்கு வரவேண்டும்.

முதலில் கடினமாக முயற்சி செய்யுங்கள்... பிறகு அதை விட கடினமாக முயற்சி செய்யுங்கள்... பிறகு அதைவிட இன்னும் கடினமாக முயற்சி செய்யுங்கள். இவ்வாறு மேலும் மேலும் முயற்சிக்கின்றபோது, **முயற்சி கூடுவதைப் போலவே, முயற்சியின் பலனும் கூடிக் கொண்டே போகும்.**

கூட்டு வட்டி எவ்வாறு அதிவேகமாகப் பெருகிக் கொண்டே போகிறதோ, அதைப் போலவே தொடர்ந்து செய்யப்படும் முயற்சியின் பலன்களும் அதி விரைவில் அதிகரித்துக் கொண்டே போகும். உங்கள் முயற்சி கோபுரம்போல் உயரும்போது லாபமும் கோபுரம் போல உயரத் தொடங்குகிறது. இலாபத்தின் வேகம் அதிகரிக்கும்போது விளைவு... இப்படித்தான் பால்கெட்டி கோடிக்கணக்கான பணத்தைச் சம்பாதித்தார்.

அவர் கையாண்ட வழி: **இன்னும் கடினமாக முயற்சி செய்.**

வெற்றிக்கான வழிமுறைகள் என்னவென்று வாழ்நாள் பூராவும் நான் ஆராய்ச்சிகள் நடத்தியிருக்கின்றேன். வாழ்க்கையில் வெற்றி பெறுவதற்கான வழிகளைச் சொல்லும் புத்தகங்கள் மட்டும் மூன்று நூல் நிலையங்களாக என்னிடம் உள்ளன. உலகத்தில் வெற்றி பெற்றுள்ள ஆண் - பெண் அனைவரின் வழிமுறைகளையும் நான் தொகுத்து வைத்திருக்கிறேன். வெற்றிக்கான வழிகள் என்று நிரூபிக்கப்பட்ட ஆயிரம் தகவல்கள் அடங்கிய பதினைந்து கோப்புகள் என்னிடம் உள்ளன. இவற்றைப் பல்வேறு புத்தகங்களாக எழுதி நான் வெளியிட்டு இருக்கிறேன். ஒவ்வொரு ஆணும், பெண்ணும், வாழ்க்கையின்

எந்த நிலையில் இருந்தாலும் வெற்றி பெறுவதற்கான வழிகளை அவர்களுக்குச் சொல்லி கொடுப்பதுதான் என்னுடைய நோக்கம்.

இதோ ஒரு கோடீஸ்வரர் மூன்றே வார்த்தைகளில் அந்த ரகசியத்தை சொல்லுகிறார்: "இன்னும் கடின முயற்சி செய்."

பால்கெட்டியின் இந்த ஆலோசனையைப் பற்றி நான் சிந்திக்கும்போது, எல்லாம், வாழ்க்கைக்கு வழிகாட்டுகின்ற ஒரு கோஷமாகவே அதை நான் எடுத்துக் கொள்கிறேன்.

"இன்னும் கடினமாக முயற்சி செய்."

56

நல்லெண்ணமே உங்கள் வெற்றிக்குப் பாதுகாப்பு

உங்களுடைய உயிர், ஆரோக்கியம், வருமானம், சொத்து, உங்களிடம் உள்ள விலை மதிக்கத்தக்க பொருள்கள் அனைத்தையுமே இன்ஷ்யூர் செய்கிறீர்கள். ஏனெனில் அவற்றின் இழப்பு உங்களின் குடும்பத்திற்கும் உங்களுக்கும் பேரிடி ஆகிவிடும். ஆகவே இன்ஷ்யூர் செய்வதை ஒரு தேவை என்று கருதுகிறேன்.

அதைப் போல புத்திசாலித்தனமாக உங்கள் வெற்றியை எப்போதாவது நீங்கள் இன்ஷ்யூர் செய்வதுண்டா? வெற்றி இன்ஷ்யூரன்ஸை மேலும் மேலும் அதிகமாகிக் கொண்டே போனதுண்டா?

வெற்றி இன்ஷ்யூரன்ஸ் என்பதை நாம் அனைவருக்கும் பழக்கமான ஒரு சொல்லால் குறிப்பிடுகிறோம், **நல்லெண்ணம்**.

நல்லெண்ணம் என்பது மிகவும் பழக்கமாகி விட்ட விஷயம் என்பதால் அதை அலட்சியப்படுத்தி ஒதுக்காதீர்கள். நல்லெண்ணம் என்பது உங்களுக்குத் தேவையான மிகப் பெரிய சொத்தாக

இருக்கலாம். அல்லது மிகப் பெரிய சொத்தாக வருங்காலத்தில் ஆகி விடவும் கூடும். அதனால் ஏற்படும் மற்ற திருப்திகளோடு, பொருள் சம்பாதிக்கின்ற மதிப்பும் அதற்கு உண்டு.

ஒவ்வொரு நிறுவனமும் அது சம்பாதித்து வைத்து இருக்கும் நல்லெண்ணத்தின் அடிப்படையில், அது இன்னொரு நிறுவனத்துடன் இணையும்போது மிகுதியான பண மதிப்பைப் பெற்று விடுவதுண்டு.

தனி நபர்களும் நல்லெண்ணத்தை சம்பாதிக்கத்தான் செய்கிறார்கள். அதற்கும் பண மதிப்பு உண்டு. ஆனால் இந்த அத்தியாயத்தின் நோக்கம், நல்லெண்ணத்தை வெற்றி இன்ஷ்யூரன்ஸாக எப்படி செய்து கொள்வது என்பதை எடுத்துக் காட்டுவதுதான். இந்த நல்லெண்ணத்தை விலை கொடுத்து வாங்க முடியாது. நீங்கள் தான் உண்டாக்கிக் கொள்ள வேண்டும். உங்களது பேச்சின் போது, எழுத்தின் மூலம், செயலின் மூலம் இதை நீங்கள் உண்டாக்க வேண்டும்.

பேச்சு, எழுத்து செயல் - **இந்த மூன்று வார்த்தைகளையும் நினைவில் வைத்துக்கொள்ளுங்கள்.** நல்லெண்ணத்தை வெற்றி இன்ஷ்யூரன்ஸ் ஆக்கிக் கொள்வதற்கு இவை வழிகாட்டும் விஷயங்களாக இருக்கும்.

இதன் மதிப்பை உங்களுக்கு எடுத்துச் சொல்ல, என்னுடைய சொந்த அனுபவம் ஒன்றைக் குறிப்பிடுகிறேன். தொழில் துறையில் எட்டு கார்ப்பரேசன்களில் தலைவராகப் பணியாற்றிய அனுபவம் எனக்கு உண்டு. அப்போது எனக்கு ஏற்பட்ட வெற்றிகளையும், தோல்விகளையும், நான் வேலையில் இருந்து ஓய்வு பெற்ற பிறகு, பரிசீலித்துப் பார்த்திருக்கிறேன். வெற்றிக்கான வழி சொல்லும் அர்த்தங்களை நான் எழுதிக் கொண்டிருக்கிறேன். அவற்றிற்குத் தேவையான கருப் பொருளை இந்த அனுபவங்களிலிருந்து நான் பெற்றிருக்கிறேன்.

நான் சரியாகச் செய்தவை வெற்றிக்குக் காரணமாக இருந்திருக்கின்றன. தவறாகச் செய்தவை தோல்விக்குக் காரணமாக இருந்திருக்கின்றன. இவற்றை அறிந்து கொள்ளும் சோதனையினை பின்னர்தான் நான் தெரிந்து கொண்டேன். நான் பணியில் இருந்தபோதே இந்தச் சோதனைகள் எனக்குத் தெரிந்து இருந்தால் எவ்வளவோ நன்றாக இருந்திருக்கும்.

வெற்றிக்கும் தோல்விக்கும் எது காரணம் என்பது பற்றிய சோதனைகள் குறித்து நமக்குத் தெளிவிருந்தால் நம்முடைய வெற்றியை நாம் இன்ஷ்யூர் செய்து கொள்ள முடியும். அதாவது வெற்றியைப் பாதுகாத்துக் கொள்ள முடியும். இன்ஷ்யூர் என்கிற வார்த்தையைத் திட்டமிட்டே தான் பயன்படுத்துகிறேன். இன்ஷ்யூர் என்று சொல்லுகின்றபோது, அதற்குள் அத்தனையோ விஷயங்கள் அடக்கமாகி விடுகின்றன. ஆகவே வெற்றி இன்ஷ்யூரன்ஸ் சோதனை என்பது என்ன என்பதை நாம் இங்கே பார்க்கலாம்.

1. ஒருவரோடு ஒரு காரியத்தில் நீங்கள் ஈடுபடுகின்றபோது, உங்களைப் பார்த்து நீங்கள் முதலில் ஒரு கேள்வியைக் கேட்டுக் கொள்ள வேண்டும். **நான் பேசப் போவதோ, எழுதப் போவதோ அல்லது செய்யப் போவதோ, நல்லெண்ணத்தைத் தோற்றுவிக்குமா?** அல்லது தவறான எண்ணத்தைத் தோற்றுவிக்குமா? என்று நீங்கள் கேட்டுக் கொள்ள வேண்டும்.

2. நீங்கள் சொல்லப் போவதும், எழுதப் போவதும், செய்யப் போவதும், நல்லெண்ணத்தைத்தான் தோற்றுவிக்கும் என்கிற உறுதியான பதில் உங்களுக்குக் கிடைத்தால், நீங்கள் அதைச் செய்யலாம்.

3. நீங்கள் பேசப் போவதும் எழுதப் போவதும் செய்யப் போவதும் தவறான எண்ணத்தைத் தோற்றுவிக்கக் கூடும்

என்று உங்களுக்குத் தோன்றினால், அந்தக் காரியத்தைச் செய்யாதீர்கள். (நீங்கள் செய்யப் போவது எவ்வளவு புத்திசாலித்தனமாகவும், அவசரமானதாகவும், நியாயமான தாகவும் இருந்தால்கூட அதைச் செய்யாதீர்கள்.)

ஆனால் புத்திசாலித்தனமாகத் தோன்றுவதை, அவசரமாக இருப்பதை செய்யாமல் தவிர்ப்பதற்கு மனம் வராதுதான். ஏனெனில் உங்கள் புத்திசாலித்தனம் வெளிப்படுகின்ற வாய்ப்பு தடைப்பட்டுப் போகிறது. உங்களின் தன்னுணர்வு பாதிப்புக்கு உள்ளாகிறது. **இருந்தாலும் தவறான எண்ணம் ஏற்படுத்துகின்ற இழப்புகளைவிட இதனால் ஒன்றும் பெரிய பாதிப்பு ஏற்பட்டு விடாது.**

தவறான எண்ணங்கள் செய்கின்ற பாதிப்புகள் ஆரம்பத்தில் சாதாரணமானதாகவே இருக்கும். ஆனால் போகப் போக அது உணர்ச்சி வழி செயல்பட்டு பெரிய பாதிப்புகளை ஏற்படுத்தும். தவறான எண்ணத்தை ஏற்படுத்தக்கூடாது என்பதை ஒரு விதியாகக் கடைப்பிடியுங்கள். தன்னுணர்வு பாதிப்பு அப்படி ஒன்றும் பெரிய விஷயமல்ல.

நல்லெண்ணத்தை வெற்றி இன்ஷ்யூரன்ஸ் ஆக்குகின்ற விஷயத்தை இனி கவனிக்கலாம். மற்றவர்களோடு **உங்களுக்குள்ள உறவில் நல்லெண்ணத்தை நீங்கள்தான் ஏற்படுத்திக் கொள்ள வேண்டும்**. இதற்கு சிந்தனை, முயற்சி ஆகியவை தேவைப்படுவதோடு கொஞ்சம் பணச் செலவும் ஏற்படலாம். மற்றவர்களின் நல்லெண்ணத்தைச் சம்பாதிப்பது தானாக நிகழ்ந்து விடுவதில்லை. உங்களின் பேச்சு, எழுத்து, செயல் ஆகியவற்றின் நேரடி விளைவாகவே இது தோன்றுகிறது. உங்களுடைய மற்ற பொருள்களை இன்ஷ்யூர் செய்கின்றபோது எவ்வளவு கவன மாகத் திட்டம் இடுகிறீர்களோ, அதுபோன்ற கவனத்துடன்தான் வெற்றி இன்ஷ்யூரன்ஸையும் திட்டமிட வேண்டும்.

மற்றவர்களுக்கு பயனுள்ள, லாபகரமான காரியங்களை நீங்கள் செய்வதின் விளைவாகவே அவர்களின் நல்லெண்ணத்தைப் பெறுகின்றீர்கள். அவர்களிடமிருந்து பிரதிபலனை எதிர்பார்க்காமல் நீங்கள் விருப்பத்துடனும், இலவசமாகவும், பெருந்தன்மையுடனும் செய்கிறீர்கள். அவர்களின் நல்லெண்ணத்தைத் தவிர வேறு எதையும் நீங்கள் அவர்களிடமிருந்து எதிர்பார்க்கவில்லை.

இதுதான் திறவுகோல்! உங்களிடமிருந்து அவர்கள் எதிர்பார்க்காத ஒன்றை அவர்களுக்குச் செய்கிறீர்கள். நீங்களும் நல்லெண்ணத்தைத் தவிர வேறு எதையும் அவர்களிடமிருந்து எதிர்பார்க்கவில்லை.

அவர்களுக்குத் தேவையான ஒன்றை எதையும் எதிர்பார்க்காமல், நீங்கள் செய்கின்றபோது, நல்லெண்ணம் உருவாகிறது. இது எப்படி என்று கேட்கிறீர்களா? ஏற்கெனவே சொல்லியுள்ளபடி, கண்ணுக்குப் புலனாகாத மூன்று வாசகங்களை ஒவ்வொரு வரும் தங்கள் கழுத்திலே கட்டித் தொங்கவிட்டுக் கொண்டிருக்கிறார்கள்.

1. எனக்கு முக்கியத்துவம் வேண்டும்.

2. என்னைப் பாராட்ட வேண்டும்.

3. என்னைப் புகழ வேண்டும்.

மற்றவர்களோடு நீங்கள் கொள்கின்ற உறவில், நீங்கள் பேசுவதும், எழுதுவதும் செய்வதும் அவர்களின் முக்கியத்துவத்தை உயர்த்துவதாக இருந்தால், புகழப்படுவதாகவோ, போற்றப்படுவதாகவோ அவர்களிடம் ஒரு எண்ணத்தை ஏற்படுத்தினால் - உங்களைப் பற்றிய நல்லெண்ணத்தை அவர்களிடம் உருவாக்கி விட்டீர்கள் என்று அர்த்தம். உங்கள் வெற்றியை இன்ஷ்யூர் செய்து விட்டீர்கள். வெற்றிக்குப் பாதுகாப்பு தேடிக் கொண்டு விட்டீர்கள்.

குறிப்பாக இன்னும் என்னென்ன வழிகளில் எல்லாம் நீங்கள் நல்லெண்ணத்தை உருவாக்க முடியும்? இதற்கு எவ்வளவு சிந்தனை, நேரம், முயற்சி, பணம் ஆகியவற்றை நீங்கள் ஒதுக்க முடியும்?

ஒவ்வொருவரின் சூழ்நிலையும் ஒவ்வொரு விதமாக இருக்கும். மேலே உள்ள கேள்விகளுக்கு நான் பதில் சொல்ல முடியாது. நீங்கள்தான் பதில் சொல்ல முடியும். உங்களுக்காக நான் சிந்திக்க முடியாது. இந்தப் புத்தகத்தின் நோக்கம் சில விஷயங்கள் குறித்து உங்களுடைய சிந்தனையைத் தூண்டுவது மட்டும்தான்.

57
பூஜ்யம் கம்ப்யூட்டர்

மிகவும் விலைமதிப்புள்ள ஒரு கம்ப்யூட்டர் இப்போது கண்டுபிடிக்கப்பட்டுள்ளது!

இந்தக் கம்ப்யூட்டர் உங்களுக்குள்ளேயே இருக்கிறது என்பதும் கண்டுபிடிக்கப்பட்டுள்ளது.

இதன் பெயர் பூஜ்யம் கம்ப்யூட்டர். இந்தப் பெயர் சொல்லி இதை அழைப்பதற்குக் காரணம், இதற்குள் எந்தப் பிரச்சினை களைக் கொடுத்தாலும் அவற்றைப் பற்றி அது எதுவுமே செய்வதில்லை என்பதுதான்.

இந்த பூஜ்யம் கம்ப்யூட்டருக்குள் உங்களுடைய பிரச்சினை கள், கவலைகள், பயங்கள், வெறுப்புகள் ஆகிய எதை வேண்டுமானாலும் - எதைப் பற்றியெல்லாம் ஆக்கப்பூர்வமாக நீங்கள் எதுவும் செய்ய முடியாதோ - அவற்றையெல்லாம் செலுத்துங்கள். தேவையில்லாத கவலைகளை அது உங்களுக்காக ஏற்றுக் கொள்ளட்டும். நீங்கள் உங்களுடைய ஆக்கபூர்வ சிந்தனைகள், முயற்சிகள் ஆகியவற்றை அந்த நேரத்தில் பயன் உள்ள விஷயங்களில் செலுத்திக் கொண்டிருங்கள்.

நம்மில் பலர் கடந்த காலத் தவறுகளின் சிந்தனையால் செயலற்றுப் போய்விடுகிறோம். கடந்த காலத்தை மீண்டும் நம்மால் வாழ முடியாது. ஆகவே அதிகப்படியான அந்தச் சுமைகளை எதற்காக நாம் சுமக்க வேண்டும்? ஆகவே அவற்றையெல்லாம் பூஜ்யம் கம்ப்யூட்டருக்குள் செலுத்தி விடுங்கள். அவற்றையெல்லாம் அது சமாளித்துக் கொள்ளட்டும்.

நம்மில் பலர் என்ன நடக்குமோ என்கிற கவலையிலேயே காலத்தைக் கழித்துக் கொண்டிருக்கிறோம். எதிர் காலத்தைப் பற்றிய அச்சம் நம்மைப் பிடித்து ஆட்டுகிறது. இருந்தும் இன்றைய தினத்திற்கு அப்பால் நம்மால் எதையும் சிந்திக்க முடிவதில்லை. ஆகவே நடக்காத எதிர்கால நிகழ்ச்சிகளைப் பற்றி எதற்காகக் கற்பனை செய்து கொண்டு, நம்முடைய சுமையை அதிகப்படுத்திக் கொள்ள வேண்டும்? நாம் கற்பனை செய்யும் சம்பவங்கள் நடக்காமலே கூடப் போகலாம். பூஜ்யம் கம்ப்யூட்டருக்குள் அவற்றைச் செலுத்திவிட்டு சும்மா இருங்கள்.

ஒவ்வொரு நாளும் அன்றன்றைக்கென்று கவலைப்பட வேண்டிய விஷயங்கள் எத்தனையோ இருக்கின்றன. கடந்த கால கவலைகளுக்கு அப்பாலும், எதிர்காலப் பயங்களுக்கு அப்பாலும் இன்றைய பணிகளிலேயே எத்தனையோ கஷ்டங்கள் இருக்கின்றன. ஆகவே கடந்த காலக் கவலைகளையும் எதிர்காலப் பயங்களையும் பூஜ்யம் கம்ப்யூட்டருக்குள் செலுத்தி விடுங்கள். அவற்றை பூஜ்யம் கம்ப்யூட்டர் தனக்குள்ளேயே பூட்டி வைத்துக் கொள்ளும். பூஜ்யம் கம்ப்யூட்டருக்குள் கடந்த கால, எதிர்கால கவலைகளைச் செலுத்திய பிறகு, அதைப் பற்றி மறுபடியும் சிந்திக்காமல் விச்சிராந்தையாக இருங்கள்.

கவலைகள் நம்மை விட்டு எளிதில் விலகுவதில்லை. நீங்கள்தான் அவற்றை விலக்கி வைக்க வேண்டும். அதற்கு ஒரே வழி பூஜ்யம் கம்ப்யூட்டருக்குள் அவற்றைச் செலுத்தி விடுவது தான்.

வில்ரோஜர்ஸ் என்பவர், 'தன்னைப் பொறுத்தவரையில், தான் விரும்பாத மனிதர் என்று எவருமே இல்லை' எனக் கூறுகிறார். என்னைப் பொறுத்த வரையில், நியாயமான காரணங்களுக்காகவே நான் விரும்பாத மனிதர்களைச் சந்தித்து இருக்கிறேன். ஆனால், அவர்களும் என்னுடன் இந்த உலகத்தில் வாழ்கிறார்கள் என்பதை எண்ணி என்னை நானே ஒரு போதும் தொல்லைப் படுத்திக் கொண்டதில்லை. ஏனெனில், அவர்களை என்னுடைய பூஜ்யம் கம்ப்யூட்டருக்குள் செலுத்தி விட்டேன்... மகிழ்ச்சியான விடுதலை!

ஒருவருக்கு எப்போதும், தொல்லை கொடுத்துக் கொண்டிருக்கின்ற ஒரு மனைவி இருந்தாள். அவளுடைய அல்ப முனகல்களால் அவர் பாதிக்கப்பட்டதேயில்லை. ஏனெனில் அந்த முனகல்களை பூஜ்யம் கம்ப்யூட்டருக்குள் செலுத்தி விடுவது அவருக்குப் பழக்கம்.

ஒரு மனைவிக்கு முன் கோபக்காரரான கணவர் இருந்தார். அவள் அவருடைய கோபங்களை பொருட்படுத்துவதேயில்லை. அதன் மூலம் ஏற்படக் கூடிய விளைவுகளை அவள் தவிர்த்து விட்டாள். அவருடைய கோபச் செயல்களை தன்னுடைய பூஜ்யம் கம்ப்யூட்டருக்குள் அவள் செலுத்தி விடுவாள். அந்தக் கணவனும் சண்டை போடுவதற்கு யாரும் இல்லாததால், வேறு வழியின்றி தன்னுடைய கோபத்தை தன்னுடைய பூஜ்யம் கம்ப்யூட்டருக்குள் செலுத்த வேண்டியதாயிற்று. நாளடைவில் தன்னுடையக் கோபத்திற்கு அர்த்தம் எதுவும் இல்லை என்று அவரும் புரிந்து கொண்டார்.

மனவியல் நிபுணர்கள் **'கத்தாரிசிஸ்'** என்று ஒரு சொல்லைப் பயன்படுத்துகிறார்கள். இது ஆங்கிலச் சொல். இதற்குப் பொருள் விரும்பத்தகாத எண்ணங்களிலிருந்து உணர்ச்சிகளிலிருந்தும் விடுபடுவது என்பதாகும். இதைத்தான் பூஜ்யம் கம்ப்யூட்டர் என்று கற்பனையாக நான் குறிப்பிட்டிருக்கிறேன். **இந்த**

கம்ப்யூட்டர் மூலம் விரும்பத்தகாத எண்ணங்களையும் உணர்ச்சிகளையும் நினைவு மனதிலோ, ஆழ் மனதிலோ இடம் பெறாமல் செய்துவிட முடியும். இந்த நிலையினைப் பயிற்சியின் மூலம் எவரும் அடைய முடியும். எந்தச் சூழ்நிலைக்கும் தேவைக்கதிகமான பிரதிக் கிரியையும் ஏற்படுத்திக் கொள்ளாமல் இருந்தால் போதும்.

தேவைக்கதிகமான பிரதிக் கிரியை தேவையில்லாத தொல்லைகளில் உங்களை மாட்டி விடும். அமைதியாகவும் புத்திசாலித் தனமாகவும் நடந்து கொண்டால், தேவையற்ற பிரதி கிரியையை ஒரு கட்டுப்பாட்டுக்குள் கொண்டு வந்து விடலாம்.

தேவைக்கதிகமான பிரதிக் கிரியை பற்றி மனவியல் நிபுணர்கள் சொல்லுகின்ற விளக்கங்கள் ஒருபுறம் இருகுகட்டும். இதுபற்றி சாதாரண வழக்கிலேயே எத்தனையோ வாசகங்கள் இருக்கின்றன.

''எலிக்குப் பயந்து கொண்டு வீட்டைக் கொளுத்தினானாம்.''

''கொசுவை அடிக்க குறுந்தடியா?''

''முகத்தை அலங்கோலப்படுத்த மூக்கை அறுத்துக் கொண்டானாம்.''

அதிகப்படியான பிரதிக் கிரியை கோபத்தின் விளைவாகவே ஏற்படுகிறது. உங்கள் விரோதி உங்களுக்குச் செய்கின்ற தீமையை விட இது செய்கின்ற தீமை அதிகம். எரிகிற நெருப்பில் எண்ணெய் வார்ப்பது என்று சொல்லுவார்கள். கோபம் வந்தவுடனேயே அதிகப்படியான பிரதிக் கிரியையை நீங்கள் வெளிப்படுத்துகின்றபோது இதைத்தான் செய்கின்றீர்கள். உங்களுடைய கோபம் உங்களை எரித்து நாசமாக்கி விடுகிறது.

துயரத்தில் அதிகமான பிரதிக்கிரியையை வெளிப்படுத்துவது கடுமையான மன விளைவுகளை ஏற்படுத்துகிறது. இது நினைவில் பதிந்து எதிர்காலச் சம்பவங்களோடும், தொடர்பை ஏற்படுத்திக் கொண்டு புதிய கவலைகளைத் தோற்றுவிக்கிறது. ஒருவரின் இழப்பினால் துயரம் ஏற்படுகிறது. இந்தத் துயரத்தினால் இழப்பை ஒருபோதும் ஈடு செய்ய முடியாது. அதே சமயம் இந்தத் துயரத்திற்கு தேவைக்கதிகமான பிரதிக் கிரியையை வெளிப்படுத்துகின்றபோது, துயரத்தின் வலி அதிகமாகிக் கொண்டே போகுமே தவிர ஒரு போதும் ஆறுதலை அளிக்காது.

மகிழ்ச்சியில் தேவைக்கதிகமான பிரதிக்கிரியையை வெளிப் படுத்துகின்றபோது அது ஆக்கபூர்வமான பலன்களை அளிக்கிறது. அதனால்தான் மகிழ்ச்சியை முழுமையாக அனுபவிக்க வேண் டும் என சில ஞானிகள் சொல்லியிருக்கிறார்கள். ஒரு விதத்தில் பார்க்கப் போனால் மகிழ்ச்சியில்கூட தேவைக்கதிகமான பிரதிக் கிரியையை வெளிப்படுத்துவதைத் தவிர்ப்பதே நல்லது. மகிழ்ச்சி, துக்கம் இரண்டையுமே ஒரே மனநிலையில் சந்திப்பது தான் சரியானதாக இருக்கும்.

ஞானிகள் அடிக்கடி ஒரு விஷயத்தை நமக்கு நினைவுபடுத்திக் கொண்டே இருக்கிறார்கள். வாழ்க்கை என்பது பெண்டுலம் போல. அங்கும் இங்கும் அசைந்துகொண்டே இருக்கிறது. இந்த அசைவில், எந்தப் பக்கத்திலும் அதிகமான வீச்சு ஏற்படாமல் நாம் பார்த்துக் கொள்ள வேண்டும். இப்படி பார்த்துக் கொண்டால் பல தீய விளைவுகளைத் தவிர்த்து விடலாம்.

58

உதவாக்கரை!

மூன்று ஒழுக்கங்கள் அல்லது பயிற்சிகள் இன்றைக்குத் தேவையானவையாக இருக்கின்றன. ஒழுக்கம் என்று சொல்லுவதைக் கட்டுப்பாடு என்றும் சொல்லலாம். உடல் கட்டுப்பாடு, மனக் கட்டுப்பாடு, செயல் கட்டுப்பாடு.

உடல் கட்டுப்பாட்டுடன் ஆரம்பிக்கலாம். உடலின் எந்தச் சாதனையும் உடல் கட்டுப்பாடு இல்லாமல் நடைபெறுவதில்லை. எந்த விளையாட்டு நிபுணரை வேண்டுமானாலும் கேட்டுப் பாருங்கள். உடல் சிறப்பான முறையில் அமைவதற்கும், சக்தியுடன் விளங்குவதற்கும் தொடர்ந்த கட்டுப்பாடு அவசியமாகிறது.

நீங்கள் விளையாட்டு நிபுணராக ஆக விரும்பவில்லையா? பரவாயில்லை. இருந்தாலும் நம்முடைய உடல் நிலை, நாம் எந்த வேலையைச் செய்தாலும், அதற்குத் தகுதியுடையதாக இருக்க வேண்டும்.

உடலை ஆரோக்கியமாக வைத்துக் கொள்வதற்கான வழிகள் எளிமையானவை. சுலபத்தில் கற்றுக்கொள்ளக் கூடியவை. எதைச் செய்ய வேண்டுமோ, அதைச் செய்ய வேண்டும். எதைச் செய்யக்கூடாதோ அதைச் செய்யக்கூடாது. இதுதான் கட்டுப்பாடு.

எப்போதுமே அது உற்சாகமான விஷயமாக இருப்பதில்லை. சில சமயங்களில் நமக்கு உடன்பாடானதாக இருக்கும். சில சமயங்களில் தொல்லையாகவும் கடுமையாகவும் இருக்கும். ஆனால் விளைவுகள் சிறப்பானவை. உடல் போன வழி நடப்பதைவிடச் சிறப்பானவை. உடல் போன வழியில் அதை விட்டால் அது உங்களை **உதவாக்கரை** ஆக்கிவிடும்.

உடல் கட்டுப்பாடு, மனக் கட்டுப்பாட்டினைவிட சுலப மானது. உடலை உங்கள் கட்டுப்பாட்டில் வைத்திருப்பதைவிட, மனதை உங்கள் கட்டுப்பாட்டில் வைத்திருப்பது கடினம். ஏனெனில் பரிணாமத்தில் மனிதனுடைய மனம் வளர்ச்சி பெறுவதற்கு முன்னதாகவே உடல் வளர்ச்சி பெற்று விடும். இப்போதும்கூட மனிதனுடைய மனம் வெகுவான வளர்ச்சி யைப் பெற்றுவிட்டதாகச் சொல்ல முடியாது. பத்திரிகைகளில் வெளியாகிக் கொண்டிருக்கும் செய்திகளே இதற்குச் சான்று.

மனக்கட்டுப்பாடு அற்ற போக்கு சற்றுக் கூடுதலாகவே இருக்கிறது. எங்கெங்கோ அலைகிறது. குறிக்கோள் இல்லாமல் அலைகிறது. கட்டுப்பாடு இல்லாமல் அலைகிறது.

தூக்க நிலையில் ஆழ்மனம் அலைகிறது என்பது உண்மை தான். இந்த வாய்ப்பினை ஆக்கபூர்வமான முறையில் நாம் பயன்படுத்திக் கொள்ள முடியும். இதுபற்றிய ஆராய்ச்சிகள் மிகக் குறைவாகவே உள்ளது. இந்தத் துறையில் வல்லுநர்கள் இதுபற்றிச் சிந்திக்க வேண்டும். ஏனெனில் பிரச்சினை மிகவும் சிக்கலானது.

நாம் விழித்திருக்கும்போது, மனக் கட்டுப்பாட்டிற்கு எவ்வளவோ காரியங்களைச் செய்யலாம். செய்யவும் வேண்டும். மனதை ஒன்றிலேயே லயிக்கச் செய்வதை எடுத்துக் கொள் வோம். வேறு எண்ணங்கள் தலையிடாமல் ஒரே எண்ணத்தில் பதினைந்து வினாடிகள் உங்களால் நிலைக்க முடிகிறதா என்று

பாருங்கள். முடிந்தால் முப்பது வினாடிகள், ஒரு நிமிஷம் என்று மேலும் முயற்சி செய்யுங்கள்.

மனதை ஒன்றிலேயே ஒருநிலைப்படுத்த முடியுமானால், இப்போது நாம் சாதிப்பதைவிட எத்தனையோ மடங்கு அதிகமாகச் சாதிக்க முடியும். கட்டுப்பாட்டுடன் மனதை ஒருநிலைப்படுத்துவது எல்லோராலும் முடியக் கூடிய விஷயம்தான். மனக்கட்டுப்பாடு தேவை, பயிற்சி தேவை, திரும்பத் திரும்ப செய்யும் முயற்சி தேவை.

நாம் என்ன நினைக்கிறோமோ அதை நம்முடைய கட்டுப் பாட்டில் வைத்திருப்பது மிகவும் முக்கியமானது. ஏனெனில் **நாம் என்ன நினைக்கிறோமோ, அதுவாகத்தான் நாம் இருக்கிறோம். நாம் இனி என்ன ஆகப் போகிறோம் என்பதையும் அதுதான் நிர்ணயிக்கிறது.**

'ஒருவன் எதை நினைக்கிறானோ அதுவாகவே இருக்கிறான்' என்கிறது பைபிள்.

'நாம் இப்போது எப்படி இருக்கிறோம் என்பது. இதற்கு முன் நாம் என்ன சிந்தித்தோம் என்பதைப் பொருத்தது' என்கிறார் புத்தர்.

இந்தக் கருத்தை எல்லா மதங்களுமே காலம் காலமாக வலியுறுத்தி வந்திருக்கின்றன.

நாம் எதைச் சிந்திக்கிறோம் என்பதோடு, நாம் எதை ஆழமாக நம்பிச் சிந்திக்கிறோமோ அது நம்முடைய வளர்ச்சியில் அதிகமாகப் பிரதிபலிக்கிறது.

'நம்புகின்றவனுக்கு எல்லாமே சாத்தியம்' என்கிறது பைபிள். இந்த வாக்கியம் மிகவும் அழுத்தமானது. சர்வ வல்லமை படைத்த தேவனின் திருக்குமாரன் சொல்லிய வாசகம் இது.

நம்பிக்கையால் நோய்கள் குணப்படுவதைக் கவனியுங்கள். அற்புதங்களால் இவை குணமானதாகச் சொல்லப்பட்டாலும், அழுத்தமான நம்பிக்கைதான் இதற்குக் காரணம். ஒரு காலத்தில், அற்புதங்கள் எல்லாம் சாதாரண நிகழ்ச்சிகள் என்று நமக்குப் புரிந்து விடும். அது நிகழ்ந்த காலத்தில் நம்மால் அதைப் புரிந்து கொள்ள முடியவில்லை என்பது மட்டுமே உண்மையாக இருக்கும்.

சாதனை புரிந்த மனிதர்களின் வாழ்க்கை வரலாறுகளைப் படித்துப் பாருங்கள். தங்களுடைய திறமைகளில் ஆழமான நம்பிக்கை உடையவர்களாக அவர்கள் இருந்திருப்பதைப் பார்த்திருப்பீர்கள். மனம் எதை ஆழமாக நம்புகிறதோ, அதைத் தான் மனிதன் சாதிக்கிறான் என்று மனவியல் நிபுணர்கள் சொல்லுகிறார்கள்.

'நம்பிக்கைதான் நிகழ்ச்சிகளை உருவாக்குகிறது' என்கிறார் வில்லியம் ஜேம்ஸ். 'எந்தத் திட்டத்திலும் முக்கியமான அம்சம் நம்பிக்கை. நம்பிக்கையில்லாமல் வெற்றிகரமான விளைவுகள் இல்லை. இது அடிப்படை உண்மை என்றும் சொல்லுகிறார் வில்லியம் ஜேம்ஸ்.

கட்டுப்பாடான மனதில்தான் நம்பிக்கை தோன்ற முடியும். கட்டுப்பாடான லட்சியத்தை அடைவதற்குரிய வேகத்தை அதனால்தான் கொடுக்க முடியும். வில்லியம் ஜேம்ஸ் மேலும் சொல்லுகிறார். "விளைவில் உங்களுக்குப் போதுமான அக்கறை இருந்தால், அநேகமாக நிச்சயமாக நீங்கள் அதைப் பெறுவீர்கள். பணக்காரர் ஆக வேண்டும் என்று ஆசைப்பட்டால் பணக்காரர் ஆவீர்கள். கல்விமானாக வேண்டும் என்று ஆசைப்பட்டால் கல்விமான் ஆவீர்கள். நல்லவனாக இருக்க விரும்பினால் நல்லவனாக இருப்பீர்கள். தேவையானது உங்கள் விருப்பம் மட்டுமே. அது மெய்யானதாகவும், உறுதியானதாகவும் இருக்க வேண்டும். ஒரே சமயத்தில் பல ஆசைகளை வளர்த்துக்

கொள்ளும்போது, எந்த ஒன்றிலும் அழுத்தமான ஈடுபாடு இல்லாமல் போய்விடுகிறது.'' மனக் கட்டுப்பாட்டின் மூலம் மனதை ஒருநிலைப்படுத்தலாம்.

டாக்டர் வால்டர் ஸ்காட் என்கிற மனோதத்துவ நிபுணர் சொல்லுகிறார், ''தொழிலில் வெற்றியும், தோல்வியும் மனதின் திறமையால் நிர்ணயிக்கப்படுவதில்லை. மனப்பான்மையினால் தான் நிர்ணயிக்கப்படுகின்றன.'' மனப்பான்மை அல்லது மனப் போக்கு என்பது மனக்கட்டுப்பாட்டின் விளைவாகவே உருவாகிறது.

புகழ் பெற்ற மதபோதகரும் மனோதத்துவ நிபுணருமான நார்மன் வின்சென்ட் பீல் என்ன சொல்லுகிறார் எனக் கேட்போம்.

''வெற்றியைச் சிந்தியுங்கள். வெற்றியை உருவகப்படுத்திப் பாருங்கள். வெற்றியை உருவாக்குவதற்குத் தேவையான சக்தி உங்களிடம் செயல்படத் தொடங்கும். மனப்படம் அல்லது மனப்பான்மை மிக வலிமையுடன் நிலைபெறுகிறபோது அது சூழ்நிலைகளையும் கட்டுப்பாட்டுக்குள் கொண்டு வந்து விடுகிறது'' இதற்கும் மனக்கட்டுப்பாடுதான் அவசியமாகிறது.

ஒழுக்கக் கட்டுப்பாட்டு விஷயத்தில்தான் மனித சமுதாயத் திற்கு மிகப் பெரிய தீங்கு ஏற்பட்டு இருப்பதைப் போலத் தோன்றுகிறது. ''சுதந்தரமாகச் செயல்படுங்கள். விரும்புவதைச் செய்யுங்கள். விரும்பாததை ஒதுக்குங்கள். உங்கள் பருவ வெறிக்குத் தடைபோடும் எந்தக் கட்டுப்பாட்டினையும் மதிக்கா தீர்கள். நீங்கள் விரும்பாத சட்டத்திற்கு கீழ்ப்படியாதீர்கள். ஒழுக்கத்திலிருந்து விடுபடும்போது விடுதலை பெற்ற மனிதர் களாக நீங்கள் ஆவீர்கள்!'' இந்த உபதேசம்தான் இன்றைக்கு மறைமுகமாகவும் நேர்முகமாகவும் நடைபெற்றுக் கொண்டிருக் கிறது.

ஒழுக்கத் தளைகளில் இருந்து விடுபடுவது ஒரு வகையில் சுதந்தரம்தான்! பயங்கரமான வெடிமருந்துகள் ஏற்றப்பட்ட பிரேக் இல்லாத லாரி சரிவான பாதையில் வேகமாகச் செல்லுகின்ற சுதந்தரம் போன்றது இது!

உடல் கட்டுப்பாடு, மனக் கட்டுப்பாடு, ஒழுக்கக் கட்டுப்பாடு ஆகியவற்றிலிருந்து உங்களுக்குச் சுதந்தரம் கிடைக்கும்போது நீங்கள் உதவாக்கரை ஆகிவிடுகிறீர்கள்.

59

உலக வடிவில் ஒரு புத்தகம்

உலக உருண்டை வடிவத்தை ஒவ்வொரு பெரிய மனிதருக்கும், ஒவ்வொரு பெரிய நாட்டுக்கும் அனுப்பி வைக்க நான் விரும்புகிறேன்.

அது உலகத்தின் வடிவமாக இருக்குமே தவிர தேசங்களின் வரைபடமோ, கண்டங்களின் வரைபடமோ அதில் இருக்காது. கடல் பரப்பு, நிலப்பரப்பு எதுவும் அதில் குறிக்கப்பட்டிருக்காது. அது ஒரு தெளிவான படிகம் போன்றது. அதை மேஜையின் மேல் வைத்துக் கொள்ளலாம். அருகில் அழுத்துகின்ற சிவப்புப் பொத்தான் ஒன்று இருக்கும்.

பார்ப்பதற்கு, தொட்டு விளையாடுவதற்கு... உள்ள ஒரு பொருள் போன்றது. அந்தப் படிக வடிவத்தில் அவர் பார்க்கும் போது...

மலரும் குழந்தைகள்! தன்னைவிடச் சிறிய பெண் குழந்தை ஒன்றை ஓர் அழகிய சிவப்பு வண்டியில் வைத்து ஒரு சிறிய பையன் இழுத்துக் கொண்டு போகிறான். குழந்தைகள் மகிழ்ச்சி

பொங்க கலகலவென்று சிரிக்கிறார்கள். சற்றே வயதான வாலிபர்கள் சிரிப்பதை நிறுத்தி விட்டார்கள். ஏனெனில் அவர்கள் பிரச்சினைகளைச் சந்திக்கின்றவர்கள். ஒரு மணமகனும் ஒரு மணமகளும், வாழ்க்கையின் மிக உன்னதமான நேரத்தில் மணக் கோலத்தில் வீற்றிருக்கிறார்கள். மனிதர்கள் மேலும் மேலும் கட்டடங்களை எழுப்பிக் கொண்டே போகிறார்கள். எதற்காக? பெண்கள் தங்கள் வேலைகளை முடித்து விட்டு கணவன் மார்களின் வருகைக்காகவும், அவர்களுடைய தழுவல்களுக் காகவும் காத்திருக்கிறார்கள். வயதான தம்பதிகள், இளமைக்கால நினைவுகளை அசைபோட்டபடியே ஒருவரோடு ஒருவர் கை கோர்த்துக் கொண்டு, எதிர்கால நாட்களும் மகிழ்ச்சியானதாக இருக்க வேண்டும் என கடவுளைப் பிரார்த்தித்துக் கொண்டிருக் கிறார்கள்.

இந்தக் காட்சிகளை எல்லாம் ஒவ்வொரு தேசத்தில் உள்ள ஒவ்வொரு பெரிய மனிதரும் தன் முன்னால் உள்ள படிக உருண்டையில் ஒருவேளை பார்க்கக் கூடும். அந்தக் காட்சிகள் மறைந்து மீண்டும் அது தெளிவான படிகமாகி விடக் கூடும். அதைப் பார்த்துக் கொண்டிருப்பவர் சிவப்புப் பொத்தானை அழுத்துகின்றபோது... அதே உலக உருண்டை... தேசங்களும் இல்லை, கண்டங்களும் இல்லை... கடல் பரப்பு இல்லை. நிலப்பரப்பு இல்லை.

60

வண்ணத்துப் பூச்சியிடம் இருந்து ஒரு பாடம்

அழகாக வெட்டி விடப்பட்ட என்னுடைய தோட்டத்தில் இருந்து கொண்டு ஒரு வண்ணத்துப் பூச்சி... எதையோ தேடுவதை... எதையோ நாடுவதை... எதையோ விரும்புவதை.. கவனித்துக் கொண்டே இருந்தேன்.

நேற்றுதான் அந்த வண்ணத்துப் பூச்சி, அந்த மலரைக் கண்டுபிடித்தது. அந்த மலர் மிகவும் விசேஷமான மலராக அந்த வண்ணத்துப் பூச்சிக்கு ஆகி விட்டது. அதைத்தேடி வருகிறது. அதற்கு அருகாமையிலேயே இருக்க விரும்புகிறது. அந்த மலரைத் தடவிப் பார்ப்பதில் அதற்கு ஒரு சுகம். வண்ணத்துப் பூச்சியால் மட்டுமேதான் அந்த மிருதுவான தடவலை ஒரு அழகான மலருக்கு அளிக்க முடியும்.

ஆனால் அந்த மலர் செடிகளை வெட்டுகின்ற தோட்டக் காரருக்கு அவ்வளவு முக்கியமான மலரல்ல. அது வெட்டப்பட்டு மதிய வெய்யிலில், தரையில் வீழ்ந்து வாடிக் கொண்டிருக்கிறது. வெட்டி போடப்பட்டிருக்கும் புற்களின் மத்தியில், அது பாதி

மறைந்து கிடக்கிறது. இப்போது அழகான மலராக அது இருக்கவில்லை.

பாவம், வண்ணத்துப் பூச்சி, சிறகடித்துப் பறந்து கொண்டிருக்கிறது. கண்டுபிடிக்க முயல்கிறது. தேடுகிறது... விரும்பித் தேடுகிறது.

நேற்று நான் மதித்துப் போற்றிய லட்சியங்கள் இன்றைக்கு அர்த்தமற்றதாகி விடுவதை, வாழ்க்கையின் கடின அனுபவங்களிலிருந்து கற்றுக் கொள்ள வேண்டியிருக்கிறது. வாழ்க்கையின் தோட்டக்காரன் அவற்றை வெட்டிப் போட்டு விடுகிறான். வெட்டிப் போடப்பட்ட புற்களுக்கு மத்தியில் நமது காலடியிலேயே அது வீழ்ந்து கிடக்கிறது.

ஆனாலும் வண்ணத்துப்பூச்சி மீண்டும் மீண்டும் கண்டுபிடிக்க முயல்கிறது... தேடுகிறது... விரும்பித் தேடுகிறது... அதைவிட அழகான மலர்களை அது கண்டுபிடிக்கத்தான் போகிறது.

நாமும் புதிய பெரிய லட்சியங்களை தேடிக் கொண்டே இருக்க வேண்டும். தேடினால் அவை நமக்குக் கிடைக்கும். வண்ணத்துப் பூச்சி புதிய மலர்களைக் கண்டுபிடிப்பதைப் போல, புதிய லட்சியங்களை நாமும் கண்டுபிடிக்கலாம்.

வண்ணத்துப் பூச்சிகளின் வாழ்க்கையில் ஏராளமான மலர்கள் இருப்பதைப் போல, நம்முடைய வாழ்க்கையிலும் நிறைய லட்சியங்கள் இருக்கின்றன. இதற்கு முன்னால் மிக முக்கியமானதாகத் தோன்றிய லட்சியங்கள் இருக்கவே செய்கின்றன. முன்பு சிறப்பானதாகத் தோன்றிய லட்சியம் வெட்டப்பட்டு விடுமானால், நாம் புரிந்து கொள்ள முடியாத ஏதோ ஒரு காரணம் அதற்கு இருக்க வேண்டும்.

எப்போதும் கண்டுபிடிக்க முயற்சிப்பது... எதையாவது தேடிக் கொண்டே இருப்பது... விரும்பித் தேடுவது ஆகியவை வாழ்க்கைப் போக்கின் இயற்கையான அம்சங்கள். அப்படித் தொடர்ந்து செய்கின்றபோது தோட்டக்காரன் எதற்காகச் சிலவற்றை வெட்டுகிறான் என்பதும் நமக்குப் புரிய ஆரம்பிக்கிறது. அதைவிடச் சிறந்த ஒன்றை நாம் தேடிக் கண்டுபிடிப்பதற்காகவும் அவன் அப்படிச் செய்திருக்கலாம்.

61

நீங்கள் எந்தப் பக்கம் சாய்கிறீர்கள்?

தலைப்பு இப்படியிருந்தாலும், சிலர் முன்கூட்டியே சார்பு நிலை எடுக்கும் விஷயத்தைப் பற்றித்தான் இந்த அத்தியாயத்தில் சொல்லப் போகிறேன். ஆனால் எளிமையாகச் சொல்ல வேண்டும் என்பதற்காக **சாய்வது** என்கிற வார்த்தையைப் பயன்படுத்தி யிருக்கிறேன்.

எந்தத் திசையில் நீங்கள் சாய்கிறீர்கள் என்பது முக்கியமான விஷயம்தான். வடக்காகவா, தெற்காகவா, கிழக்காகவா, மேற்காகவா எந்தத் திசையிலிருந்து புயல் வீசுகிறது என்பதைப் பொறுத்தது அது.

வாழ்க்கையில் எப்போதுமே புயல் வீசுகின்ற திசையை நோக்கி நீங்கள் சாய வேண்டும். அதாவது ஆபத்தை நோக்கிச் சாய வேண்டும். ஆபத்திலிருந்து விலகி அல்ல.

சிலர் வாழ்க்கைக் காற்று எந்தத் திசையில் வீசுகிறதோ அந்தத் திசை நோக்கிச் சாய வேண்டும் என்று சொல்லுவார்கள். அப்போதுதான் முறிந்து விழாமல் இருக்க முடியும். வாழ்க்கைப் போக்கிற்கு வழி விடுங்கள் என்று இவர்கள் சொல்லுகிறார்கள். சில சக்திகள் உங்களை வளைக்கும்போது வளைந்து கொடுங்கள்.

புயல் வேகம் உங்களை பாதிக்காமல் பார்த்துக் கொண்டு, மற்ற உறுதியானவற்றை பாதிக்கும்படி விட்டு விடுங்கள் என்று இவர்கள் சொல்லுகிறார்கள். புயல் ஓய்ந்து அமைதி ஏற்படுகின்ற போது, நீங்கள் எழுந்து நின்று, உங்கள் உடைகளைத் தட்டிக் கொண்டு எந்தத் தீங்கும் எனக்கு ஏற்படவில்லை என்று உங்களைப் பார்த்து நீங்கள் புன்முறுவல் செய்து கொள்ளுங்கள். என்றும் இவர்கள் சொல்லுகிறார்கள்.

நீங்கள் பாதிக்கப்படவில்லையா? உங்களுடைய மனோதிடம் பாதிக்கப்பட்டு விட்டது. உங்களுடைய ஆழ்மனம் என்கிற உங்களுக்குள் இருக்கும் ரகசிய அமைப்பு, அடிவிழும்போது எல்லாம் பணிந்து போவது என்பதற்குத் தயாராகி விடுகிறது. அது ஆபத்து எங்கு தோன்றினாலும், அதைத் தவிர்க்கின்ற மனநிலை உங்களிடம் உருவாகி விடுகிறது. ஆபத்து மற்றவர்களைத் தாக்கட்டும் என்கிற எண்ணம் உங்களுக்கு ஏற்பட்டு விடுகிறது.

வாழ்க்கைப் புயல் வீசிய போது அதை எதிர்நோக்க நீங்கள் விரும்பாதபோது, கோழை என்கிற முத்திரையினை உங்கள் மீது நீங்களே குத்திக் கொண்டு விட்டீர்கள். அதனால் என்ன? ஆபத்து நீங்கியவுடன் நீங்கள் மறுபடியும் எழுந்து நிற்கவில்லையா? உண்மையில் நீங்கள் எழுந்தா நின்றீர்கள்? உங்களுடைய மன உறுதிதான் வளைந்து விட்டதே!

இதன் விளைவு என்ன? அடுத்த புயல் எப்போது வரும், அதற்கு எப்படி வளைந்து கொடுப்பது என்கிற கவலையுடன் காத்திருக்கிறீர்கள். உங்களை நீங்கள் அடையாளம் காட்டிக் கொண்டு விடாதீர்கள். ஆபத்து வரும்போது நீங்கள் எந்தப் பக்கம் சாய்வீர்கள் என்று எல்லோருக்கும் தெரிந்து விடுகிறது. உங்கள் கண்களில் அது வெளிப்படுகிறது. உங்கள் நடவடிக்கைகளில் அது தெளிவாகிறது. நீங்கள் எப்படி சாய்வீர்கள் என்பதை மற்றவர்கள் தெளிவாகவே தீர்மானித்து விடுகிறார்கள்.

விழுந்து கொண்டிருக்கிற வேலியை எல்லோருமே தள்ளுவார்கள் என்பது சீன ஞானி ஒருவர் சொன்ன வாசகம்.

அப்படித்தான் செய்வார்கள். அலட்சியமாகச் செய்வார்கள். ஏனெனில் விழுகின்ற வேலி தள்ளுகின்ற திசைப் பக்கம்தான் சாய்ந்து கொண்டே இருக்கும். யாராவது தள்ளினால் சாய்ந்து விழலாமே என்று காத்திருக்கும். சில மனிதர்களைப் போல!

மந்தைகளாகச் செல்லும் மிருகங்களைக் கவனித்தவர்கள், அந்த மந்தைக்கு தலைவன் யார் என்பதைச் சொல்லிவிட முடியும். வரவிருக்கின்ற அபாயத்தை மிருகங்கள் எளிதில் உணர்ந்து கொண்டு விடுகின்றன. அந்த மந்தைக்குத் தலைவன் அதாவது தலைமை ஏற்று வழிநடத்துகின்ற மிருகம் அபாயத்தை நோக்கித்தான் வேகமாக முன்னேறிச் செல்லும். இல்லாவிட்டால் அதைத் தலைவனாக அந்த மந்தை ஏற்றுக் கொள்ளாது. ஆபத்துக்கும் மந்தைக்கும் இடையே தன்னை நிறுத்திக் கொள்ள அந்தத் தலைமை மிருகம் எப்போதும் தயாராகவே இருக்கிறது. ஆபத்தின் திசையிலேயே அது சாய்கிறது. ஆகவே ஏற்றுக் கொளளப்பட்ட தலைவனாக அது விளங்குகிறது.

மக்கள் தலைவருக்கும் இதுதான் அடையாளம். யார் தலைமைக்குத் தகுதியானவர் என்பதனைப் பற்றி நிறைய விவாதங்கள் நடைபெறலாம். எத்தனையோ சோதனைகள் வைக்கப்படலாம். முடிவு செய்யும் முன் கடைசி சோதனை ஒன்று உண்டு. கொஞ்சமும் தயக்கமின்றி தன்னை நம்பியுள்ள மக்களுக்கும் வரவிருக்கின்ற ஆபத்துக்கும் மத்தியில் தன்னை நிறுத்திக் கொள்ளும் சுபாவம் அவருக்கு இருக்கிறதா? வாழ்க்கைப் புயலின் வேகம் உங்களைத் தள்ளுகின்றபோது, புயல் வீசுகின்ற திசையில் சாய்வதற்கும், உறுதியாக நிற்பதற்கும் நீங்கள் தயாராக இருக்கிறீர்களா?

இதுவே தலைமைத் தகுதியின் முடிவான அடையாளம்.

ஒரு நபராகவும் உங்கள் மன உறுதி என்ன என்பதை அறியக் கூடிய சோதனையும் இதுதான்.

62

நீங்கள்
இரண்டு முறை வாழ முடியும்

சர் கிறிஸ்டோஃபர்ரென் பதினேழாம் நூற்றாண்டில் வாழ்ந்தவர். உண்மையில் பதினேழாம் நூற்றாண்டில் அவர் இரண்டு முறை வாழ்ந்திருக்கிறார்.

அவருடைய முதல் வாழ்க்கை குழந்தைப் பருவ வளர்ச்சி, நல்ல கல்வி, ஆக்ஸ்போர்டு பல்கலைக் கழகத்தில் வான் இயல் பேராசிரியராக வேலை பார்த்தது ஆகியவை அடங்கியதாகும். முதல் வாழ்க்கை நாற்பத்தெட்டு ஆண்டுகள் நீடித்தது. அதற்குப் பிறகு அந்த வாழ்க்கை போதுமென்கிற முடிவுக்கு அவர் வந்து விட்டார்.

புதிய, மாறுபட்ட வாழ்க்கை வாழ்வது என்று தீர்மானித்தார். வானியல் நிபுணராக இருந்து தூரத்திலிருந்தும் ஆகாயத்தைப் பார்த்துக் கொண்டிருப்பதை விட, வான் உலகத்தையே பூமிக்குக் கொண்டு வந்து அழகான தேவாலயங்களை நிர்மாணிப்பது என முடிவெடுத்தார்.

முதல் நாற்பத்தெட்டு வருடங்களை கல்விமானாகவும், ஆசிரியராகவும் கழித்த பிறகு, அடுத்த நாற்பத்தியெட்டு

ஆண்டுகளை, ஐம்பத்தி மூன்று அழகிய தேவாலயங்களை நிர்மாணிப்பதில் செலவிட்டார். அந்த தேவாலயங்கள் அவருடைய பெருமையின் நினைவுச் சின்னங்களாக இன்றைக்கும் விளங்கி வருகின்றன. லண்டனில் உள்ள செயின்ட் பால் கதீட்ரல் அவரால் திட்டமிடப்பட்டு அவருடைய மேற்பார்வையில் உருவான கட்டடம்தான். அந்த தேவாலயம் இன்றைக்கும் அவருடைய புகழைப் பறைசாற்றிக் கொண்டிருக்கிறது.

சர் கிறிஸ்டோஃபர் தன்னுடைய தொழிலை தானே மாற்றிக் கொண்டார் என்று நீங்கள் கேட்கலாம். என்னைப் பொறுத்தவரையில் முதல் வாழ்க்கையிலிருந்து முற்றிலும் வித்தியாசமான இரண்டாவது வாழ்க்கையினை அவர் வாழ்ந்ததாகவே நான் கருதுகிறேன். ஜேம்ஸ் லிட்கோப் ரிலி என்பவர் எண்பத்திரண்டு வயது வாழ்ந்து முடித்த பிறகு, மீண்டும் அதே வாழ்க்கையினை இன்னும் சிறப்பாக வாழ ஆசைப்படுவதாக எழுதினார்.

சர் கிறிஸ்டோஃபர்ரென்னும் இரண்டாவது வித்தியாசமான வாழ்க்கையினை, முதல் வாழ்க்கையினும் சிறப்பானதாக வாழ்ந்திருந்தார்.

இது ஒன்றும் நடக்க முடியாதது அல்ல. பலரும் இப்படி வாழ்ந்திருக்கிறார்கள். **நிகழ் காலத்திலேயே சிக்கித் தடுமாறுகிறீர்கள் என்றுபலரும் சொல்லுவதை நாம் அடிக்கடி கேள்விப்படுகிறோம்.** அது ஒரு அறிவுப்பூர்வமான வாசகம்.

நான்கு வித்தியாசமான வாழ்க்கையை வாழ்ந்த ஒருவர் இருக்கிறார். அவர் பெயர் டாக்டர் ஆல்பர்ட் ஸ்வைட்ஸர். தத்துவ சாஸ்திரத்தில் டாக்டர் பட்டம் பெற்றவர் என்கிற நிலையில் பல அறிவு விளக்க நூல்களை எழுதியிருக்கிறார். அதுவே ஒரு நிறைவான வாழ்க்கையின் அடையாளம்தான்.

பிறகு மதத் துறையில் ஒருபுதிய வாழ்க்கையினை அவர் தேடினார். மத சம்பந்தப்பட்ட தத்துவங்களைப் பயின்று அவர்

டாக்டர் பட்டம் பெற்றார். மத போதகராகி இரண்டாவது புதிய வாழ்க்கையினைத் துவக்கினார்.

டாக்டர் ஸ்வைட்ஸருக்கு இந்த இரண்டு வாழ்க்கையும் போதுமானதாக இருக்கவில்லை. சங்கீதத்தைப் போதித்தார். அதைப் பயின்றார். சங்கீதத்தில் டாக்டர் பட்டம் பெற்றார். உலகப் புகழ் பெற்ற சங்கீத மேதை என்கிற சிறப்புக்கும் உரியவரானார்.

இவ்வாறு சங்கீதத் துறையிலும் சிறப்பினைப் பெற்ற அவர், ஆப்பிரிக்கக் காடுகளில் வாழும் நாகரிகமற்ற மக்களுக்கும் ஏழை எளியவர்களுக்கும் மருத்துவ உதவி செய்ய வேண்டும் என்று ஆசைப்பட்டார். மருத்துவத் துறை பற்றியும் அறுவை சிகிச்சை முறை பற்றியும் பயிலலானார். நான்காவது முறையாக, மருத்துவத் துறையில் டாக்டர் பட்டம் பெற்றார்.

சங்கீத மேதை என்கிற புகழை உதறி எறிந்து விட்டு நான்காவது வாழ்க்கையினைத் தொடங்கினார். ஆப்பிரிக்காவில் உள்ள லம்போர்னியாவில் உள்ள காடுகளில் நான்காவது வாழ்க்கை ஆரம்பமாயிற்று. மலைப்பாம்புகள், கொரில்லாக்கள், முதலைகள், காட்டு மிராண்டிகள் வசிக்கின்ற ராட்சஸ காடுகளை அழித்து, அங்கு வசிக்கின்ற மக்களுக்கு மருத்துவ வசதி செய்ய, மருத்துவமனை ஒன்றினையும் கட்டினார். அவர் மிகவும் நேசித்த நான்காவது வாழ்க்கையினை அங்கே அமைத்துக் கொண்டார். ''பெற்றுக் கொள்வதைவிட, கொடுப்பது இறைவனின் அருளுக்குப் பாத்திரமானது'' என்கிற வாசகத்துக்கு எடுத்துக் காட்டாக நான்காவது, தெய்வீகம் நிறைந்த வாழ்க்கையினை அவர் அமைத்துக் கொண்டார்.

பலரும் ஒரே ஒரு வாழ்க்கைதான் வாழ்கிறார்கள். அதையும் வெற்றியாக்கிக் கொள்வதில் எத்தனையோ கஷ்டங்களை அனுபவிக்கிறார்கள். மற்றவர்களுக்கும் உங்களுக்கும் நன்மை களை அளிக்கக் கூடிய வாழ்க்கையினைத் தொடர்ந்து வாழ்வது

சிறப்பானதுதான். மாற்றம் வேண்டும் என்பதற்காக மாற்றத்தைச் செய்வது மகிழ்ச்சியைக் குலைத்து ஏமாற்றங்களுக்கும் காரண மாகி விடுகிறது.

அதேசமயம் உங்கள் வாழ்க்கையில் பொன்னான ஆயுட் காலத்தை சராசரிக்கும் கீழாக நீங்கள் கழிக்க வேண்டிய அவசியமில்லை. அப்படி வாழ்க்கை அமையுமானால், அதை நீங்கள் மாற்றிக் கொண்டு, மற்றொரு வித்தியாசமான வாழ்க்கை யினைத் தொடங்குவதுதான் நல்லது.

ஒன்றை மட்டும் நினைவில் வைத்துக் கொள்ளுங்கள். **"இப்போதைய வாழ்க்கையிலேயே சிக்கித் தடுமாறாதீர்கள்!"**

63

சிடுமூஞ்சித்தனம் துரதிர்ஷ்டத்தைவிட மோசமானது

உற்சாகமான உணர்ச்சியோடும், மகிழ்ச்சியான மனதோடும் துரதிர்ஷ்டங்களை நீங்கள் வென்று விடலாம். ஆனால் சிடுமூஞ்சித்தனமும் மோசமான மனப்போக்கும் உங்களை வெற்றி கொண்டு விடும். சிடுமூஞ்சித் தனம் உங்களுடைய வாழ்க்கையை மட்டுமின்றி, உங்களைச் சுற்றி உள்ளவர்களின் வாழ்க்கையினையும் நரகமாக்கி விடும்.

சிடுமூஞ்சித்தனம் பல மோசமான விளைவுகளுக்குக் காரண மாக இருக்க வேண்டும். அதனால்தான் பெரிய சிந்தனை யாளர்கள் அதுகுறித்து எச்சரிப்பதில் விசேஷ கவனம் செலுத்தி யிருக்கிறார்கள்.

உங்கள் சிடுமூஞ்சித்தனத்தை யாரிடம் காட்டுகிறீர்களோ அவர்களைப் பாதிப்பதைவிட உங்களையே அது அதிகம் பாதிக்கிறது. சார்லஸ் பக்ஸ்டன் கீழ்க்கண்டவாறு எச்சரிக்கிறார். "சிடுமூஞ்சித்தனம் என்பதே தீமையின் வடிவம். அதைப் போன்ற கசப்புணர்ச்சியை ஏற்படுத்தக் கூடியது வேறு எதுவு மில்லை. ஒருவனிடம் உள்ள இந்த விஷம் அவனுடைய இலக்கை பாதிப்பதைவிட, அவனையே அதிகம் பாதிக்கிறது."

ரிச்சர்டு கம்பர்லாந்து. என்கிற பிஷப் சொல்லுகிறார்: ''மனித சமுதாயத்திற்கு இடப்பட்டுள்ள சாபங்களிலேயே மிகவும் மோசமானது சிடுமூஞ்சித்தனம்தான்.'' இவர் மனித சமுதாயத்தின் எல்லா சாபங்களையும் சீர்தூக்கிப் பார்த்து இதைச் சொல்லியிருப்பதாகக் கருத வேண்டும். மத போதகரின் வேலை, மனிதனிடம் உள்ள குறைபாடுகளை அறிந்து, அவற்றை நீக்கி ஆறுதல் அளிப்பதுதான். பிஷப் கம்பர்லாந்து மனித சமுதாயத்தின் சாபங்களை வெகு கவனமாகப் பரிசீலித்து, சிடுமூஞ்சித்தனம் தான் மிகவும் மோசமான சாபம் எனச் சொல்லியிருக்கிறார்.

மதபோதகர்கள் பலரும் இதே கருத்தை வலியுறுத்தியிருக்கிறார்கள். ஐரிஷ் மதபோதகர் ராபர்ட் கிளேட்டன் சொல்லுகிறார்: ''உன்னுடைய சிடுமூஞ்சித்தனத்திற்கு மதம் எதுவும் செய்யாவிட்டால், உன்னுடைய ஆத்மாவிற்கும் அது எதுவும் செய்யவில்லை என்றுதான் அர்த்தம்.''

ரிச்சர்ட் செஸில் என்கிற மதபோதகர், ''எதற்கெடுத்தாலும் சண்டை பிடிக்கும் குணம் ஒருவனிடம் இருந்தால் அவனைத் தனிமையாக விட்டு விடுங்கள்'' என்கிறார்.

ஆகவே நீங்கள் தனிமைப்பட விரும்பினால், மற்றவர்கள் உங்களைப் புறக்கணித்து ஒதுக்க வேண்டும் என்று விரும்பினால், சிடுமூஞ்சித்தனத்தை தாராளமாக வெளிப்படுத்துங்கள். தனிமைப்படுத்துவதில் நீங்கள் மகத்தான வெற்றி காண்பீர்கள்.

அதுமட்டுமேதான் உங்களின் வெற்றியாக இருக்கும். தொழில் உலகத்தில் உங்களுக்கு வரவேற்பு இருக்காது. செஸ்டர் ஃபீல்டு பிரபு சொல்லுகிறார், ''கோபப்படும் தன்னுடைய குணத்தின் மீது எவனுக்கு ஆதிக்கம் இல்லையோ அவன் தொழில் தொடங்குவதைப் பற்றி சிந்திக்கக் கூடாது.'' இதோடு சார்லஸ் சொர்புலிஸ் சொல்லியுள்ள இன்னொரு வாசகத்தையும் சேர்த்துக் கொள்ளலாம். ''நிறைந்த அனுபவம், பெற்ற மனிதர்கள் சிடுமூஞ்சிகளாக இல்லாமல் இருக்கக் கற்றுக் கொள்ளுகிறார்கள்'' என்கிறார்.

தொல்லைகளைத் தவிர்த்து மகிழ்ச்சியைக் கண்டுபிடிக்கும் ரகசியத்தை அறிய நீங்கள் என்ன விலை கொடுக்கப் போகிறீர்கள்? எந்த விலையும் நீங்கள் கொடுக்க வேண்டாம். அது ரகசியமான விஷயமும் அல்ல. பதினேழாம் நூற்றாண்டிலேயே ரோஷ்ஃபக் கால்டு சொல்லியுள்ள வாசகத்தைக் கவனியுங்கள். ''ஒரு மனிதனுடைய மகிழ்ச்சியும் துயரமும் அவன் எந்த அளவுக்குக் கோபத்தைக் கட்டுப்படுத்துகின்றவனாக இருக்கிறான் என்பதைப் பொறுத்தே அமைகிறது'' ஆங்கிலத் தத்துவ ஞானி ஷேஃப்ட்பரி பிரபு இதை இன்னொரு விதமாகச் சொல்லியிருக்கிறார். ''ஒருவனுடைய சூழ்நிலை எவ்வளவு அதிர்ஷ்டவசமானதாக இருப்பினும், கோபத்தை அவன் அடக்காவிட்டால், முழுமை யான துயரத்திற்கு ஆளானவனாகவே அவன் இருப்பான்.''

பிரபல ஜெர்மன் தத்துவஞானி நிஷே கீழ்க்கண்டவாறு சொல்லுகிறார். ''ஒருவனுடைய அறிவின் முதிர்ச்சியை எந்த அளவுக்குக் கோபம் தணிந்தவனாக அவன் இருக்கிறான் என்பதை வைத்துக் கணிக்கலாம்.'' சீனத் தத்துவ ஞானி லாவோஷி, பெருமையின் முதல் குணமாக அமைதியான செயல்பாட்டினைக் குறிப்பிடுகிறார்.

கோபப்படுகின்ற குணத்தை நம்மால் விலக்கிக்கொள்ள முடியாவிட்டால், அதன் விளைவுகளை நாம் அனுபவித்தே ஆக வேண்டும். ஒருவேளை வயது ஏற ஏற கோபம் சற்று தணியலாம். ஆனால் வாஷிங்டன் இர்விங் என்கிற அமெரிக்க நூலாசிரியர் அப்படியெல்லாம் நடக்காது என்கிறார். ''கோபப்படும் குணம் வயது அதிகமாவதால் குறைந்து போவதில்லை. கோபப்பட்டு வார்த்தைகளை உதிர்க்கும் கூர்மையான நாக்கு, மேலும் மேலும் சாணை பிடிக்கப்படுவதால், வயோதிகத்தில் இன்னும் கூர்மை யானதாகவே இருக்கும்'' என்கிறார் வாஷிங்டன் இர்விங்.

வயது நமது குணங்களை மாற்றி விடுவதில்லை. மேலும் கடுமையானதாக ஆக்குகின்றது. சிடுமூஞ்சித் தனத்திற்கு இது இன்னும் அதிகமாகவே பொருந்தும்.

சிடுமூஞ்சித்தனம் என்பது உணர்ச்சி வழி அமைகின்ற ஒரு பழக்கம் என்று மனவியல் நிபுணர்கள் சொல்லுகிறார்கள். சில தீய பழக்கங்களை நிறுத்துவதற்கு என்ன முறைகளைக் கையாளு கிறோமோ அதே முறையைத்தான் இதற்கும் கையாள வேண்டும் என்று சொல்லுகிறார்கள். பிரபல அமெரிக்க மனவியல் நிபுணர் டாக்டர் கார்ல் மெனிங்கர், ''சிடுமூஞ்சித்தனம் குழந்தைப் பருவத்தில் ஏற்படுகின்ற பிரதிக்கிரியைஎன்றும் அது வாலிபப் பருவத்திலும் அதற்குப் பின்னும் தொடர்கிறது எனவும் கூறுகிறார்.

முதலில் வேண்டியதை அடைய கோபத்தை வெளிப்படுத்து வது ஒரு பழக்கமாக ஆரம்பமாகிறது. பின்னர் வேண்டியதை அடைவதற்கு இதைப் பயன்படுத்தி வெற்றி காண்பது முடியாத நிலையில், சிடுமூஞ்சித்தனம் ஓர் உணர்ச்சி வெளிப்பாடாக நிலைத்து விடுகிறது என்கிறார் டாக்டர் மெனிங்கர்.

சிடுமூஞ்சித்தனம் நாணயத்தில் ஒரு பக்கம்தான். மகிழ்ச்சி யான சுபாவம் நாணயத்தின் மற்றொரு பக்கமாகும். மகிழ்ச்சியான அந்தப் பக்கத்தைப் பற்றியும் நாம் சிந்திக்கலாம்.

''மகிழ்ச்சியான தன்மையினை வெளிப்படுத்துவதின் மூலம் உலகத்தின் பாதிக்கு மேற்பட்ட தொல்லைகளை நீக்கி விடலாம். அல்லது வென்று விடலாம்'' என்கிறார் ஆங்கில நூலாசிரியர் ஆர்ஷர் ஹெல்ப்ஸ்.

நீங்கள் நோய்வாய்ப்பட்டவரா? அங்கஹீனரா? அல்லது அப்படி உள்ளவர்களை உங்களுக்குத் தெரியுமா? அப்படியானால் ஆங்கிலக் கட்டுரையாளர் ஜோஸப் அடிசன் சொல்லுவதைக் கேளுங்கள். ''மகிழ்ச்சியான மனநிலை நோய்களில் அல்லது வேறு

குறைபாடுகளின் கடுமையினைக் குறிக்கும் 'அங்கஹீனம்' இருந்தால் அதைப் பொறுத்துக் கொள்ளுகின்ற மனநிலையினை உருவாக்கும்.''

பெண்களே, உங்களுக்கு வயதாகிக் கொண்டே போகிறதா? முகத்தில் வயோதிகத்தின் சுருக்கங்கள் தெரியாமல் இருக்க நீங்கள் என்னென்ன ஒப்பனைச் சாதனங்களைப் பயன்படுத்து கிறீர்கள்? உங்களுக்கு டாட்லர் என்பவர் கூறியுள்ள ஆலோச னையை நினைவுபடுத்துகிறேன். ''மகிழ்ச்சியான மனப்போக் கும் எதிலும் நிதானமான சுபாவமும் உங்கள் முகத்தில் பொலிவை அதிகப்படுத்துவதோடு, வயோதிகத்தால், தோன்றும் ரேகைகளையும் மறைத்துவிடுகிறது'' இதைவிடச் சிறந்த ஒப்பனை சாதனம் உங்களுக்கு எங்கே கிடைக்கப் போகிறது?'

இப்போது, கடைசியாக மகிழ்ச்சியூட்டும் சிந்தனை ஒன்றினை நினைவுபடுத்துகிறேன். அந்தச் சிந்தனை வாஷிங்டன் இர்விங் சொல்லி உள்ள வாசகம்தான். ''மகிழ்ச்சியான மனோபாவம், இளம் வெயிலைப்போல எல்லாவற்றின் மீதும் ஒளி பாய்ச்சக் கூடியது.''

ஆமாம், எல்லாமே ஒளி நிரம்பியதாக இருக்கட்டும்!

64

எல்லாமே தோற்று விடுகிறபோது...

உங்களைத் தொல்லைப்படுத்துகின்ற எல்லாவற்றையுமே குணப்படுத்துகின்ற நிச்சயமான நிவாரணி ஒன்று இருக்கிறது. தோல்வி, கவலை, அதைரியம் மற்றும் மனநிலையின் விளைவாக ஏற்படுகின்ற நோய்கள், வறுமை- எதுவாக இருந்தாலும் சரி, இந்த நிவாரணி நிச்சயம் குணப்படுத்தி விடும்.

வேறு முறைகள் உங்கள் தொல்லைகளுக்கு நிவாரணம் அளிக்கத் தவறி விடுகிறபோது கூட, இது நிச்சயம் கைகொடுக்கும். தேவையான எந்த நேரத்திலும் இதை நீங்கள் பயன்படுத்திக் கொள்ளலாம். இதைப் பயன்படுத்தி பல லட்சம் பேர் பயனடைந்து இருக்கிறார்கள். குறைந்தபட்சம் நீங்கள் இதை முயற்சித்துத்தான் பார்க்க வேண்டும்.

எல்லாமே தோற்றுவிடுகிற போது... கடின உழைப்பை முயன்று பாருங்கள்.

சில எடுத்துக்காட்டுகளைப் பார்க்கலாம். முதலில் தோல்வியில் ஆரம்பிப்போம். வெறும் தோல்வி மட்டுமல்ல, வேறு எவரையும் விட பலமுறை தோல்வி அடைந்த மனிதரையே பார்க்கலாம்.

அவருடைய பெயர் தாமஸ் ஆல்வா எடிசன். வேறு எவரையும் விட அதிகமான தோல்விகளைச் சந்தித்தவர் அவர். மற்ற எவரையும் விட அதிகமான முயற்சிகளையும் செய்தவர் அவர். ஆகவே எது எது சரியாக வேலை செய்யாது, பயன் அளிக்காது என்பது அவருக்கு நன்றாகவே தெரியும். ஒரு நாளைக்கு பதினெட்டு மணி நேரம் உழைத்தவர் அவர். எது வேலை செய்யும் என்பது அவருக்குத் தெரியும். மற்றவர்களை விட அதிக அளவில் வெற்றியும் பெற்றவர் அவர். உண்மையில் அவர் பெற்றிருந்த 1093 பேட்டண்ட் உரிமைகள், அவர் பெற்ற வெற்றிக்குச் சான்றாகும்.

மேதா விலாசம் என்பதை தொண்ணூற்று ஒன்பது சதவிகிதம் உழைப்பும் ஒரு சதவிகிதம் உற்சாகம் என்று விளக்கியவர் அவர். ஒரு நாளைக்கு பதினெட்டு மணி நேரம் உழைப்பைக் கொடுத்தவரின் விளக்கம் இது. நிக்கல்- இரும்பு - ஆல்கலி ஸ்டோரேஜ் பேட்டரியை உருவாக்க பத்தாண்டுகள் அவர் உழைத்திருக்கிறார். அவரும் அவருடைய தோழர்களும் பெரிய அளவில் பிசினைத் தயாரிக்க எந்தத் தாவரம் பயன்படும் என்பதைக் கண்டறிய பதினேழாயிரம் வகையான தாவர வகைகளின் மீது சோதனைகளை நடத்தி இருக்கிறார்கள்.

நீங்கள் ஒரு நாளைக்கு பதினெட்டு மணி நேரம் வேலை செய்து, ஒரு வெற்றியைப் பெறுவதற்காக பதினேழாயிரம் முறை தோல்வி அடையத் தயாராக இருக்கிறீர்களா? ஒருவேளை உங்களுக்கு எவ்வளவு அதிகமான தோல்விகள் ஏற்படாமல் இருக்கலாம். அல்லது அவ்வளவு கடினமாக நீங்கள் உழைக்காமலும் இருக்கலாம்.

தொண்ணூற்று ஒன்பது சதவிகிதம் வியர்வையைக் கொடுக்க (உழைக்க) நீங்கள் தயார்தானா? அதிகமான வியர்வையை சிந்தி அதில் ஒருவர் மூழ்கிப் போனதாக எந்தவிதமான குறிப்பும் இல்லை.

ஆனால் உங்களுடைய கவலைகளை நீங்கள் வியர்வையில் மூழ்கச் செய்ய முடியும். கடின உழைப்பு கவலையைத் தீர்க்கும் நிவாரணி என்பதில் எந்தவிதமான சந்தேகமும் இல்லை. மூன்று வழிகளில் கடின உழைப்பு கவலையைத் தீர்த்து வைக்கிறது.

1. நீங்கள் போதுமான அளவிற்கு கடினமாக உழைத்து, எடுத்துக் கொண்ட வேலையில் உங்களுடைய முழுமை யான கவனத்தையும் செலுத்துகின்றபோது, கவலைப் படுவதற்கு உங்களுக்கு நேரமோ, நினைப்போ இல்லாமல் போய்விடுகிறது.

2. போதுமான அளவிற்கு நீங்கள் கடுமையாக உழைத்து, தூங்குவதற்காக படுக்கைக்குச் செல்லுகின்றபோது, விழித் திருந்து கவலைப்படுவதற்கு வாய்ப்பின்றி, களைப்பில் தூங்கிப் போய்விடுகிறீர்கள்.

3. போதுமான அளவிற்கு நீங்கள் கடுமையாகவோ புத்தி சாலித்தனமாகவோ உழைக்கின்றபோது, உங்கள் பிரச்சினைகளை தீர்த்துக் கொண்டு விடுகிறீர்கள். ஆகவே கவலைப்படுவதற்கு ஒன்றும் இல்லாமல் போய்விடுகிறது.

நீங்கள் அதைரியத்துடன் இருக்கிறீர்களா? எல்லாமே தோற்று விடுகிறபோது... கடின உழைப்பை முயன்று பாருங்கள்! சோம்பலான உடலும், சோம்பலான மூளையும் வெற்றிடத்தை உருவாக்குகின்றது. அந்த வெற்றிடத்தில் அதைரியம் உடனே குடி புகுந்து விடுகிறது.

எதையும் செய்யாமல், தன்னுடைய பிரச்சினகைளைப் பற்றியே கவலைப்பட்டுக் கொண்டிருக்கின்ற ஒரு மனிதன் இருந்தான். அவன் அதிகமாகக் கவலைப்பட்டபோது, அவனு டைய அதைரியமும் அதிகமாயிற்று. முடிவில் தற்கொலை செய்து கொள்ளத் தீர்மானித்தான்.

தன்னுடைய இந்த முடிவு தன்னுடைய குடும்பத்தினருக்கும் நண்பர்களுக்கும் தெரியக் கூடாது என்று அவன் விரும்பினான். கட்டடத்தைச் சுற்றி சுற்றி ஓடி, இயற்கையான மாரடைப்பை உண்டாக்கி மரணம் அடைய வேண்டும் என்பது அவனுடைய திட்டமாக இருந்தது.

ஆகவே அவன் ஓட ஆரம்பித்தான். ஓடிக் கொண்டே இருந்தான். அதிகமாக ஓட ஓட அவனுடைய களைப்பும் அதிகமாயிற்று. களைப்பு மிகுதியாகவே, களைப்பைத் தவிர வேறு எதையும் அவனால் உணர முடியவில்லை. படுக்கைக்குச் சென்று ஓய்வு எடுக்க வேண்டும் என்று மட்டும்தான் அவனால் எண்ண முடிந்தது. படுக்கையில் படுத்து உறங்கிப் போனான். பன்னிரண்டு மணி நேரம் கனவுகளே இல்லாத ஆழ்ந்த உறக்கத்தில் அவன் கழித்தான். எழுந்தபோது புத்துணர்ச்சியுடன் இருந்தான். எந்தப் பிரச்சினையையும் சந்திக்க முடியும் என்கிற ஆர்வம் தன்னுள் தோன்றி இருப்பதையும் உணர்ந்தான்.

நீங்கள் உடல் நலக்குறைவுடன் இருப்பதாக வைத்துக் கொள்ளுங்கள். நோயின் அடையாளங்களையும் நீங்கள் உணர்கிறீர்கள். உங்கள் நோய் கற்பனையானது அல்ல. நோய்க்குக் காரணம் எதுவும் இருப்பதாக உங்களுடைய டாக்டருக்கு தோன்ற வில்லை. அப்படியானால் அந்த நோய் உங்களுடைய உணர்ச்சி பாதிப்பால்தான் உருவாகி இருக்க வேண்டும். ஐம்பது சதவிகிதத்திற்கு மேற்பட்ட நோய்கள் அப்படித்தான் தோன்று கின்றன. சில மருத்துவர்கள் தொண்ணூறு சதவிகிதம் என்றுகூடச் சொல்லுகிறார்கள். உணர்ச்சியின் காரணமாக ஏற்பட்ட நோயாக இருக்குமானால், அதற்கான சிகிச்சையும் கொஞ்சம் மாறு பட்டதாகத்தான் இருக்கும். மருத்துவரால் இதை குணப்படுத்த முடியும். நீங்களேகூட குணப்படுத்திக்கொண்டு விடலாம். மருத்துவரின் ஆலோசனை பெற்ற பிறகு கடின உழைப்பை முயன்று பாருங்கள்.

ஏழ்மை என்கிற நோயைத் தீர்ப்பதற்கும் இது நல்ல மருந்து. இதனுடைய ஆற்றல் பல சந்தர்ப்பங்களில் பதிவு செய்யப்பட்டு இருக்கிறது. சில ஏழை மக்களைப் பற்றி கிடைத்துள்ள விவரங்களை மட்டும் பரிசீலனைக்கு எடுத்துக் கொள்வோம்.

ஏழை ஆன்ட்ரூ கார்னகி.. என்ன, அவர் ஏழையா? மிகப் பெரிய எஃகுத் தொழில் அதிபர் ஆயிற்றே அவர்! பல கோடி டாலர் பணத்தைச் சம்பாதித்தவர் அவர். அமெரிக்காவின் எல்லா நகரங்களிலும் இலவச நூல் நிலையங்களை ஏற்படுத்துவதற்காக ஏராளமான பணத்தைச் செலவிட்டும், பணத்தை வேகமாகச் செலவழிக்க முடியாமல், தடுமாறியவர். ஆமாம். இந்தக் கோடீஸ்வரர் ஒரு ஏழையாகத்தான் இருந்தார். **மாதம் நான்கு டாலர் சம்பளத்தில் தன்னுடைய வாழ்க்கையைத் தொடங்கி னார்.**

'தொடங்கினார்' என்கிற வார்த்தையைக் கவனியுங்கள். அவருடைய ஏழ்மையைக் கடின உழைப்புத்தான் போக்கியது. நாணயமான, முழுக் கவனம்செலுத்திய கடின உழைப்பு! "முழு கவனத்துடன் எதையும் செய்வதுதான் என்னுடைய குறிக்கோள். முதலில் விசுவாசமான உழைப்பு, அடுத்து கடின உழைப்பு; அதற்கு அடுத்து, செய்கின்ற வேலையில் முழுமையான கவனம்." மாதம் நான்கு டாலர் சம்பளத்தில் வாழ்க்கையைத் தொடங்கி அமெரிக்காவின் கோடீஸ்வரர்களில் ஒருவரான ஆன்ட்ரூ கார்னகி, வறுமையைப் போக்குவதற்குச் சொல்லியுள்ள ஆலோசனை யினை எவரும் புறக்கணித்துவிட முடியாது.

உலகப் பெரும் கோடீஸ்வரர்களில் ஒருவரான ராக்ஃபெல்லர் வாரத்திற்கு ஆறு டாலர் சம்பளத்தில் வாழ்க்கையைத் தொடங்கியவர். மோட்டார் தொழில் அதிபர் ஹென்றிஃபோர்டு வாரத்திற்கு இரண்டரை டாலர் சம்பளத்தில் வாழ்க்கையைத் தொடங்கியர். இவர்கள் அனைவரின் செல்வம் அனைத்தும்

கடின உழைப்பால் உருவானவையே. **எல்லா செல்வங்களுமே கடின உழைப்பால்தான் உருவாகின்றன.**

வெற்றியின் ரகசியத்தை அறிய நான் என் வாழ்நாளைச் செலவிட்டவன். பொருளாதார வெற்றியைப் பற்றி மட்டும் நான் ஆராயவில்லை. பொதுவாக, பல்வேறு விதமான சூழ்நிலைகளில், வாழ்க்கை லட்சியத்தை அடைவதில் மனிதர்கள் எவ்வாறு வெற்றி பெற்றார்கள் என்பதையும் நான் ஆராய்ந்து இருக்கிறேன். இந்த விஷயம் பற்றிய புத்தகங்கள் அடங்கிய மூன்று நூல் நிலையங்கள் எனக்குச் சொந்தமாக இருக்கின்றன. வெற்றி பெறும் வழிகள் குறித்து நீங்கள் ஆராய்ச்சிகள் செய்து நேரத்தை வீணாக்க வேண்டியதில்லை. உங்களுக்காக நான் அதைச் செய்திருக்கிறேன். வெற்றிக்கு ஒரே வழி கடின உழைப்புதான் என்பதையும் கண்டுபிடித்து இருக்கிறேன்.

இன்றைய மனோபாவம், மிகக் குறைந்த உழைப்பில் அதிகப்படியான ஊதியத்தைப் பெற வேண்டும் என்கிற தன்மையில் இருந்து வருவதை உணர்ந்தேதான், நான் இதை எழுதுகிறேன். உழைப்பைக் குறிக்கும் நவீன சாதனங்கள் தேவையில்லை என்றும் நான் சொல்லவில்லை. இவையெல்லாம் உற்பத்தியைப் பெருக்க வேண்டும். தரத்தை அதிகப்படுத்த வேண்டும். குறைந்த செலவில் நிறைந்த சேவை கிடைக்க உதவ வேண்டும். இதன் மூலம் பலன் மிகுதியாகக் கிடைப்பதோடு, எல்லோருக்கும் கிடைக்கவும் வாய்ப்புண்டு. இதற்குத் தேவையானது அதிகமான உழைப்பே தவிர குறைந்த உழைப்பு அல்ல. இந்தத் தலைமுறையும் இனிவரும் தலைமுறைகளும் இதைத்தான் கருத்தில் கொள்ள வேண்டும்.

உலக மக்கள் தொகையில் பாதிப் பேருக்கு மேல் உண்பதற்குப் போதுமான உணவில்லை. மக்களில் பெரும்பாலோர் வாழ்க்கை வசதிகளை அனுபவிக்க முடியாத நிலையில், குறைவானவர்கள் மட்டும் அதை அனுபவித்துக் கொண்டு எல்லாமே சரியாக

இருக்கிறது என்கிற எண்ணத்தில் இருக்கிறார்கள். நம் முன்னால் பெரிய பணி இருக்கிறது. அதைச் செய்து முடிக்க கடுமையான உழைப்புத் தேவை. நவீன சாதனங்கள் உள்ள நிலையிலும் கடின உழைப்பு தேவையானதாக இருக்கும்.

இப்போதே நாம் முயற்சிகளைத் தொடங்குவதுதான் நல்லது. மனித சமுதாயத்தின் நன்மைக்காக மட்டுமல்ல, நம்முடைய சொந்த நன்மைக்காகவும்! குறைந்த உழைப்புக்கு நிறைய ஊதியம் என்கிற போக்கு என்றோ ஒருநாள் வெகு சீக்கிரத்திலேயே உற்பத்திப் பெருக்கத்தை பாதிக்கத்தான் போகிறது. இதனால் தொழில் தேக்கமும் ஏற்படும். கடின உழைப்புக்கு மாற்றாக எதுவும் கண்டுபிடிக்கப்படவில்லை. கண்டுபிடிப்பது சாத்தியம் என்றும் தோன்றவில்லை. சாத்தியம் என்று யாராவது எண்ணினால் அவர்களுக்கு ஒரு வார்த்தை.

இன்றையத் தலைவர்களும், வருங்காலத்தில் இனி வர இருக்கின்ற தலைவர்களும் இப்போதே கூட ஒரு நாளைக்கு பன்னிரண்டு மணி முதல் பதினாறு மணி நேரம் வரை கடுமையாக உழைத்துக் கொண்டுதான் இருக்கிறார்கள்.

65

உங்களால் மற்றவர்களைக் கட்டுப்படுத்த முடியுமானால்...

இந்த அத்தியாயத்தில் ஒரு மந்திர வார்த்தை சொல்லப்பட்டு இருக்கிறது. அந்த வார்த்தையினை நீங்கள் தொடர்ச்சியாக விடாமல் பயன்படுத்தி வந்தால், மற்றவர்கள் மீது கணிசமான கட்டுப்பாட்டினை நீங்கள் ஏற்படுத்திக் கொண்டு விட முடியும். இந்த மந்திர வார்த்தையை நீங்கள் பயன்படுத்துகின்றபோது மற்றவர்களிடம் உள்ள அதைரியம், ஏமாற்றம், கவலை, மனச்சோர்வு ஆகிய பலவீனப்படுத்தும் பல விஷயங்களையும் போக்கி விடலாம்.

அதேசமயம் உங்களிடம் உள்ள மகிழ்ச்சி அற்ற, களைப்பை ஏற்படுத்தக் கூடிய உணர்ச்சிகளையும் நீங்கள் போக்கிக் கொண்டு விடலாம்.

இந்த அற்புதத்தை நிகழ்த்துவதற்கு நீங்கள் பயன்படுத்தக் கூடிய வார்த்தை இதுதான்... நம்பிக்கை!

மற்றவர்களிடம் நீங்கள் நம்பிக்கையினை தோற்றுவிக்கின்ற போது, அவர்களின் மனோபாவங்களை மாற்றி, அவர்கள் மீது உங்களுக்கு ஒரு பிடிப்பை ஏற்படுத்திக் கொண்டு விடுகிறீர்கள். இந்த நம்பிக்கையை நீங்கள் அப்புறப்படுத்தி விடுகிறபோது -

அவர்களுக்கு உதவுகின்ற ஆற்றலை நீங்கள் இழக்கின்றபோது - அவர்கள் மீது உங்களுக்கு உள்ள கட்டுப்பாட்டினையும் இழந்து விடுகிறீர்கள்.

நம்பிக்கை என்பது எவ்வளவு மகத்தான சக்தி! இருந்தும் பலர் இதை உணர்வதேயில்லை. சிலர் நம்பிக்கையைப் பயனுள்ள வகையில் பயன்படுத்திக் கொண்டு விடுகிறார்கள்.

இதற்கு எதிர்மறைப் பக்கம் ஒன்றும் உண்டு. அதுதான் நம்பிக்கையின்மை. நம்பிக்கையின்மை ஆக்கபூர்வமாக உருவாக வேண்டிய முயற்சிகளைச் சீர்குலைத்து விடுகிறது. நம்பிக்கையின்மையால் ஏற்படுகின்ற விளைவுகளைப் பற்றி சில எடுத்துக்காட்டுகளை இங்கே பரிசீலிப்பது அவசியமாகிறது.

தனி நபரின் கோணத்தில் இருந்து பார்த்தால், நம்பிக்கை யினைத் தொடர்ந்து பலமளித்துக் காப்பாற்ற முடியாதவர்கள் மதுபானத்திற்கும், போதை மருந்துகளுக்கும் இரையாகிப் போகிறார்கள். ஒரு தனி நபர் எதிர்காலம் பற்றி நம்பிக்கையினை இழந்து விடுகிறபோது, யதார்த்தத்திலிருந்து தப்பியோட முயற்சிக்கிறார்கள். இப்படிப்பட்டவர்களுக்கு எதிர் காலத்திலும் விரும்பத்தக்க நம்பிக்கையினை ஏற்படுத்துவது எவ்வளவு அவசியமானது என்பதை உணர்ந்து கொள்ள முடியும். எதிர்காலம் விரும்பத்தக்கதாக இருக்கும் என்கிற நம்பிக்கையின் வலிமையினை எடுத்துச் சொல்ல வேண்டியதில்லை.

நம்பிக்கையின் ஒரு சிறிய பகுதியைப் பற்றிக்கொள்ள முடியுமானால்கூட, அதைப் பற்றி சிந்தித்து கற்பனை செய்து கொள்ள முடியுமானால்கூட, அதையே பற்றுக் கோடாகக் கொள்ளுவது பலருக்கும் சாத்தியம்.

தனி நபர்களை கட்டுப்படுத்தத் தேவைப்படுவதைப் போலவே, குழுக்களைக் கட்டுப்பாட்டிற்குள் வைத்திருக்கவும் நம்பிக்கைத் தேவைப்படுகிறது.

கல்வி அறிவு அற்ற, வேலையற்ற பலவிதமான கூட்டங்களின் சிந்தனை, உணர்ச்சி நடவடிக்கைகள் ஆகியவற்றை கட்டுப் பாட்டுக்குள் கொண்டுவர நம்பிக்கையினை எவ்வாறு செயற் படுத்துவது என்று பார்க்கலாம்.

இத்தகைய குழுக்கள் தங்களின் வாழ்க்கை மேம்பாடு அடையும் என்கிற நம்பிக்கையினை இழந்தவர்களாக இருக் கிறார்கள். இவர்களிடம் இதுபற்றிய நம்பிக்கையை தனி நபர் விஷயத்திலும், குழுக்கள் விஷயத்திலும் ஏற்படுத்துவதற்கு, அவர்களுக்குக் கடந்த காலத்தில் இழைக்கப்பட்ட அநீதிகளையும், நிகழ் காலத்தில் அவர்களுக்கு உள்ள அவல நிலையினையும் உணர்ச்சிபூர்வமாக எடுத்துக்காட்டி, இவற்றுக்கு எல்லாம் எது காரணமோ அதன் மீது அவர்களின் வெறுப்பைத் திருப்பி விட வேண்டி இருக்கிறது.

இதற்காகப் போராட்டங்கள், ஊர்வலங்கள் ஆகியவை நடத்தப்படுகின்றன. எதிர்காலம் பற்றிய நம்பிக்கையினை, இந்தக் குறைகளை எடுத்துச் சொல்லும் தலைவர்கள் ஏற்படுத்து கிறார்கள். வேலை நிறுத்தம், கலவரங்கள், புரட்சி என்கிற பல பெயர்களில் அவர்களின் கவனம் திருப்பி விடப்படுகிறது. எதிர்காலம் பற்றிய நம்பிக்கையில் அவர்களும் முழு மனதுடன் போராட்டங்களில் ஈடுபடுகிறார்கள்.

நம்பிக்கையின் சக்தி இது. அவர்களின் நம்பிக்கையின்மை உணர்ச்சி வழி நாடகம் ஆக்கப்பட்டு, நம்பிக்கை அவர்களுக்கு உத்திரவாதம் அளிக்கப்பட்டு, அவர்களின் மீது தலைவர்கள் கட்டுப்பாட்டினை உருவாக்கிக் கொண்டு விடுகிறார்கள்.

நம்பிக்கை இழந்தவர்களுக்கு நம்பிக்கையூட்டுவதில் எந்த விதமான தவறும் இல்லை. ஆனால் நம்பிக்கையூட்டுவது என்கிற பெயரில் சமூக விரோத செயல்களுக்கு வழிவகுத்து விடக் கூடாது.

ஏனெனில் மனித இனத்துக்கு மிகப் பெரிய நன்மையினைச் செய்யக் கூடியது, நம்பிக்கை.

ஏதோ ஒருவகையான... ஏதோ ஒன்றைப் பற்றிய.. ஏதோ ஒரு இடத்தில்.. ஏதோ ஒரு காலத்தில்.. நம்பிக்கையில்லாமல் மனித சமுதாயம் வாழ்ந்திருப்பது சந்தேகமே! நிச்சயமாக அது முன்னேறி இருக்க முடியாது.

நம்பிக்கை என்பது வாழ்க்கையின் எல்லா நிலைகளிலும் தேவையானதாக இருக்கிறது. ஊதிய உயர்வு வேண்டும் என்கிற ஆசையில் இருந்து, இறைவனின் அருளைப் பெற வேண்டும் என்கிற தாகம் வரை... அனைத்துக்குமே நம்பிக்கை தேவையாக இருக்கிறது. எல்லாவற்றிற்கும் நம்பிக்கை அவசியமாகிறது. நம்பிக்கைதான் எல்லாம் என்று சொல்லுகிறவர்களும் இருக்கிறார்கள்.

யார் நம்பிக்கை அளிக்கிறார்களோ அவர்கள் அதைரியம், கவலை, மனச் சோர்வு ஆகியவற்றிலிருந்தும் நிவாரணம் அளிக்கிறார்கள். நம்பிக்கையை மற்றவர்களுக்குக் கொடுப்பதற்கு இந்தக் காரணம் ஒன்றே போதும். நம்பிக்கையை அளிக்கிறவன், விளைவுகள் பற்றிக் கொண்டுள்ள நம்பிக்கையை நோக்கி செயல்படுவதற்கான உற்சாகத்தையும் அளிக்கிறான். சோம்பல் என்கிற தளையினை அறுத்து, சாதனை நோக்கி மக்களை முன்னேறச் செய்கிறது, நம்பிக்கை.

ஆகவே தேவையான அனைவருக்கும், நம்பிக்கையினை அளியுங்கள். உங்கள் சுயநல நோக்கத்துக்காக அதைச் செய்யா தீர்கள். அவர்கள் அதைரியம், கவலை, மனச்சோர்வு ஆகியவற்றி லிருந்து நிவாரணம் பெறுவதற்கு நம்பிக்கையினை ஏற்படுத்துங் கள். உற்சாகத்தைத் தூண்டுவதற்கும், குறிக்கோள்களை வேகப் படுத்துவதற்கும், சாதனைகளை நிகழ்த்துவதற்கும் நம்பிக்கை யினைக் கொடுங்கள்.

ஒரு தேசம் நம்பிக்கை இழக்குமானால், ஒரு தனி நபர் நம்பிக்கை இழக்கும்போது, என்னென்ன விளைவுகள் ஏற்படுகின்றனவோ, அதே விளைவுதான் தேசத்திற்கும் ஏற்படுகிறது. ஏமாற்றங்கள்! ஏமாற்றங்கள் அகல நம்பிக்கையினை ஏற்படுத்துவதுதான் ஒரே வழி.

நீங்கள் ஆரம்பியுங்கள்... உங்கள் வாழ்க்கையில் ஆரம்பியுங்கள். உங்கள் வழியில் ஆரம்பியுங்கள்.

நம்பிக்கை என்னும் மந்திரத்தைப் பயன்படுத்துங்கள். இப்போதே!

66

முன்னேறிச் செல்லுங்கள்... அல்லது ஒதுங்கி நில்லுங்கள்...

வரப்பிரசாதமாக நமக்குக் கிடைத்திருக்கும் பிரமிக்கத்தக்க இந்த வாழ்க்கையில், தேர்ந்தெடுப்பதற்கு எத்தனையோ விஷயங்கள் இருக்கின்றன. இந்தத் தேர்வினைப் பொறுத்துத்தான் நம்முடைய எதிர்கால வாழ்க்கைப் பாதையும் அமைகிறது.

எதிர்காலத்தை நிர்ணயிக்கின்ற இந்தத் தேர்வில் ஒன்றுதான் "முன்னேறிச் செல்லுங்கள்... அல்லது ஒதுங்கி நில்லுங்கள்" என்பதாகும்.

'யார் முன்னேறிச் செல்லுகிறார்களோ, அவர்களுக்கு இந்த உலகம் வழிவிடுகிறது' என்கிற வாசகம் பல நூற்றாண்டுகளாகவே வழங்கி வருகின்ற அறிவு மிக்க வாசகமாகும். ஆகவே ஒன்று, நீங்கள் முன்னேறிச் செல்ல வேண்டும்; அல்லது முன்னேறிச் செல்லுகின்றவர்களுக்கு வழிவிட்டு விலகி நிற்க வேண்டும். நீங்கள் முன்னேறிச் செல்லாவிட்டால், வழிவிட்டு விலகியாவது நிற்க வேண்டும். அப்படி நிற்கும்போது மற்றவர்களுக்குப் பின்னால் வெகு தூரத்தில், யாருடைய கவனத்துக்கும் வராத ஒருவராக நீங்கள் ஆகிவிடுகிறீர்கள்.

நிலைத்து உயிர் வாழ்வதற்கு, தொடர்ந்து முன்னேறிச் செல்வது எவ்வளவு தேவை என்பதை பரிணாம வளர்ச்சி தெளிவாகவே உணர்த்திக் கொண்டு இருக்கிறது. உயிர் வாழுகின்ற தாவரங்களாயினும் சரி, பிராணிகள் ஆயினும் சரி, முதலில் சுற்றுப்புற சூழலுக்குத் தங்களை சரி செய்து கொள்ள வேண்டியிருக்கிறது. அதற்குப் பிறகு போட்டியிடுகின்ற உயிரினங்களுக்குச் சமமாகவோ அல்லது அதைவிடச் சிறப்பாக வோ தங்கள் திறமையினை (முன்னேற்றத்தை) வளர்த்துக் கொள்ள வேண்டியிருக்கிறது. அப்படி செய்யாதவை போட்டியால் அழுத்தப்பட்டு, முன்னேறுகின்ற உயிரினங்களால் அழிக்கப் பட்டும் விடுகின்றன. **முன்னேற்றம் தேவை என்பது இயற்கை யின் நியதி.**

பரிணாம வளர்ச்சியில், மனிதனின் அண்மைக்கால வளர்ச்சியின் மிகச் சிறந்த ஒரு பகுதியினை மட்டும் இப்போது நாம் பார்க்கலாம். அதைப் பரிசீலித்தால் முன்னேற்றத் தேவை இயற்கையின் விதி என்பது தெளிவாகிறது. உலகத்தின் மிகச் சிறந்த சிந்தனையாளர்கள் சிலரின் கருத்துகளை இப்போது பார்க்கலாம்.

"முன்னேற்றமும் வளர்ச்சியும் தான் மெய்யான விதியாகும். வெற்றிப் பாதையில் எந்தெந்தச் சமயங்களில் நாகரீகம் தயக்கம் காட்டியிருக்கிறதோ அந்தச் சமயங்களில் அது தூக்கியெறியப்பட்டு இருக்கிறது" என்கிறார் வில்லியம் கில்மோர் சிம்ஸ் என்கிற அமெரிக்க நூலாசிரியர்.

"முன்னேற்றம் என்பது வாழ்க்கையின் விதி" என எழுதினார் ராபர்ட் பிரவுனிங்.

"இயற்கைக்கு முன்னேற்றத்தில் தயக்கம் என்பதே கிடையாது. வளர்ச்சியிலும் அப்படித்தான். தயங்கிச் செயலற்று நிற்பதை அது சபித்து விடுகிறது" என்கிறார், கதே.

மூன்று மாறுபட்ட சிந்தனையாளர்கள் முன்னேற்றம் பற்றிச் சொல்லியுள்ள கருத்துக்கள் மேலே தரப்பட்டுள்ளன. இதில் கதேயின் கருத்துகளே மிகச் சிறந்தது என பல சிந்தனையாளர்களும் ஏற்றுக் கொண்டிருக்கிறார்கள். முன்னேற்றம் என்பது இயற்கையின் விதி என்கிற தத்துவம் மீண்டும் வலியுறுத்தப் பட்டிருக்கிறது. செயலற்று இருப்பவை இயற்கையின் சாபத்திற்கு ஆளாவதாக கதே கூறியிருக்கிறார். இந்த அத்தியாயத் தலைப்பு அதைத்தான் சொல்லுகிறது. நீண்ட காலத்திற்கு நீங்கள் ஒதுங்கி நின்று கொண்டிருக்க முடியாது. ஏனெனில் அதற்கான தண்டனை, கதே சொல்லியுள்ளதைப் போல இயற்கையின் சாபத்திற்கு ஆளாவதுதான்.

ஆகவே இயற்கையின் பரிணாம விதியில் இருந்து ஒன்று நமக்குத் தெளிவாகிறது. நாம் முன்னேற வேண்டும் அல்லது முன்னேறுகிறவர்களுக்கு வழிவிட வேண்டும்.

வரலாறு முழுவதிலும் மிகப் பெரிய சிந்தனையாளர்கள் இதையேதான் குறிப்பிட்டுச் சொல்லியிருக்கிறார்கள்.

இப்போது நம்முடைய விஷயத்திற்கு வருவோம். உங்களுக்குத் தெரிந்த வெற்றி பெற்ற மனிதர்களைப் பற்றி உங்களின் மதிப்பீடு என்ன? இவர்கள் அனைவரும் முன்னேற்றத் தின் பக்கம் நின்றவர்கள் அல்லவா? முன்னேறுகின்ற தோற் றத்தை அவர்கள் கொண்டிருக்கவில்லையா? சில குறிப்பிட்ட வார்த்தை களை வெற்றியோடு இணைத்துச் சொல்லுவது வழக்கமாக இருந்து வந்திருக்கிறது. 'முன்னேற்றம்' என்கிற வார்த்தை அதில் ஒன்று. நீங்கள் மற்றவர்களின் கவனத்தைக் கவர வேண்டுமானால், பதவி உயர்வு பெற வேண்டுமானால், தேர்ந்தெடுக்கப் பட வேண்டுமானால், முன்னேற்றப் பாதையில் செல்லக் கூடியவர் நீங்கள் என்கிற செல்வாக்கினை முதலில் ஏற்படுத்திக் கொள்ளுங்கள்.

முன்னேற்றத்தை எப்படித் தொடங்கப் போகிறீர்கள்? கடற்படையில் ஒரு வாசகம் உண்டு. 'தன்னுடைய கப்பல் புறப்படுவதற்கு முழுமையாகத் தயாராகும் வரை காத்திருக்கின்ற கப்பல் தலைவன், துறைமுகத்திலேயே நின்று கொண்டிருப்பான்' என்பதுதான் அந்த வாசகம். முன்னேற்றம் என்பது முழுமையை அடைந்து விடுவதில்லை. முன்னோக்கி முன்னேறுவதாகும். எல்லாமே சரியாக இருக்க வேண்டும் என்கிற அவசியமில்லை. நீங்கள் முன்னேற்றப் பாதையில் நடைபோட்டால் போதும்.

முன்னேற்றப் பாதையின் படிக்கட்டுகள் எண்ணங்களால் உருவானவை. இந்தப் படிக்கட்டுகள், மூன்றுக்கு அப்பால் இன்னொன்று என்பதாகத்தான் அமைய முடியும். ஆனால் ஒன்றையடுத்து இன்னொன்றை முன்னோக்கிச் சென்று கொண்டிருக்கும். தொடுவானத்தை நோக்கிச் செல்லும். அதற்கப்பால் நம்மால் பார்க்க முடியாமல் இருக்கலாம். ஆனாலும் லட்சியம் என்கிற ஒளியை நோக்கி நாம் செல்லுவதால், நாம் மேற்கொள்ளுகின்ற பயணம் பயனுடையதாகவே இருக்கும்.

ஒருவேளை ஏதோ ஒரு படிக்கட்டு சரியானபடி அமையாமல் இருந்து, நீங்கள் சறுக்கியும் விழலாம். முன்னேற்றப் பாதையில் சறுக்கி வீழ்ந்த முதல் மனிதராக நீங்கள் இருக்க மாட்டீர்கள் என்பது திண்ணம். தோல்விகள் மட்டுமே எழுந்திருப்பது இல்லை. வெற்றிகள் சறுக்கி விழும்போதும் முன்னோக்கியே விழுகின்றன. ஆகவே அவை எழுந்திருக்கும் போதுகூட முன்னேறிய நிலையில் தான் எழுகின்றன. முன்னேற்ற சாமர்த்தியங்களில் இதுவும் ஒன்று; விழும்போது முன்னோக்கி விழ வேண்டும்.

முன்னேறுவதற்கு எத்தனையோ விதமான உபாயங்கள் இருக்கின்றன. அவற்றைப் பட்டியல் போடவே தனிப் பக்கம் வேண்டும். நீங்கள் எங்கே சென்றாலும் முன்னேற்றத்தின் சின்னமாக உங்களை ஆக்கிக் கொள்ளும் முயற்சியில்

ஈடுபடுங்கள். அதற்காக நீங்கள் எவ்வளவு உழைப்பையும் நேரத்தையும் செலவிடலாம். உங்களுக்குக் கிடைக்கின்ற பலன்கள் மிகப் பெரிது.

தேர்வு செய்வது இனி உங்களைப் பொறுத்தது.

முன்னேறிச் செல்லுங்கள்...

அல்லது, முன்னேறுகின்றவர்களுக்கு வழிவிடுங்கள்.

வழிவிட்டு விலகி நிற்பவர்களை உலகம் நினைவிலும் வைத்துக் கொள்வதில்லை. பெரிய வெகுமதியும் கொடுப்பதில்லை.

67

சுழற் காற்றின் மையத்தில் நின்று கொள்ளுங்கள்

✳

சுழற் காற்று என்பது பல மைல்கள் வளையத்தில் சுழன்று அடிக்கின்ற காற்றாகும். சில சந்தர்ப்பங்களில் மணிக்கு நூறு மைல் வேகத்தில் கூட அந்தக் காற்று வீசும். அதன் விளைவாக பெரும் சேதங்களும் ஏற்படும். அதைத் தொடர்ந்து பெய்கின்ற மழை பயங்கர மின்னலுடனும் இடியுடனும் இருக்கும். சுழற் காற்று அல்லது சூறாவளிக் காற்றின் அனுபவம் பயங்கரமானது.

அதேசமயம் சுழன்று அடிக்கும் காற்றின் மையம் எதுவோ - அதை சூறாவளிக் காற்றின் 'கண்' என்பார்கள். அந்த மையத்தில் நின்று கொண்டால், அந்த இடம் மிகவும் அமைதியாக இருக்கும். அந்த விஷயம்தான் இந்த அத்தியாயத்தில் விளக்கப்படுகின்ற முக்கிய விஷயம். அவ்வப்போது உங்கள் சொந்த வாழ்க்கையில் இயற்கையாகவே சில புயற் காற்றுகளை நீங்கள் அனுபவிக்கக் கூடும். அது தவிர்க்க முடியாத, வாழ்க்கைக்குத் தேவையான ஒன்றாகக் கூட இருக்கலாம். சில சந்தர்ப்பங்களில் சூறாவளிக் காற்றின் வேகத்தோடு இந்தப் புயற் காற்று வீசக் கூடும். அது உங்களின் உடல் ஆரோக்கியத்தையும், மன ஆரோக்கியத்தையும் உணர்ச்சிகளின் நலனையும்கூட அழித்து விடக்கூடும்.

அந்த சூறாவளிக் காற்றின் மையத்தில் நீங்கள் நின்று கொண்டால் - அந்த மையத்தைக் கண்டு பிடித்து நீங்கள் நின்று கொண்டால் - நீங்கள் எந்த விதமான பாதிப்புக்கும் உள்ளாக மாட்டீர்கள். ஒவ்வொரு சொந்த ஆபத்திலும் ஓர் அமைதி மையம் இருக்கவே செய்கிறது. அந்த மையத்தைத் தேடிக் கண்டுபிடித்து விடலாம். துரதிர்ஷ்டம் ஏற்படுகின்றபோது எல்லாம் உயிர்களின் நம்பிக்கைக்கு சமமான ஒரு பாதுகாப்பை இயற்கை ஏற்படுத்திக் கொடுத்திருக்கிறது.

ஆகவே உங்கள் சொந்த வாழ்க்கையில் சூறாவளி வீசுகின்ற போது பீதிக்கு இடம் கொடுக்காதீர்கள். **புயலின் மையத்தில் உறுதியாக நில்லுங்கள்.** புயல் வீசுகின்ற வளையத்துக்குள் அவசரப்பட்டு ஓடாதீர்கள். எங்கே இடியும் மழையும் மின்னலும் இருக்கிறதோ அங்கு சென்று அகப்பட்டுக் கொள்ளாதீர்கள். அது அழிவை ஏற்படுத்தும்.

தொல்லைகளின் விளிம்பில், ஆபத்தும் வேதனையும் இருக்கவே செய்கின்றன. ஆகவே மையத்தைத் தேடுங்கள். மையத்தில்தான் முழுமையான நிலைப்புத் தன்மை இருக்கிறது. *(சுழலும் சக்கரத்தின் மையம் சுற்றாமல் இருப்பதைப் போல)*

புயலின் மையத்துக்குச் செல்ல, துணிச்சலும் நம்பிக்கையும் வேண்டும். அதைப் போலவே சொந்தப் பிரச்சினையின் மையத்தை உணரவும், நம்பிக்கையும் துணிச்சலும் தேவைப்படு கின்றன.

தொல்லைகள் நிரம்பிய இந்த உலகத்தில், அமைதியும் சமாதானமும் காண, துணிச்சலும் நம்பிக்கையும்தான் தேவை.

68

அது உங்களுக்கு எப்படி முக்கியமானது?

✳

நாயைப் பற்றி ஒரு கதை. ஒரு நாய் தன்னால் மிகவும் வேகமாக ஓட முடியும் என்று எப்போது பார்த்தாலும் பெருமை பேசிக் கொண்டிருந்தது. ஒருநாள் முயலைத் துரத்திக் கொண்டு ஓடிய அந்த நாயால் முயலைப் பிடிக்க முடியவில்லை. மற்ற நாய்கள் அதைப் பார்த்து கேலி செய்தன. ஆனால் அந்த நாய் சொல்லிற்று, "ஒரு விஷயத்தை நீங்கள் மறந்து விட்டீர்கள். முயல் தன்னுடைய உயிரைக் காப்பாற்றிக் கொள்ள ஓடியது. ஆனால் நான் வேடிக்கைக்காகத்தான் அதை விரட்டிக் கொண்டு ஓடினேன்."

இந்த வேடிக்கைக் கதையில் வாழ்க்கை வெற்றிக்கான மிக முக்கியமான பாடம் அடங்கியிருக்கிறது. அது இதுதான்:

வெற்றியின் முக்கிய அம்சமே, எவ்வளவு கடினமாக நீங்கள் முயற்சி செய்கிறீர்கள் என்பதுதான். ஒரு விஷயம் உங்களுக்கு எவ்வளவு முக்கியமானதாக இருக்கிறதோ அந்த அளவுக்குத் தான் நீங்கள் செய்கின்ற முயற்சியின் உதவேகமும் இருக்கும்.

ஐம்பத்தி ஐந்தாவது அத்தியாயத்தில் (லட்சாதிபதி ஆவது எப்படி?) கோடீஸ்வரர் பால்கெட்டி சொல்லியுள்ள ஆலோசனையை குறிப்பிட்டு இருந்தேன்: "இன்னும் கடினமாக உழையுங்கள்."

கடினமாக உழைப்பதற்குரிய முயற்சியை ஒருவர் எப்போது உத்வேகப்படுத்துகிறார்?

ஒரே வார்த்தையில் இதற்கு பதிலைச் சொல்லி விடலாம் - "ஆசை"

ஆசை என்பது ஒரு காரியத்தை எவ்வளவு முக்கியமானதாக நீங்கள் கருதுகிறீர்கள் என்பதைப் பொறுத்தது!

ஆரம்பத்தில் சொல்லப்பட்டுள்ள கதையில், நாயால் முயலைப் பிடிக்க முடியாமல் போனதற்குக் காரணம், முயலை வேடிக்கைக்காக அது துரத்திக் கொண்டு சென்றதுதான். முயலைப் பிடிப்பது முக்கியமான விஷயமாக அதற்கு இருக்கவில்லை. ஆனால், முயலைப் பொறுத்தவரையில், அது பிடிபடுகிறதா இல்லையா என்பது அதற்குத் தலை போகிற விஷயம். சாவா, வாழ்வா என்பது முயலின் பிரச்சினை!

விளைவை நாம் முன்கூட்டியே அனுமானிக்க முடியும். முயல், நாயை விட கடுமையாக முயற்சித்தது! அது அதற்கு மிகவும் முக்கியமான விஷயம்.

ஒரே வார்த்தையில் சுருக்கமாகச் சொல்லி விடலாம். ஆசை! எல்லா சாதனைகளுமே ஆசையில்தான் ஆரம்பிக்கின்றன. ஆசையின் வலிமையைப் பற்றி நீங்கள் கவனமாகப் பரிசீலித்து இருக்கிறீர்களா? வாழ்க்கையில் நீங்கள் விரும்புகின்ற எதையும் ஆசையால் பெற்றுத் தர முடியும் என்பது உங்களுக்குத் தெரியுமா?

மிகச் சிறந்த சிந்தனையாளர்களுள் ஒருவரான வில்லியம் ஜேம்ஸ் கீழ்க்கண்டவாறு எழுதுகிறார்; "விளைவைப் பற்றி நீங்கள் போதுமான அக்கறை காட்டினால், அநேகமாக நிச்சயமாக நீங்கள் அதைப் பெற்று விடுவீர்கள். பணக்காரராக ஆசைப் பட்டால் பணக்காரர் ஆவீர்கள். நல்லவராக இருக்க விரும்பினால் நல்லவராக இருப்பீர்கள். இந்த விஷயங்களை நீங்கள் உண்மை

யாகவே அடைய ஆசைப்பட வேண்டும் என்பது மட்டும்தான் முக்கியம்.''

நீங்கள் விரும்புவதை அடைவதற்கு ஒரு ரகசியம் இருக்கிறது. நீங்கள் போதுமான அக்கறை காட்ட வேண்டும். மெய்யாகவே விரும்ப வேண்டும். ஆசை இருக்க வேண்டும். உங்கள் ஆழ் மனதில் இந்த ஆசை கொழுந்துவிட்டு எரிய வேண்டும். உங்கள் எண்ணங்களின் மீதும் செயல்களின் மீதும் அதற்குப் பெரிய பாதிப்பு இருக்க வேண்டும். விளைவாக அதை அடைந்தே தீர வேண்டும் என்பது உங்கள் நெஞ்சத்தில் நீங்காத இடம் பெற வேண்டும்.

அந்த அளவுக்கு அது உங்களுக்கு முக்கியமானதாக இருக்க வேண்டும்.

69
ஐந்தில் வளையாதது...

அது கிறிஸ்துமஸுக்கு முதல் மாதம். கிறிஸ்துமஸுக்கு முந்தைய வாரம்... கிறிஸ்துமஸுக்கு முதல் நாள் - பிஞ்சு விரல்கள் அவற்றை விட நீளமான பென்சில்களைப் பிடித்துக் கொண்டு எழுதுகின்றன. "அன்புள்ள சாந்தா கிளாஸ்."

இப்படிப் பல கடிதங்கள்! எத்தனையோ விஷயங்களைக் கேட்டு! குழந்தைகளின் தெளிவில்லாத எழுத்துக்கள்! ஆனாலும் தங்களுக்கு என்ன வேண்டும் என்று அந்தக் குழந்தைகளுக்குத் தெரியும். அந்தக் குழந்தைகளின் கடிதங்களை சாந்தா கிளாஸால் படிக்க முடியும் என்பதும் அவர்களுக்குத் தெரியும்.

பல கடிதங்கள், "தயவு செய்து" என்று ஏதோ ஒரு இடத்தில் குறிப்பிடுகின்றன. சில கடிதங்கள், "எனக்கு வேண்டும்" என்பதுடன் முடிந்து விடுகின்றன. "இதைக் கொடு, அதைக் கொடு" என்று நிபந்தனை போடும் கடிதங்களும் உண்டு. இந்தக் குழந்தைகள் எழுதியுள்ள கடிதங்களின் வாசகங்களிலிருந்து, இந்தக் குழந்தைகளுக்குப் பெற்றோர்கள் எந்தவிதமாகப் பயிற்சியினை அளித்திருக்கிறார்கள் என்பதனையும் புரிந்து கொள்ள முடியும்.

சாந்தா கிளாசுக்கு எழுதப்பட்ட கடிதங்கள், எப்படி எழுதப் பட்டிருந்தாலும், ஏதோ வேண்டும் என்கிற கோரிக்கை மட்டும் அவற்றில் இருக்கும். அது மகிழ்ச்சி அளிக்கக் கூடிய விஷயம் தான். கிறிஸ்துமஸ் சமயத்தில் வெள்ளைத் தாடியும் சிவப்பு அங்கியும் அணிந்த சாந்தா கிளாஸ் என்கிற கிழவருக்கு குழந்தைகள் கடிதம் எழுதுவது அந்தப் பண்டிகையில் ஓர் விளையாட்டு அம்சம். குழந்தைகளுக்கு மட்டுமல்ல, அவற்றின் பெற்றோர்களுக்கும் விசுவாசமுள்ள நம்பிக்கையின் அடையாள மாக இந்த நிகழ்ச்சி திகழ்கிறது.

அதில் தவறு ஒன்றுமில்லையே!

தவறு இல்லைதான். ஆனால் சாந்தா கிளாசுக்கு கடிதங்கள் எழுதிப் பரிசுகளையும் பெற்றுக் கொண்ட பிறகு "அன்புள்ள சாந்தா கிளாஸ் நன்றி" என்று எவருமே கடிதம் எழுதாததுதான் தவறு.

அதற்காகக் குழந்தைகளைக் குறை சொல்ல முடியாது. குழந்தைகளுக்குப் பெற்றோர்கள் எதைச் சொல்லிக் கொடுக் கிறார்களோ, அதைத்தான் அவர்கள் குழந்தைகளும் செய் கின்றன.

பெரியவர்களாகிற நாம் உருவாக்கியுள்ள உலகத்தில், "எனக்கு வேண்டும்" என்பதுதான் அழுத்தம் பெற்று இருக்கிறதே தவிர, பெற்றதற்கு நன்றி தெரிவிப்பது கவனத்திற்கு வருவதேயில்லை. எந்தவிதமான உலகத்தை எதிர்காலத்திற்காக நாம் உருவாக்கிக் கொண்டிருக்கிறோம்? கசப்பானதுதான், ஆனால் இதுதான் உண்மை. ஐந்தில் வளையாதது ஐம்பதில் வளையாது.

இப்போது எனக்கு ஒரு விஷயம் நினைவுக்கு வருகிறது... தொழில் நிர்வாகி ஒருவரை எனக்கு ஒரு காரியம் செய்து கொடுக்கும்படி சமீபத்தில் நான் கேட்டிருந்தேன். அவருக்கு அது சாதாரண விஷயம். கொஞ்சம் தொந்தரவு. நேரத்தைச் செலவிட

வேண்டும். எனக்கு அது அவசரமானதும் முக்கியமானதும் ஆகும். அவசரத்தை நான் மிகவும் அதிகமாக வலியுறுத்திச் சொன்னதால், நான் வேண்டிய தஸ்தாவேஜு மறுநாள் காலையிலேயே எனக்குக் கிடைத்தது. நான் உடனே அதைப் பயன்படுத்திக் கொண்டேன். பிறகு என்னுடைய கவனத்தை வேறு விஷயங்களில் திருப்ப ஆரம்பித்தேன்.

நான்கு தினங்களுக்குப் பிறகுதான் எனது மோசமான போக்கினை நான் உணரலானேன். அவர் கொடுத்த விஷயத்தைப் பயன்படுத்திக் கொள்வதிலேயே நான்கு தினங்களைச் செலவழித்தேனே தவிர, எனக்கு உதவி செய்த அவருக்கு நன்றி சொல்ல வேண்டும் என்று எனக்குத் தோன்றாமலே போய்விட்டது.

ஐந்தில் நான் வளைக்கப்பட்டிருந்தால்...

சாந்தா கிளாசுக்கு நன்றி கூறி கடிதம் எழுதும் பழக்கம் எனக்கு சிறு வயதில் ஏற்பட்டு இருந்தால்...

70

நீங்கள் கோழிக்குஞ்சா? அல்லது பருந்தா?

மலைப் பகுதியில் வாழ்ந்த ஒரு சிறுவன், பாறையின் மீதுள்ள மரத்தின் உச்சியில் ஒரு பருந்து கூடு கட்டியிருப்பதைப் பார்த்தான். அந்தக் கூட்டில் பருந்தின் முட்டை ஒன்று இருந்தது. அந்த முட்டையை அவன் வீட்டிற்கு எடுத்துச் சென்றான். வீட்டில் உள்ள கோழியின் கூட்டில் கோழி அடைகாக்க அந்த முட்டையை வைத்தான். சில நாட்களுக்குப் பிறகு கோழி முட்டைகளின் குஞ்சுகளோடு, பருந்து முட்டையிலிருந்து பருந்துக் குஞ்சும் வெளிவந்தது.

பருந்துக் குஞ்சு கோழிக் குஞ்சுகளுடன் சேர்ந்து விளையாடியது. கோழிக் குஞ்சுகளைப் போலவே நானும் ஒரு கோழிக் குஞ்சுதான் என்று அது எண்ணிக் கொண்டது.

அப்படி நம்பியதால் கோழிக்குஞ்சைப் போலவே அதுவும் வாழ்ந்தது. கோழிக் குஞ்சுகளைப் போலவே அதனுடைய நடவடிக்கைகளும் அமைந்தன. பருந்துக் குஞ்சு பறக்க முயற்சிக்கவில்லை. கோழிக்குஞ்சுகளுடன் அடைப்புக்குள்ளேயே சுற்றிச் சுற்றி வந்தது. ஆனாலும் பருந்துக் குஞ்சு பெரியதாக வளர்ந்து பலம் பெற்ற போது கோழிக் குஞ்சுகளை விட தான் மேலானவன் என்பதை உணரத் தொடங்கிற்று. பறக்க வேண்டும் என்கிற ஆசை அதற்குத் தோன்றியது. சில தடவை அது பறக்க முயற்சித்த போது, தன்னால் பறக்க முடியும் என்கிற நம்பிக்கையினை அது பெற்றது.

பறக்க முடியும் என நம்பியதால், அதனால் பறக்கவும் முடிந்தது.

நீண்ட பலமான சிறகுகளை விரித்துப் பறக்கத் தொடங்கியது. உயரே, உயரே பறந்து சென்றது. மலை உச்சியில் இருந்த தன்னுடைய புதிய இல்லத்தைப் பறந்து சென்று அடைந்தது. தன்னுடைய வலிமையில், வாழ்க்கை நோக்கி, அது நம்பிக்கை வைத்தால் தான் கோழிக்குஞ்சு அல்ல என்பதைப் புரிந்து கொண்டு, அடைப்புக்குள் அடங்கிக் கிடக்காமல் வெளியேறியது. இப்போது அது மலை உச்சியில் வாழ்ந்து, ஒளி நிரம்பிய நீல ஆகாயத்தில் துணிச்சலுடனும் சுதந்திர உணர்வுடனும் பறந்து கொண்டிருக்கிறது.

இயற்கையின் மிகப் பெரிய சக்திகள் கண்ணுக்குப் புலனா காதவை. வெப்பம், ஓசை, காற்று, மின்சாரம், புவியீர்ப்பு - இவை யனைத்தும் மனிதனுடைய ஆற்றலைப் போல கண்ணுக்குப் புலனாகாதவையே! காதல், எண்ணம், ஆசை, நம்பிக்கை போன்ற மனித சக்திகளும் கண்ணுக்குப் புலனாகாதவையே!

முன்னர் சொல்லப்பட்ட கதையில், தன்னை கோழிக் குஞ்சு என பருந்துக் குஞ்சு நம்பி இருந்தவரையில், கோழிக் குஞ்சைப் போலவே வாழ்ந்து அது செயல்பட்டுக் கொண்டிருந்தது. கோழிக்குஞ்சு என நம்பிய வரையில் அது கோழிக்குஞ்சாகத்தான் இருந்தது. ஆனால் கோழிக் குஞ்சை விடத் தன்னிடம் மிகுந்த சக்தியும் திறமையும் இருப்பதை அது நம்பத் தொடங்கிய உடனேயே, அதனுடைய நம்பிக்கைக்குத் தகுந்தாற்போல் அதனுடைய சக்தியும் திறமையும் கூடுதலாயிற்று.

அதைப் போலவே **உங்கள் சக்தியிலும் திறமையிலும், எந்த அளவுக்கு நீங்கள் நம்பிக்கை வைக்கிறீர்களோ அந்த அளவுக்கு அவற்றை நீங்கள் உங்களிடம் வளர்த்துக் கொள்ளுகிறீர்கள்.**

மனவியல் நிபுணர்கள் இதைத்தான் நமக்குச் சொல்லு கிறார்கள். ''மனம் எதை உருவாக்கி நம்புகிறதோ அதை மனிதன் அடைகிறான்.''

பைபிள் சொல்லுகிறது: ''நம்பிக்கை வைக்கிறவனுக்கு எல்லாமே சாத்தியமாகிறது.''

நம்புகின்ற அளவுக்கு நீங்கள் சாதனை புரிகிறீர்கள் என்பது மட்டுமல்ல, நம்புகின்ற தன்மையிலேயே நீங்களும் உருவாகிறீர்கள்.

பைபிள் சொல்லுகிறது: ''ஒருவன் மனதில் எதை நின்னைக்கிறானோ, அதுவாகவே அவன் இருக்கிறான்.''

புத்தர் உபதேசித்தார்: ''நாம் இருக்கின்ற நிலைமைக்கு நம்முடைய **எண்ணங்களே** காரணம்.''

எல்லா மதங்களும், எல்லா சிந்தனையாளர்களும், எல்லாத் தத்துவ ஞானிகளும் இப்போது எல்லா மனவியல் நிபுணர்களும் நினைவில் வைக்கத்தக்க இரண்டு விஷயங்களைச் சொல்லியிருக்கிறார்கள். (1) உங்களால் எது முடியும் என்று நீங்கள் நம்புகிறீர்களோ, அதை நீங்கள் அடைவீர்கள். (2) நீங்கள் எதை நம்புகிறீர்களோ அதன் விளைவாகவே உருப்பெறுகிறீர்கள்.

வரலாற்றில் வாழ்ந்த சிந்தனையாளர்கள் அனைவரும், நவீன சிந்தனையாளர்கள் உட்பட எல்லோருமே தவறாக இருக்க முடியாது.

வில்லியம் ஜேம்ஸ் என்கிற தத்துவ ஞானி - மனவியல் நிபுணர் சொல்லுகிறார்: ''நம்பிக்கைதான் நிஜமான விஷயங்களை உருவாக்குகிறது.''

அமெரிக்காவின் மிகச் சிறந்த ஞானிகளுள் ஒருவரான எமர்சன் எழுதினார்: ''நம்பிக்கைக் குறைவை எந்தக் கல்விப் பயிற்சியும், எந்த விதமான உதவியும், எந்த விதமான பயிற்சிகளும் ஈடு செய்ய முடியாது.''

புகழ் பெற்ற நூலாசிரியர் புரூஸ் பர்த்ட்டன் சொல்லுகிறார்: ''துணிச்சலோடு நம்பியவர்களால் மட்டும்தான் உன்னதமான சாதனைகளைச் செய்ய முடிந்திருக்கிறது. சந்தர்ப்பங்களை விட தாங்கள் உயர்ந்தவர்கள் என்று நம்பியவர்கள் மட்டுமே சாதனைகள் புரிந்திருக்கிறார்கள்.''

துணிச்சலுடன் நீங்கள் நம்பப் போகிறீர்களா?

நீங்கள் கோழிக் குஞ்சாக இருக்கப் போகிறீர்களா? அல்லது பருந்தாக இருக்கப் போகிறீர்களா?

71

தண்ணீரை யார் மாற்றி வைக்கிறார்கள்?

"மனித சமுதாயம் என்பது ஒரு எறும்புக் கூட்டம். அது அகன்ற ஆற்றில் மிதந்து செல்லும் எரிந்து கொண்டிருக்கும் மரக்கட்டை மீது பயணம் செய்கிறது" எனச் சிலர் சொல்லு கிறார்கள். அந்த எரியும் மரக்கட்டை, பயங்கரமான நீர் வீழ்ச்சியை நோக்கிச் சென்று கொண்டிருக்கும் சமயத்திலும், அதன் மீது உள்ள எறும்புகள் அந்த மரக்கட்டையை யார் வழிநடத்திச் செல்லுவது என்று விவாதித்துக் கொண்டிருக்கின்றன எனவும் சொல்லு கிறார்கள்.

இன்னும் சிலர் வாழ்க்கையை ஒரு மெழுகுவர்த்திக்கு ஒப்பிட்டுச் சொல்லுகிறார்கள். பிறப்பின்போது அந்த மெழுகு வர்த்தி ஏற்றி வைக்கப்படுகிறது. தன்னுடைய மங்கலான ஒளியை குறிப்பிட்ட குறுகிய எல்லைக்குள் பரப்புகிறது. அப்படி எரியும் போது சிறிய காற்று அடித்தால் அதன் ஜுவாலை அசைகிறது. திடீர் என்று வேகமாகக் காற்று வீசினால் அணைந்து போய் விடுவோம் என்பதும் அதற்குத் தெரியும். ஆனாலும் மெதுவாக எரிந்து தன்னைத் தானே அழித்துக் கொள்ளுகிறது.

வாழ்க்கையை மெழுகுவர்த்திக்கு ஒப்பிட்டுச் சொல்லுவதால் அது அப்படி ஆகி விடுவதில்லை. இரண்டு கேள்விகளுக்கு பதில் தேவையாகிறது. மெழுகுவர்த்தியை ஏற்றியது யார்? எதற்காக ஏற்றினார்கள்?

இவை தவிர வேறு விஷயங்களும் இருக்கின்றன.

"ஆர்வம் இல்லாத வான் இயல் ஆராய்ச்சியாளன் ஒரு முட்டாள்" என்கிற புத்திசாலித்தனமான ஒரு வாசகம் உண்டு.

ஒருவன் நாஸ்திகனாக இருக்க, காரணமில்லாத காரியத்தை கற்பனை செய்து கொள்ள வேண்டும். அசைப்பவன் இல்லாத அசைவினையும், மையப் புள்ளி இல்லாத வட்டத்தையும் நாஸ்திகன் ஒப்புக் கொள்ள வேண்டும்.

ஒருவன் நாஸ்தினாக இருக்க, முதல் என்கிற ஒன்று இல்லாமலே இரண்டாவதையும், சக்தி என்பது இல்லாமலே செயல் நடப்பதையும், சிந்திக்கிறவன் இல்லாமலே செயல் நடப்பதையும், சிந்திக்கிறவன் இல்லாமலே சிந்தனை தோன்றுவதையும், சூன்யமான ஒன்று சூன்யத்திலிருந்து ஒன்றைத் தோற்றுவிப்பதையும் ஏற்றுக்கொள்ள வேண்டும்.

ஒருவன் நாஸ்தினாக இருக்க, செய்யப்பட்டு இருப்பதாகவும், செய்தவன் இல்லை என்றும் ஏற்றுக்கொள்ள வேண்டும்.

இம்மாதிரியான நம்பிக்கைகள் இயற்கையான அறிவுக்கு முரணானவை. ஆரோக்கியமான மன நிலையில் உள்ள எவரும் ஏற்றுக் கொள்ள முடியாதவை.

ஒரு தொட்டியில் உள்ள தெளிந்த நீரில் இரண்டு தங்க மீன்கள் நீந்தி விளையாடிக் கொண்டிருந்தன. இரண்டு மீன்களும் கடவுள் இருக்கிறாரா இல்லையா என்பதைப் பற்றி தீவிரமாக விவாதித்துக் கொண்டன. கடைசியில் ஒரு மீன் ஆத்திரத்துடன் ஒரு கேள்வி கேட்டது: "கடவுளே இல்லை என்றால், இப்போது இந்தத் தொட்டியில் உள்ள நீரை யார் மாற்றி வைக்கப் போகிறார்கள்?"

72

பூசணிக்காயும் நீங்களும்

ஒரு விவசாயி கிராமத்துக் கண்காட்சி ஒன்றில் இரண்டு காலன் பிடிக்கக் கூடிய ஜாடி போன்ற பூசணிக்காய் ஒன்றை காட்சிப் பொருளாக வைத்தார்.

இது பலரையும் வியப்பில் ஆழ்த்தியது. பல்வேறு அபிப் பிராயங்களைச் சொல்ல வைத்தது. அந்த விவசாயியைப் பார்த்துக் கேட்டார்கள், அது அவனுக்கு எப்படி சாத்தியமாயிற்று என்று!

அவன் சொன்னான், "பூசணிக்காய் என் கட்டை விரல் அளவு இருந்தபோது அதை ஒரு கண்ணாடி ஜாடிக்குள் நுழைத்து, அதிலேயே வளர விட்டேன். வளர்ந்து ஜாடியை அது முழுமையாக நிரப்பிய பிறகு, வளர்ச்சியை நிறுத்திக் கொண்டு விட்டது."

ஜாடியின் சுவர்கள் அந்தப் பூசணிக்காயிடம் எதைச் செய்தன வோ, அதைத்தான் நமது திட்டங்களும் நமக்குச் செய்கின்றன. நமது திட்டங்கள் நம்முடைய வாழ்க்கையின் அமைப்பினையும், எல்லையினையும் வகுத்து விடுகின்றன; ஜாடி பூசணிக்காயின் வடிவத்தை வரையறை செய்தது போல! நம்முடைய திட்டங் களை விட பெரியவர்களாக நாம் ஒருபோதும் இருக்க முடியாது.

வாழ்க்கையை வகுத்துக் கொள்வதற்கு வழி சொல்லுகின்ற ஆலோசகர் ஒருவர் "சிறிய திட்டங்களைப் போடாதீர்கள்" என்று சொல்லுகிறார்.

வாழ்க்கை லட்சியத்திற்கு ஒருபோதும் வரம்பு கட்டாதீர்கள்., சிறிய திட்டங்களைப் போடாதீர்கள். மற்றவர்கள் எந்தக் காரணத்தைக் கொண்டும் உங்கள் லட்சியத்திற்கு எல்லைக் கோடு போட அனுமதிக்காதீர்கள். சிறிய திட்டங்களை ஒப்புக் கொள்ளாதீர்கள். ஜாடி பூசணிக்காயின் வடிவத்தை வரையறுத் ததைப் போல நீங்கள் போடும் திட்டங்களே, உங்கள் லட்சியத்தின் அளவையும் தீர்மானிக்கின்றன.

திறமை அதிகமாக இருந்து சிறிய திட்டங்களைப் போடுவதை விட, திறமை குறைவாக இருந்து பெரிய திட்டங்களைப் போடுவது எவ்வளவோ மேல்.

நீங்கள் ஒரு தலைவராக விளங்க வேண்டும் என்றால், இதைத் தெரிந்து கொள்ளுங்கள்: எங்கே மக்களை அழைத்துச் செல்லு கிறேன் என்று சொல்லத் தெரியாத எந்தத் தலைவனையும் மக்கள் பின்பற்ற மாட்டார்கள். அதோடு போய்ச் சேர வேண்டிய இடத்திற்கு எப்படிப் போகப் போகிறோம் என்கிற திட்டத்தையும் ஒரு தலைவன் மக்களுக்குச் சொல்லுகின்ற நிலையில் இருக்க வேண்டும்.

படிப்படியாகத் திட்டம் போடாமல் முன்னேற்றத்தை நீங்கள் கணிக்க முடியாது. முன்னேற்றத்தை நீங்கள் காட்டாவிட்டால், சாதனையை நிரூபிக்க முடியாது. சாதனையை நிரூபிக்க முடியாவிட்டால் உற்சாகத்தை உருவாக்க முடியாது. உற்சாகத்தை நீங்கள் உருவாக்க முடியாவிட்டால் நீங்கள் யாருக்கும் தேவையில்லாத ஒரு மனிதர் ஆகிவிடுவீர்கள்.

தலைவராக இருக்க வேண்டும் என்றால், பொருத்தமான, பயனுள்ள லட்சியத்தை நீங்கள் சுட்டிக் காட்ட வேண்டும்.

பைபிள் கதையில் வரும் மோசஸ் தன்னுடைய மக்களை நாற்பது ஆண்டுகள் பல கஷ்டங்களுக்கு மத்தியில் அழைத்துச் செல்ல முடிந்தது என்றால், அதற்கு அவர் காட்டிய லட்சிய பூமியே காரணம். நாற்பது ஆண்டுகள் துன்பப் பாதையில் மக்கள் அவரைத் தொடர்ந்து சென்றதற்குக் காரணம், அவரால் ஒரு லட்சியத்தை அவர்களுக்குச் சுட்டிக் காட்ட முடிந்ததுதான். தலைவர்கள் ஆக விரும்புகின்றவர்களுக்கு மோசஸ் விட்டுச் சென்றுள்ள படிப்பினை இது.

ஆம், உங்களுக்கு பயனுள்ள ஒரு லட்சியம் இருக்க வேண்டும். அதை அடைவதற்கான திட்டம் உங்களிடம் இருக்க வேண்டும். திட்டத்தின் அளவுதான் உங்களுடைய எதிர்காலத்தையும் நிர்ணயிக்கும். ஜாடி பூசணிக்காயின் அளவை நிர்ணயித்ததைப் போல!

நீங்கள் எவ்வளவு பெரிய பூசணிக்காயாக வளரப் போகிறீர்கள்?

73

நிர்பந்தம் எதைத் தோற்றுவிக்கிறது?

✻

மக்களின் மீது எப்படிச் செல்வாக்கை ஏற்படுத்திக் கொள்வது என்று சொல்லிக் கொடுக்கின்றவர்களுக்கு ஒன்று தெரியும்; நிர்பந்தம் எதிர்ப்பைத் தோற்றுவிக்கிறது. இந்த விஷயத்தை இன்னமும் புரிந்து கொள்ளாத ஏமாளிகள் இருப்பது ஆச்சரியத்தைக் கொடுக்கிறது. வெற்றி பெறுவதற்கு யாருடைய நல்லெண்ணம் தேவையோ அவர்களை நிர்ப்பந்தப்படுத்துவதில் இவர்கள் பிடிவாதமாக இருக்கிறார்கள். நிர்பந்தம் எதிர்ப்பையே தோற்றுவிக்கிறது - பௌதிகம், மனோதத்துவம், அரசியல், வியாபாரம், மனிதஉறவுகள் ஆகிய அனைத்திலுமே இது உண்மை.

உங்களுடைய சக்தி மிகவும் அதிகமானதாக இருக்குமானால், அதாவது உங்கள் அதிகாரம் உயர்ந்ததாக இருக்குமானால், நீங்கள் உங்களுடைய எண்ணத்தை மற்றவர்கள் மீது திணிக்கலாம். அதற்காக என்றோ ஒருநாள் நீங்கள் வருந்த வேண்டியிருக்கும்.

வன்முறையாளர்கள் இப்படித்தான் தங்கள் கருத்தினை மற்றவர்கள் மீது திணிக்க முயற்சிக்கிறார்கள். நியாயமான காரணங்களுக்குக் கூட, நம்முடைய எண்ணங்களை மற்றவர்கள் மீது திணிக்க முயலும்போது, எதிர்ப்புதான் தோன்றுகிறது. சில சந்தர்ப்பங்களில் இந்த எதிர்ப்பு மறைந்திருந்து திடீர் என்று வெளிப்படவும் கூடும்.

ஒருவர் வீட்டு சன்னல் வழியாக நீங்கள் கல்லை எறிந்துவுட்டு, பிறகு அவர் வீட்டு காலிங் பெல்லை அழுத்தி அவரிடம், "நான்

உங்களுக்குப் பக்கத்து வீட்டுக்காரன். உங்களுடன் நட்புரிமை யுடன் இருக்க விரும்புகிறேன்'' என்று சொன்னால் எப்படி இருக்கும்?

கவனத்தைக் கவர்வதற்காகப் போராட்டங்களில் இறங்கு வதும், வன்முறைகளைத் தூண்டி விடுவதும், காரியத்தை நிறைவேற்றிக் கொள்ளும் மார்க்கங்கள் ஆகாது.

நிர்பந்தம் எதிர்ப்பைத் தோற்றுவிக்கிறது என்கிற உண்மை யினை மக்கள் உணர்ந்து கொண்டு விட்டால், எத்தனையோ கருத்து வேறுபாடுகளை நியாயமாகவும், வெற்றிகரமாகவும் தீர்த்துக் கொண்டு விட முடியும்.

தேசங்களுக்கு மத்தியில் இந்த நடைமுறை பொருந்தும்.

வரலாற்றில் இருந்து நாம் பாடம் கற்றுக் கொள்ளுவதே இல்லை. நிர்பந்தம் செலுத்தப்பட்டபோதெல்லாம், தீவிரமான எதிர்ப்புகள் தோன்றியதற்கு எத்தனையோ வரலாற்றுச் சான்றுகள் இருக்கின்றன.

வரலாற்றிலிருந்து சில கடுமையான பாடங்களை நாம் கற்றுக் கொள்ள முடியும். அதற்கு வரலாற்றை நாம் திரும்பத் திரும்பப் படிக்க வேண்டும்.

பொருள்களை விற்பனை செய்கின்ற ஒவ்வொருவருக்கும், நிர்பந்தம் எதிர்ப்பைத் தோற்றுவிக்கிறது என்கிற உண்மை தெரியும். தெரிந்திருக்க வேண்டும். பொருளை வாங்குகின்ற ஒவ்வொருவரும் இதை உறுதி செய்வார்கள். குழந்தையை வளர்க்கின்றவர்களும் சரி, தம்பதிகளும் சரி, நிர்பந்தம் எதிர்ப்பைத் தோற்றுவிக்கிறது என்பதை நன்றாகவே அறிவார்கள். இல்லாவிட்டால் சீக்கிரம் அறிந்து கொள்வார்கள்.

இது ஒரு அடிப்படை மனோதத்துவம். இதைத் திருப்பித் திருப்பிச் சொல்ல வேண்டிய அவசியமில்லை. தினசரி செய்திகள் இந்த உண்மையினை தினமும் நமக்கு உணர்த்திக் கொண்டே இருக்கின்றன.

நிர்பந்தம் எதிர்ப்பை உருவாக்குகிறது!

74

எல்லோருக்கும் எல்லாம்!

தேவைக்கான காரணங்களை அப்புறப்படுத்தி விட்டால் தேவையை தேவையில்லாமல் செய்துவிட முடியும் என்பது ஒரு தத்துவம். உதாரணமாகக் கால்களை வெட்டி விட்டால் செருப்புக்குத் தேவை இருக்காது.

மிகவும் மோசமான உதாரணங்களைச் சொல்லி இந்தத் தத்துவத்தை நான் அலட்சியப்படுத்த விரும்பவில்லை. இந்தத் தத்துவத்தில் பல சிறப்புகள் இருக்கின்றன. கால்களை வெட்டுவது என்பது மிகவும் அதிகபட்ச உதாரணம். ஆனால் ஆசைகளை மிதப்படுத்திக் கொண்டால், சில தேவைகளையும் நம்மால் குறைத்துக் கொண்டு விட முடியும்.

நான் சிறுவனாக இருந்தபோது ஒரு புத்தகத்தைப் படித்தேன். 'பொருள்கள் செய்கின்ற கொடுமை' என்பது அந்தப் புத்தகத்தின் தலைப்பு. அது அறிவுப்பூர்வமான ஒரு பாடத்தை சொல்லிக் கொடுத்தது. நான்தான் அதை கவனிக்கத் தவறி விட்டேன். அதைக் கவனித்து இருப்பது அவசியம்தானா? என்பதும் எனக்கு நிச்சயமாகத் தெரியவில்லை. ஆனாலும் இது தவிர்க்க முடியாத நம்முடைய பிரச்சினை என்பதால் பொருள்களின் கொடுமையை நாம் சந்தித்துத்தான் ஆகவேண்டும்.

நம் முன்னால் விழுந்து கிடக்கும் பொருள்களின் செழிப்பினை நிராகரித்து விட்டு, நம்முடைய வாழ்க்கையினை எளிமையாக்கிக் கொள்வதைப் பற்றி முதலில் சிந்தித்துப் பார்க்கலாம். நம்முடைய ஆசைகளைக் கட்டுப்படுத்திக் கொள்ள நாம் பழகிக் கொள்ள வேண்டும். அத்தியாவசியத் தேவைகளால் திருப்தி அடைந்து, அவற்றை மட்டும் நிறைவேற்றிக் கொள்ள வேண்டும். பலருக்கும் இது சிறிய சாதனையாகத்தான் இருக்கும். அத்தியாவசியத் தேவைகள் அல்லது அடிப்படைத் தேவைகள் என்ன என்பதை முதலில் நாம் நிர்ணயித்துக் கொள்ள வேண்டும். ஒரு காலத்தில் ஆடம்பரம் என்று கருதப்பட்ட பல விஷயங்கள் லட்சக்கணக்கான மக்களால் அடிப்படைத் தேவை என்று இன்றைக்குக் கருதப்படுகின்ற நிலைமை இருக்கிறது.

பல மதங்களும் தத்துவங்களும் உலகப் பொருள்களின் மீது ஆசையைத் துறக்க வேண்டும் என்றுதான் போதிக்கின்றன. பெரிய சிந்தனையாளர்களின் வாழ்க்கைகள் பொருள்களின் கொடுமையில் இருந்து விடுதலை பெற வேண்டும் என்பதைத் தான் வலியுறுத்துகின்றன. சாக்ரடீஸ், ஏசுநாதர் ஆகியோர் உடுத்திய துணிகளுக்கு மட்டும்தான் சொந்தக்காரர்களாக இருந்தார்கள். மகாத்மா காந்தி இடுப்பில் கட்டிய துண்டு, மணி பார்க்க ஒரு சிறிய கடிகாரம் ஆகியவற்றுடன் வாழ்ந்ததும், தானே கட்டிய சிறிய குடிசையில் வசித்ததும் இப்படி எத்தனையோ எடுத்துக் காட்டுகளை சொல்லிக் கொண்டே போகலாம்.

அப்படிப்பட்ட பெரிய சிந்தனையாளர்கள், அவர்களின் மதங்கள், தத்துவங்கள் ஆகியவற்றை சர்ச்சைக்குள்ளாக்கு கின்றவனும் நான் அல்ல. அவர்களின் செல்வாக்கு, காலத்தை வென்ற செல்வாக்கு, வரலாற்றில் நிலைத்து விட்ட செல்வாக்கு. இந்த விஷயங்களுக்கு வேறு வியாக்கியாயனங்களும் சாத்திய மென்று மட்டுமே என்னால் சொல்ல முடியும்.

தாரூ எழுகிறார்: "ஆன்மாவின் ஒரு தேவையைப் பெறுவதற்குக் கூட பணம் தேவை இல்லை." இதை என்னால் வாதத்திற்கு உள்ளாக்க முடியாது. ஆனால் வாழ்க்கையின் சில தேவைகளை நிராகரித்து விட்டு வாழ்கின்ற இந்தத் தத்துவம், வாழ்வின் எல்லையைக் குறுகலாக்கி விடுகிறது. இந்தத் தத்துவம் தவறு என்று நான் சொல்லவில்லை. உன்னதமான தியாகத்தை ஆன்மிக சக்திக்கும் மனோ சக்திக்கும் தேவை என்று கருதுகின்றவர்களுக்கு வேண்டுமானால் இது ஒரு தேவையான, விரும்பத்தக்க பயிற்சியாக இருக்கலாம். அல்லது தங்களின் நடவடிக்கைகளை வேறு விஷயங்களுக்குச் செலவிட விரும்பி, தேவைக்கு செலுத்த விரும்பாதவர்களுக்கு இது சரியாக இருக்கலாம்.

ஆனால் நம்மைப் போன்றவர்களுக்கு இயற்கை அளித்துள்ள மிகுதியான வசதிகளின் பங்கினைப் பெறுவதில் என்ன தவறு இருக்க முடியும் என்று புரியவில்லை. இவற்றை பெறுவதற்கான ஆசையினையும், திறமையினையும் உடையவர்கள் இவற்றைப் பெறுவதும் நியாயமானதாகத்தான் இருக்க முடியும்.

இல்லாவிட்டால் ஆசை எதற்காக நமக்குக் கொடுக்கப்பட்டிருக்கிறது? திறமை எதற்காகக் கொடுக்கப்பட்டிருக்கிறது? இயற்கையின் செழிப்பு எதற்காக இருக்கிறது? வாழ்க்கை என்பது முற்றிலும் புரியாத, அதே சமயம் உன்னதமான ஒரு செயல்பாடாக இருந்தாலும், அது நம் முன்னால் ஏராளமான விஷயங்களைக் குவித்து வைத்திருக்கும்போது, நாம் எதற்காக அவற்றைப் புறக்கணித்து வாழ வேண்டும்? இவையெல்லாம் அளிக்கப்பட்டிருப்பதற்கு ஒரு நோக்கம் கிடையாதா? நாம் ஏற்றுப் பயன்படுத்தாவிட்டால், இவை எல்லாம் எதற்காக இருக்கின்றன?

கேள்விகளைக் கேட்டுக் கொண்டே போவதை விட, எடுத்துக்காட்டுகளைப் பார்ப்பது சிறப்பானதாக இருக்கும்.

பொம்மைக் கடையில் கண்ணாடி அலமாரியில் வைத்திருக்கும் அழகான பொம்மையினை ஆர்வத்தோடு பார்த்துக்

கொண்டிருக்கும் குழந்தை, அந்த பொம்மையை பெறாமல் இருப்பது தான் சரியாக இருக்குமா? அதனுடைய பயிற்சி அந்த பொம்மைக் கிடைக்காத போதுதான் சிறப்பானதாக அமையுமா அல்லது அந்தப் பொம்மைக் கிடைத்து, அதைக் கைகளில் அணைத்து, அதனுடன் கொஞ்சி விளையாடும் போது சிறப்பான தாக அமையுமா? பொம்மை இல்லாமல் அந்தக் குழந்தைக்கு மகிழ்ச்சி அதிகமா? அல்லது பயிற்சிதான் சிறப்பானதாக ஆகிவிடுமா?

ஒன்றுக்கும் மேற்பட்ட தத்துவங்கள் இருக்க முடியும். செழிப்பு என்கிற தத்துவமும் இருந்துவிட்டுப் போகட்டுமே. உலக விஷயங்கள் அனைத்தையும் துறந்து வாழ வேண்டும் என்று சொல்லுகின்ற மதத் தத்துவத்திற்கு வேறு வியாக்கியாயனங் களும் இருக்க முடியும். மனித இனத்துக்கு தேவைப்படுவதை விட மிக அதிகமான வளங்களை கடவுள்தானே கொடுத்திருக் கிறார். இந்த செழிப்பே இல்லாமல் ஒதுங்கி வாழ்வதைவிட, இந்த செழிப்பினை, தேவையான அனைவருக்கும் பகிர்ந்து அளித்து வாழ்வது இன்னும் சிறப்பாக இருக்கும் அல்லவா?

உலகத்தின் வளங்கள் அனைத்தையும் முழுமையாகப் பயன்படுத்தி வாழக் கற்றுக் கொள்ளலாமே! நிலவளம், கல்வி வளம், நிதி வளம், போக்குவரத்து ஆகிய அனைத்தும் எல்லோருக் கும் உரியதாக அமைந்து விட்டால், ஒருவன் பொருளை இன்னொருவன் பறிக்க விரும்ப மாட்டான். தேவையும் இருக்காது, பேராசையும் இருக்காது. மனிதர்கள் அனைவரிடமும் அமைதியும் நல்லெண்ணமுமே நிலவும்.

75

அறியாமையே வன்முறைக்குக் காரணம்

✳

பல நூற்றாண்டுகளுக்கு முன், அலெக்சாண்டர் போப் மிகப் பெரிய உண்மையினை உள்ளடக்கிய வாக்கியம் ஒன்றினை எழுதினார். அவரது கருத்துரை நவீன வாழ்க்கையின் எல்லா நிலைகளுக்கும் பயன்படக் கூடியது.

போப் எழுதினார், "மிகுந்த அறியாமையில் உள்ளவர்களே மிகுந்த வன்முறையாளர்களாகவும் இருந்தார்கள். இவர்கள் இடம் பெறாத கட்சியோ, கோஷ்டியோ, குழுவோ இருந்ததில்லை."

வன்முறையாளர்கள் அறியாமையில் உள்ளவர்கள் என்கிற உண்மையினை பரவலாக மக்கள் அறியும்படி செய்தால், அதுவே வன்முறையினையும் வன்முறையினைத் தூண்டுவதையும் தடுக்கின்ற ஒன்றாக ஆகிவிடும்.

அறியாமையில் உள்ளவர்கள்தான் வன்முறைகளில் ஈடுபடு கிறவர்கள் என்பதை உணர்ந்து கொண்டு விட்டால், அதைச் சமாளிக்க நம்மைத் தயார்படுத்திக் கொள்வது சிறப்பான முறையில் அமையும்.

சமுதாயத்தின் எல்லா நிலைகளிலும் கல்வி அறிவை ஏற்படுத்த இது தூண்டுகோலாகவும் இருக்கும். கல்வி எந்த

அளவிற்கு வளருகிறதோ, அந்த அளவுக்கு வன்முறைக்கான காரணங்களும் குறைந்து போகும்.

வன்முறையில் கல்வியின் பங்கு என்ன என்பதை மிகுந்த கவனத்துடன் நாம் ஆராய வேண்டும். பல சந்தர்ப்பங்களில் கல்வி அறிவு படைத்த தலைவர்கள் அறியாமையில் உள்ள மக்களை வன்முறைக்குத் தூண்டுகிறார்கள். வன்முறையைத் தேர்ந்தெடுக் கின்ற தலைவன், தன்னுடைய நோக்கத்தை நிறைவேற்றிக் கொள்ள அறியாமையில் உள்ள மக்களையே தேடிப் பிடிக்கிறான்.

வரலாற்றில் நிகழ்ந்த கலவரங்களுக்கும் புரட்சிகளுக்கும் கல்வி படைத்த சமுதாயத்திடமிருந்தே தலைமை கிடைத்திருக் கிறது. வன்முறையில் ஈடுபடுவதற்கான மக்கள் சக்தி, சமுதாயத் தில் உள்ள அறியாமையில் உழலும் மக்களிடம் இருந்தே கிடைத் திருக்கிறது.

கல்வியின் தரம் உயர்ந்து, அது எல்லா மக்களுக்கும் பரவும் போது, பிரச்சினைகளைத் தீர்ப்பதற்கு வன்முறையைப் பயன் படுத்துவதும் குறைந்து போகும். பிரச்சினைகளைத் தீர்ப்பது தான், வாழ்க்கை என்கிற விளையாட்டின் முக்கியப் பகுதியாகும்.

பிரச்சினைகளைத் தீர்த்துக்கொள்ள எத்தனையோ சிறந்த வழிகள் இருக்கின்றன. தனி நபர்களின் குழுக்கள், தேசியக் குழுக்கள், சர்வதேசக் குழுக்கள் ஆகியவை உட்கார்ந்து பேசி வன்முறைகள் இல்லாமலேயே பிரச்சினைகளுக்குத் தீர்வு காண முடியும். இந்த வழியில் பிரச்சினைகள் தீர்க்கப்பட்டதற்கு எத்தனையோ சான்றுகள் உள்ளன.

எழுபத்து மூன்றாவது அத்தியாயத்தில், நிர்ப்பந்தம் எவ்வாறு எதிர்ப்பை உருவாக்குகிறது என்கிற விஷயம் விரிவாகவே சொல்லப்பட்டிருக்கிறது. வன்முறை என்பது நிர்ப்பந்தத்தின் உச்சக் கட்டமாகும். ஆகவே அதற்கு ஏற்படுகின்ற எதிர்ப்பும் கடுமையானதாகவே இருக்கும். வன்முறையை வன்முறையால்

எதிர்க்கின்ற நிலைமையும் தோன்றலாம். இவ்வாறு வன்முறை வன்முறையை வளர்த்துக் கொண்டபோகிறது.

இதை எப்படி நிறுத்துவது?

அறியாமையே வன்முறைக்குக் காரணமாக அமைகிறது. அறியாமையை கல்வியின் மூலமாகத்தான் போக்க முடியும். அந்தக் காரியத்தை நாம் உடனடியாகச் செய்ய வேண்டும். எனெனில் இப்போது உள்ள வன்முறைப் போக்குகள் நம்மை அழித்து விடுகின்ற சக்தியுடன் செயல்பட்டு வருகின்றன.

வன்முறை பயமுறுத்தல் என்பது அறியாமையை ஒப்புக் கொள்ளுவதன் அடையாளம் என்பதை முதலிலே நாம் சொல்லிக் கொடுக்க வேண்டும். அதை ஒப்புக் கொள்ளத் தொடங்கி விட்டால், வன்முறை ஒழிப்பில் ஒரு அடி முன்னேறி விட்டதாக அர்த்தம்.

76

மாற்றி அமைக்கும் மந்திரச் சொல்

மந்திர சக்தி வாய்ந்த ஒரு சிறிய சொல் இருக்கிறது. கெட்டதை நல்லதாக்கவும், அதைப்போலவே நல்லதைக் கெட்டதாக்கவும் அந்தச் சொல்லால் முடியும். அந்தச் சொல்லை நீங்கள் எப்படிப் பயன்படுத்துகிறீர்கள் என்பதைப் பொறுத்த விஷயம் அது.

அந்த வார்த்தை எப்போதும் உங்களுடைய முழுமையான கட்டுப்பாட்டில்தான் இருக்கிறது. ஆகவே கெட்டதை நல்ல தாக்கும் சக்தி உங்களிடம் இருக்கிறது. மகிழ்ச்சியின்மையை நீங்கள் மகிழ்ச்சி ஆக்கிக்கொள்ள முடியும். தோல்வியை வெற்றி யாக மாற்றிக்கொள்ள முடியும். உங்களுடைய வாழ்க்கை யிலும் மற்றவர்களுடைய வாழ்க்கையிலும் நீங்கள் அற்புதங் களை நிகழ்த்த முடியும். இந்தச் சிறிய வார்த்தையை நீங்கள் பயன் படுத்தினால் போதும்.

இந்த எதிர்பாராத சக்தி உங்களிடம் இருப்பதை நீங்கள் உணராமல் இருந்திருக்கக் கூடும். அல்லது எப்படிப் பயன் படுத்துவது என்று நீங்கள் அறியாமல் இருந்திருக்கலாம். இப்போது முயற்சி செய்யுங்கள்.

விஷயங்களை மாற்றி அமைக்கக் கூடிய அந்தச் சிறிய மந்திரச் சொல் இதுதான்... **'ஆனால்'**.

விஷயங்களை மாற்றக் கூடிய சக்தி ஆனால் என்கிற இந்த சிறிய சொல்லுக்கு இருப்பதை நீங்கள் நம்பவில்லை இல்லையா? அதோ அதற்கு ஆதாரம்.

நீங்கள் உங்கள் வேலையை இழந்து விட்டீர்கள் என்று வைத்துக் கொள்ளுங்கள். நீங்கள் சொல்லுகிறீர்கள். "ஆம், என்னுடைய வேலையை நான் இழந்து விட்டேன்... ஆனால்... இதன் மூலம் என்னுடைய திறமைக்குப் பொருத்தமான இன்னும் சிறந்த வேலையைத் தேடிக் கொள்ள எனக்குச் சுதந்திரம் கிடைத்திருக்கிறது. இருக்கின்ற வேலையை விட்டு விட எனக்குத் துணிச்சலே வந்திருக்காது. வாழ்க்கை பூராவும் முன்பு இருந்த வேலையிலேயே அல்லாடிக் கொண்டு இருந்திருப்பேன்... ஆனால்... இப்போது வாழ்க்கையில் எதைச் செய்ய வேண்டுமோ அதைக் கண்டுபிடிக்கின்ற சுதந்திரம் எனக்குக் கிடைத்திருக்கிறது. எனக்குத் திருப்தி அளிக்கும் வேலையை நான் கண்டுபிடிக்கப் போகிறேன்."

ஆனால் என்கிற வார்த்தை எதிர்மறை நிலையிலிருந்து ஆக்கபூர்வ நிலைக்கு உங்களைச் செலுத்துகிறது. மோசமானதிலிருந்து நல்லதை நோக்கி உங்களை நடைபோட வைக்கிறது.

உங்களுக்கு மிகவும் நெருக்கமான, வேண்டிய ஒருவரை இழந்து விட்டீர்கள் என்று வைத்துக் கொள்ளுங்கள். நீங்கள் சொல்லுகிறீர்கள்: "ஆம், இது மனதை உலுக்கும் சோகம்தான்... ஆனால்.. அதை நான் ஏற்றுக் கொள்ளத்தான் வேண்டும். அதை என்னால் மாற்ற முடியாது. அதை மறக்க ஆக்கப்பூர்வமான செயல்களில் நான் ஈடுபடப் போகிறேன்."

மறுபடியும் கவனியுங்கள். ஆனால் என்கிற சொல் எதிர்மறையிலிருந்து ஆக்கப்பூர்வமான ஒன்றை நோக்கி உங்களை இழுத்துச் செல்லுகிறது. துயரத்திலிருந்து, அது தவிர்க்க முடியாதது என்கிற உணர்விற்கு உங்களை இட்டுச் செல்கிறது.

வாழ்க்கையில் எதை லட்சியம் என்று நம்பி நீங்கள் உழைத்தீர்களோ, தியாகங்களைச் செய்தீர்களோ, அது விதி வசத்தால் உங்கள் கைகளிலிருந்து நழுவிப் போய்விடுவதாக

வைத்துக் கொள்வோம். நீங்கள் சொல்லுகிறீர்கள். "ஆம், அந்த லட்சியம் கை நழுவிப் போய்விட்டது. ஆனால்.. விதி ஒரு கதவை மூடுகின்றபோது நம்பிக்கை இன்னொரு கதவைத் திறந்து வைக்கிறது என்பது வாழ்க்கையின் நியதி. ஆகவே திறந்த கதவைத் தேடி இன்னும் பெரிய லட்சியத்தை நான் அடையப் போகிறேன்."

மறுபடியும் **ஆனால்** என்கிற மந்திரச் சொல்தான் மோசமான நிலையில் இருந்த உங்களை மீட்டு, நல்ல நிலைக்குக் கொண்டு செல்கிறது.

இப்படி எத்தனையோ எடுத்துக் காட்டுகளை அடுக்கிக் கொண்டே போகலாம். **ஆனால்** என்கிற மந்திரச் சொல்லில் நம்மை அறியாமலேயே, அனிச்சை செயலாக பயன்படுத்துகின்ற பயிற்சியை நாம் ஏற்படுத்திக் கொள்ள வேண்டும். அப்படிச் செய்தால், எதிர்மறையில் இருந்து ஆக்கப்பூர்வமான நிலையை நோக்கி, மோசமானதிலிருந்து நல்ல விதமான நிலையை நோக்கி நம்முடைய வாழ்க்கையை நாம் அமைத்துக் கொண்டு விட முடியும்.

அதற்கான செய்முறைத் திட்டங்கள் கீழே கொடுக்கப் பட்டுள்ளன.

1. தீமையான எது நிகழ்ந்தாலும் உடனே அதை ஒப்புக் **கொள்ளுங்கள்.** அந்த ஒப்புதலை வாய்விட்டோ அல்லது மௌனமாகவோ, உங்களுக்கு நீங்களே சொல்லிப் பார்த்துக் கொள்ளுங்கள். உங்கள் நிலை என்ன என்பதைப் புரிந்து கொண்டு அதை நன்மையை நோக்கி மாற்ற முயற்சிப்பது தான் இதன் நோக்கம்.

2. இவ்வாறு செய்து கொண்ட பிறகு, **ஆனால்** என்கிற வார்த் தைக்கு அழுத்தம் கொடுத்து அதிலேயே முழுமையான கவனத்தைச் செலுத்துங்கள்.

3. மாற்றி அமைக்கின்ற சொல்லான **ஆனால்** என்கிற வார்த்தையை ஆக்கபூர்வமான அழுத்தத்தோடு சந்தித்து,

அதைத் தொடர்ந்து வரும் தீர்வு என்ன என்பதை ஆழப்பதிய வைத்து, அதை நோக்கி செயல்படத் தொடங்குங்கள்.

இன்னொரு எடுத்துக்காட்டினை முயற்சித்துப் பார்க்கலாம். ஏதோ ஒரு தவறான தொழில் துறையில் கணிசமான பணத்தை நீங்கள் இழந்து விட்டதாக வைத்துக் கொள்வோம்.

1. அதை ஒப்புக் கொண்டு உங்களால் மோசமான நிலைமைக்கு சொல் வடிவம் கொடுங்கள். ''ஆம், நான் நிறையப் பணத்தை இழந்து விட்டேன்..''

2. அதற்குப் பிறகு, மாற்றத்தை ஏற்படுத்தக் கூடிய, மந்திரச் சொல்லான **ஆனால்** என்கிற வார்த்தையோடு முன்னர் சொன்ன வாக்கியத்தை இணையுங்கள். ''ஆம், நான் நிறையப் பணத்தை இழந்து விட்டேன்.. **ஆனால்..**''

3. கடைசியாக **ஆனால்** என்கிற சொல்லைத் தொடர்ந்து ஆக்கப்பூர்வமாக அடுத்து என்ன செய்யப் போகிறீர்கள் என்பதை உருவாக்குவோம். ''நான் இதுவரை சம்பாதித்த அறிவும் அனுபவமும் மேலும் பணம் சம்பாதிக்க, இழந்ததைவிட அதிகமாகச் சம்பாதிக்க, உடனடியாக முயற்சிகளை மேற்கொள்ளுவேன்!'

ஆனால் என்கிற மந்திரச் சொல் இப்போது உங்களை செயல் படுத்தத் தொடங்கி விட்டது. ''ஆம், நான் அதிகப் பணத்தை இழந்து விட்டேன் (எதிர்மறை)... **ஆனால்**... (மாற்றம்).. நான் சம்பாதித்த அறிவும் அனுபவமும் மேலும் பணம் சம்பாதிக்க, இழந்ததைவிட அதிகமாகச் சம்பாதிக்க, உடனடியாக முயற்சி களை மேற்கொள்ளுவேன்.'' (உறுதிப்பாடும் அதற்கான நடவடிக்கைகளும்)

ஏதாவது கெடுதல் எப்போதாவது நிகழ்ந்தால் **ஆனால்** என்கிற மந்திரச் சொல்லைத் தவறாது பயன்படுத்தி, தீமையை நன்மை யாக மாற்றிக் கொள்ளுங்கள்.

இது ஒரு புரட்சிகரமான கருத்து - இது உங்கள் வாழ்க்கையை யும் புரட்சிகரமாக மாற்றி அமைக்கலாம்!

77

சுமை அழுத்துகிற போது!

வாழ்க்கையின் மிகப் பெரிய விபத்துகளுள் ஒன்று என்ன வென்றால், அதன் சுமையால் அழுத்தப்பட்டுப் போவதுதான்.

வாழ்க்கையின் பிரச்சினைகளையும், பொறுப்புகளையும் சமாளிப்பது உங்களுடையச் சக்திக்கு அப்பாற்பட்டது என்கிற உணர்ச்சி மிகவும் துன்பம் தரத்தக்க ஓர் உணர்ச்சியாகும். சில துன்ப உணர்ச்சிகள் திடீர் என்று தோன்றி, சீக்கிரமே நீங்கி விடும். ஆனால் வாழ்க்கைச் சுமையை தாங்க முடியாது என்கிற அந்த உணர்ச்சி மேலும் சுமையை அதிகரித்துக் கொண்டே செல்லும்.

வாழ்க்கைச் சுமை ஒருவனை முழுமையாக அழுத்தி விடுகிற போது, அதன் பயங்கர விளைவுகளில் ஒன்றான மனநோய் ஏற்படுகிறது. சில சந்தர்ப்பங்களில் தற்கொலையும் அதன் விளைவு ஆகிவிடுவது உண்டு.

இப்படி எதற்காக நடக்க வேண்டும்? வாழ்க்கைச் சுமை நம்மை அழுத்துவதற்காக எதற்காக அனுமதிக்க வேண்டும்? எவர் மீதும், தாங்க முடியாத சுமையினை வாழ்க்கை ஏற்றி வைப்பதில்லை. நமது சுமை எதுவாயினும் அதைத் தாங்குகின்ற சக்தி நமக்கு அளிக்கப்பட்டிருக்கிறது, கிலி பிடித்து நீந்துகிறவன், ஆழமின்மையை உணராததைப் போல், நாம் பீதியடைந்து

மூழ்கிப் போகிறோம். எழுந்து நிற்க வேண்டிய சமயத்தில் மூழ்கிப் போகிறோம்.

பொறுப்புகளைத் தாங்கும் வலிமையினை இயற்கை நமக்குக் கொடுத்திருக்கிறது என்பதை அறிந்து இருந்தால், பீதி நம்மை விட்டு நீங்கிவிடும். தண்ணீருக்கு மேலே தலையைத் தூக்கி எழுந்து நிற்போம். நீரில் நாம் மூழ்கி விடுவோம் என எண்ணியது எவ்வளவு தவறு என்பது புரிந்து விடும்.

வாழ்க்கைச் சுமை நம்மை அழுத்துகிறது என்பதாக ஏற்படு கின்ற மனச் சோர்வு நாமே ஏற்படுத்திக் கொண்டதுதான். நம் மீது யாரும் அதைத் திணிக்கவில்லை. நமக்கு நாமே அதை ஏற்படுத்திக் கொள்ளுகிறோம். அல்லது மற்றவர்கள் நம்மிடம் ஏற்படுத்த அனுமதிக்கிறோம்.

இதை எப்படித் தடுப்பது?

முதலில் ஒன்றை நீங்கள் தெரிந்து கொள்ள வேண்டும். **உங்கள் சுமை எவ்வளவு பெரியதாக இருந்தாலும், அதைத் தாங்குகின்ற சக்தியும் உங்களுக்கு இருக்கிறது.** உங்கள் பொறுப்புகளுக்கு இணையான மன வலிமையும் உங்களுக்கு இருக்கிறது.

இரண்டாவதாக, எதையும் எளிமைப்படுத்திப் பாருங்கள். உலகத்தின் பல்வேறு பிரச்சினைகளின் வலைப் பின்னலில் நீங்கள் அகப்பட்டுக் கொள்ள வேண்டிய அவசியமே இல்லை. உலகத்தின் சிக்கலான பிரச்சினைகள் அனைத்தையும் நீங்கள் புரிந்து கொள்ள வேண்டிய அவசியமும் இல்லை. உங்களுக்கு திருப்தி அளிக்கின்ற விஷயத்தில் மட்டும் நீங்கள் கவனம் செலுத்தினால் போதும். மற்றவற்றை விட்டு விடுங்கள். உலகத்தின் நிர்வாகியாக உங்களை யாரும் நியமிக்கவில்லை. உலகப் பிரச்சினைகளை நீங்கள் தீர்த்து வைக்க வேண்டும் என்று எவரும் எதிர்பார்க்கவும் இல்லை.

பலரும் தங்களின் பிரச்சினைகளை உங்கள் மீது இறக்கி வைக்க முயற்சிப்பதை நீங்கள் பார்ப்பீர்கள். உங்கள் பிரச்சினைகளோடு அவர்களின் பிரச்சினைகளும் சேர வேண்டாம். (பத்தொன்பதாவது அத்தியாயத்தில் சொல்லியுள்ளபடி நடந்து கொள்ளுங்கள்) உங்கள் கை வண்டியை தலைகீழாக ஓட்டிச் செல்லுங்கள். இல்லாவிட்டால் மற்றவர்கள் தங்கள் பொருட்களை அதில் போட்டு விடுவார்கள். உங்கள் பிரச்சினைகளை நீங்கள் தீர்ப்பதோடு திருப்தி அடையுங்கள். வேறு பிரச்சினைகளை நீங்கள் சேர்த்துக் கொள்வது அவசியம்தான் என்றால், கவனமாகப் பரிசீலித்து, தேர்ந்தெடுத்துச் சேர்த்துக் கொள்ளுங்கள்.

ஒவ்வொரு நாளும் உங்களுடைய பிரச்சினைகளே உங்களுக்கு நிறைய இருக்கின்றன. அதோடு நேற்றையப் பிரச்சினைகளையும், எதிர்காலத்தில் எதிர்பார்க்கும் பிரச்சினைகளையும் இன்றைக்கே சேர்த்துக் கொண்டு, பளுவைச் சுமக்க முடியாமல் எதற்காக நீங்கள் தடுமாற வேண்டும்? ஒரே சமயத்தில் ஒரு மணி நேரம் அல்லது ஒரு நிமிடம் என்று வாழ்க்கையை அமைத்துக் கொண்டால் போதும்.

ஒரு சமயத்தில் ஒரு பிரச்சினையை மட்டும் நீங்கள் சமாளித்தால் போதும். நேற்றைய மகிழ்ச்சியற்ற விஷயங்களையும், நாளைய பயங்களையும் அறவே விலக்கி விடுங்கள். ஒருநாளிலே கூட, அப்போது செய்து கொண்டிருக்கிற வேலையில், நீங்கள் கவனம் செலுத்தினால் போதும். அப்படிச் செய்தால், அது உங்களுக்குச் சுமையாக இருக்காது. உற்சாகம் ஊட்டுவதாக இருக்கும்.

அதன் பிறகு வாழ்க்கை எவ்வளவு மகிழ்ச்சியானது என்பதும் உங்களுக்குப் புரியும். பிரச்சினைகளைத் தீர்ப்பதே ஒரு சுவாரஸ்யமான விஷயமாக இருக்கும்.

இரண்டாவது அத்தியாயத்தில் சொல்லி உள்ளதைப் போல, பிரித்து வெற்றி பெறுங்கள். கடினமான பிரச்சினையைக் கையாளு

வதற்கு அதுவே சுலபமான வழி. ஒவ்வொரு பிரச்சினை யினையும், சிறு சிறு பாகங்களாக ஆக்கிக் கொள்ளுங்கள். பிறகு திட்டமிட்டு ஒவ்வொரு பாகத்திற்கும் தீர்வு காண முயற்சி செய்யுங்கள். சுலபமான பகுதியை முதலில் எடுத்துக் கொள்ளுங்கள். ஏனெனில் அதற்குத் தீர்வு காண்பதில் வெற்றி நிச்சயமானதாக இருக்கும். இது உங்களை ஊக்கப்படுத்தி மேலும் முயற்சிகளைச் செய்யத் தூண்டும்.

பிரச்சினைகளைப் பெரிதாக்கும் பூதக் கண்ணாடியைத் தூக்கி எறியுங்கள். சிறிய மண்மேடுகளை பெரிய மலைகளாக எண்ணாதீர்கள். மலைகளை மண் மேடுகள் என எண்ணிச் செயல் படுங்கள்.

அப்போது வாழ்க்கைச் சுமை உங்களை அழுத்தாது. வாழ்க்கைச் சுமையின் மீது நீங்கள் ஏறி அமர்ந்து கொள்ளுவீர்கள்.

இதன் விளைவு - மகிழ்ச்சி!

78

இறக்கை இல்லாத பறவைகள்

உங்களுக்குச் சுமை இருக்கிறதா? அப்படியானால் ஜெர்மன் நூலாசிரியர் ஷில்லர் குழந்தைகளுக்குச் சொல்லியுள்ள அழகான உற்சாகம் ஊட்டும் கதையை நினைவுப்படுத்திக் கொள்ளுங்கள்.

"ஒரு காலத்தில் பறவைகளுக்கு இறக்கைகள் இல்லாமல் இருந்தது. பூமியின் மீது அவை ஊர்ந்து கொண்டிருந்தது. ஒருநாள் கடவுள் இறக்கைகளை அவற்றிடம் வீசி, அவற்றை எடுத்து முதுகில் சுமக்கச் சொன்னார். முதலில் பறவைகளுக்கு அது மிகவும் கஷ்டமாக இருந்தது. சிறிய பறவைகள் கனமான அந்தப் பெரிய இறக்கைகளை சுமக்க விரும்பவில்லை. ஆனால் கடவுளை அவை நேசித்தன. ஆகவே அவர் சொல்லுக்குக் கீழ்ப்படிந்து இறக்கைகளை எடுத்து தங்கள் முதுகில் சுமக்க ஆரம்பித்தன. இறக்கைகள் பறவைகளின் முதுகில் ஒட்டிக் கொண்டன. ஒரு காலத்தில் அழுத்துகின்ற பாரம் எனத் தோன்றிய இறக்கைகள், அவை பறப்பதற்கு உதவியாயிற்று!"

வாழ்க்கையின் மிகப் பெரிய பாடம் இது. நாம் சுமக்கின்ற பாரங்களே. அவசியத்தினாலோ அல்லது நாம் விரும்புவதாலோ, நம்மைக் கீழே இழுப்பதற்கு பதிலாக, மேலே உயரச் செய்து விடுகின்றன.

வாழ்க்கைச் சுமைகளில் இருந்து நாம் தப்பிக்க முடியாது. உண்மையில் வாழ்க்கையின் ஒரு பகுதி அவை. நமக்கு

அளிக்கப்பட்டுள்ள குறுகலான வாழ்க்கையில், சுமைகள் பற்றி நாம் கொள்ளுகின்ற நோக்குதான், நம்முடைய மகிழ்ச்சிக்குக் காரணமாகிறது.

வரலாற்றில் எத்தனையோ பேர் அடிமைகளாகவே வாழ்ந்து தங்களுடைய சக்திக்கு அதிகமான பாரங்களைச் சுமந்து இருக்கிறார்கள். அவர்களுடைய வாழ்க்கை நமக்கு ஒரு படிப்பினை. பாய்மரக் கப்பல்கள் இல்லாத காலத்தில், பழங்காலக் கப்பல்களை துடுப்புகள் மூலம் வலித்த மனிதர்களின் தசை பலத்தை நினைத்துப் பார்க்கலாம். அமெரிக்க நீக்ரோக்கள் பெரிய ஆறுகளில் படகுகளை இழுத்துச் சென்ற காட்சியும், முதுகு ஒடிய பஞ்சு மூட்டைகளைச் சுமந்த காட்சியும் நினைவுக்கு வரும்.

சுமக்க முடியாத பாரங்களை சுமக்க நேர்ந்தபோது அவர்கள் என்ன செய்தார்கள்?

பாட்டுப் பாடினார்கள்!

மறுபடியும் பழைய கதைக்குத்தான் நாம் திரும்ப வேண்டியிருக்கிறது. (திரும்பத் திரும்பச் சொல்லுவதை நான் தவிர்க்க முயன்றாலும், அது முடியவில்லை) அவர்கள் தங்களுக்கு ஏற்பட்டதை அப்படியே ஏற்றுக் கொண்டார்கள்!

வாழ்க்கை எந்தச் சுமையை உங்கள் மீது சுமத்தினாலும் அதை ஏற்றுக் கொள்ளுங்கள்... பாடுங்கள்!

இது ஒரு மனோதத்துவ உண்மை. மனோதத்துவ நிபுணர்கள் தோன்றுவதற்கு முன்னதாகவே பழங்கால மக்களுக்குத் தெரிந்திருந்த உண்மை. முன்னேறிச் செல்லும் எண்ணத்தோடு உங்கள் சுமைகளை ஏற்றுக் கொண்டு, வாயில் பாட்டை முணுமுணுக்காவிட்டாலும் இதயத்தில் முணுமுணுத்தால், இயற்கை நிகழ்த்துகின்ற அற்புதத்தால், உங்கள் சுமை லேசாகி விடுகிறது.

பறவைகள் பாரம் என எண்ணி முதுகில் சுமந்த இறக்கைகள், முதுகிலேயே ஒட்டிக் கொண்டு, பறவைகள் பறப்பதற்கு உதவியதைப்போல வாழ்க்கையில் உங்களுக்கு தரப்பட்ட சுமைகளும் உங்களை உயர்த்துவதற்காக இறைவன் அளித்ததாக இருக்கலாம்.

ஷில்லர் சொன்னது வெறும் கற்பனை கதைதானா?

அல்லது வாழ்க்கையின் முரண்பாட்டிலே தான் அதற்கான வெகுமதியும் இருக்கின்றதா?

நீங்கள் முயற்சி செய்கின்றவரையில் அது உங்களுக்குத் தெரியப்போவதில்லை.

79

மழை பெய்யட்டுமே!

லாங்ஃபெல்லோ ஒரு கதை சொல்லி இருக்கிறார். அந்தக் கதையில் ஒரு வாசகம் வருகிறது. எளிமையான அந்த வாசகம் அர்த்த புஷ்டியானது!

"மழை பெய்கின்றபோது, ஒருவன் செய்யக்கூடிய சிறந்த காரியம், மழை பெய்யட்டுமே என்று சும்மா இருந்து விடுவது தான்.."

நாமும் அப்படித்தான் செய்ய வேண்டும். வேறு வழியில்லை.

இந்தப் புத்தகத்தின் முக்கியப் படிப்பினையே ஒரு வேளை இதுவாகத்தான் இருக்குமோ என்னவோ?

வாசகர்களுக்கு உற்சாகம் ஊட்டக்கூடிய பயனுள்ள எண்ணங் களை ஏற்படுத்துவதற்காக எண்பது அத்தியாயங்கள் இதில் எழுதப்பட்டுள்ளன. ஒரு அத்தியாயத்திற்கும் இன்னொரு அத்தியாயத்திற்கும் தொடர்பு இருக்கக்கூடாது. ஒன்றில் இருந்து இன்னொன்று வித்தியாசமானதாக இருக்க வேண்டும் என்றுதான் ஒவ்வொரு அத்தியாயமும் திட்டமிடப்பட்டது. இருந்தும் புத்தகத்தை முடிக்கும் தருணத்தில், அதில் இடம் பெற்றுள்ள

எண்ணங்களைப் பரிசீலித்தால், சில விஷயங்கள் திரும்பத் திரும்ப இடம் பெற்று இருப்பதை உணர முடிகிறது. அந்த விஷயங்கள் இந்தப் புத்தகம் எடுத்துக் கொண்டுள்ள வாழ்க்கைச் சூழ்நிலைகளுக்குப் பொருந்தி வருவதே காரணம்.

மாற்ற இயலாததை ஏற்றுக்கொண்டே ஆக வேண்டும் என்பது தத்துவம்.

தவிர்க்க முடியாததை ஏற்றுக் கொள்ளுவது ஒரு மனோ தத்துவம். வேறு விதமாக அது இருக்க முடியாது என்றால், இருக்கின்றபடியே மகிழ்ச்சியுடன் அதை ஏற்றுக் கொள்ள வேண்டும்.

வாழ்க்கையில் எத்தனையோ சூழ்நிலைகளும், சம்பவங்களும் நமக்குப் புரிவதில்லை. நம்மால் அவற்றை மாற்றவும் முடியாது. விதியின் அர்த்தமற்ற போக்குகளால் நாம் குழம்பிப் போகிறோம். நமக்குப் பாதகமாக அது காய் உருட்டுவது போலவும் நமக்குச் சந்தேகம் ஏற்படுகிறது.

ஆனாலும் எந்தப் பிரபஞ்சத்தில் நாம் மிக நுண்ணிய பாகமாக இருக்கிறோமோ, அந்தப் பிரபஞ்ச இயக்கம் மிகுந்த கட்டுப்பாட்டுடனும், ஒழுங்குடனும் செயற்பட்டுக் கொண்டிருக்கிறது. அப்படிப்பட்ட ஒழுங்கின் மிகச் சிறிய அம்சம் நாம் என்பது, நம்முடைய நம்பிக்கைக்கு அடித்தளமாக அமைய வேண்டும்.

இந்தப் பின்னணியில்தான் நம்மால் மாற்ற முடியாததையும், புரிந்துகொள்ள முடியாததையும் நாம் ஏற்றுக் கொள்ள வேண்டும்.

அப்படிச் செய்வதன் மூலமாகத்தான் தவிர்க்க முடியாத கஷ்டங்களையும், விபத்துகளையும் தாண்டி நம்மால் செயல்பட முடியும். இல்லாவிட்டால், அவை நம்மை அழித்து நாசமாக்கி விடும்.

தவிர்க்க முடியாததை ஏற்றுக் கொள்ளுவதுதான் மன அமைதிக்கு வழி.

புரிந்து கொள்ளுவதற்கும் அப்பால் ஒன்று இருக்கிறது. அதுதான் நம்பிக்கை. அறிய முடியாத ஒன்றின் சந்நிதானத்தில், நாம் ஏற்றுக் கொண்டதைச் சமர்ப்பித்து, நமது நம்பிக்கையின் அடையாளத்தை வெளிப்படுத்தலாம்.

கஷ்டங்களையும், விபத்துகளையும் தாண்டி ஏற்றுக் கொள்ளுதல் என்கிற ஒன்றை வாழ்க்கையின் பகுதியாக ஒப்புக் கொண்டபின் வாழ்க்கையின் நல்லவற்றை நாடி, நல்ல விஷயங்களில் நேரத்தைச் செலவிட்டு, நல்ல செயல்கள் புரிவதில் திருப்தி காணலாம்.

விதி ஒரு கதவை மூடுகிறபோது, நம்பிக்கை இன்னொரு கதவைத் திறந்து வைக்கிறது. எதற்காக?

இன்னும் உயர்ந்த லட்சியத்தை நோக்கிச் செல்ல! மேலும் அரிய சாதனைகள் புரிவதற்காக!

80

உணவு மட்டும் போதுமா?

✻

முழு வளையத்தில் சுற்றி வந்துவிட்டோம். உங்கள் ஆசிரியர், பைபிள் வாசகத்துடன் இந்தப் புத்தகத்தை ஆரம்பித்தார். **''ஒருவன் எப்படி நினைக்கிறானோ, அப்படியே இருக்கிறான்.''**

அடுத்து புத்தர், ''நாம் இப்போது இருக்கின்ற நிலை நாம் என்ன எண்ணினோம் என்பதைப் பொருத்தது.''

பிறகு வில்லியம் ஜேம்ஸ், ''நம்பிக்கை தான் சம்பவங்களை உருவாக்குகின்றது.''

இந்த முழு புத்தகத்தையும் ஒரே வரியில் சொல்லி விடலாம். **''என்ன நினைக்கிறோமோ, அதுவாக ஆகிறோம்.''**

நாம் சாப்பிடுகின்ற உணவைப் பொறுத்து நம் உடல் உருவாவதைப் போல, நம்முடைய எண்ணங்களே நம்முடைய கட்டுப்பாட்டினையும், ஒழுக்கத்தினையும் உருவாக்குகின்றன.

ஆகவே எதைப்பற்றி நாம் எண்ண வேண்டும்?

இந்தப் புத்தகத்தில் கொடுக்கப்பட்டுள்ளதைவிட அதிகமான, சிறந்த எண்ணங்களை நாம் எண்ண வேண்டும். எண்ணங்களை

ஆரம்பித்து வைத்து ஊக்கப்படுத்துவதுதான் இந்தப் புத்தகத்தின் நோக்கம்.

இந்தப் புத்தகத்தில் ஆரம்பித்து வைக்கப்பட்டுள்ள எண்ணங்கள், திட்டமிட்டே முடிக்காமல், அரைகுறையாக விடப்பட்டுள்ளன. தொடர்ந்து நீங்கள் சிந்திக்க வேண்டும் என்பதுதான் நோக்கம்.

நீங்கள் மேலும் மேலும் கட்டுவதற்குத் தேவையான எண்ணங்களே இதில் தரப்பட்டுள்ளன. உங்களுக்காக சிந்திப்பது இதன் நோக்கமல்ல.

ஒவ்வொரு சிறிய அத்தியாயமும் ஒரு மாறுபட்ட சிந்தனையை அறிமுகப்படுத்துகிறது. ஒரு கருத்தின் மீது சற்று வித்தியாசமான பார்வை செலுத்தப்பட்டு இருப்பதாகவும் கருதலாம். வாழ்க்கை யோடு பின்னிப் பிணைந்த கருத்துகளே இதில் இடம் பெற்று உள்ளன. ஒவ்வொரு அத்தியாயமும் அதற்கு முன் அத்தியாயத் துடனும் அல்லது அதைத் தொடரும் அத்தியாயத்துடனும் தொடர்பு கொண்டது அல்ல. இந்தப் புத்தகத்தில் உள்ள எந்தப் பகுதியினையும் நீங்கள் தனித்தனியாகப் படிக்கலாம். ஒவ்வொரு அத்தியாயத்தைப் பற்றியும் நீங்கள் தனித்தனியாகச் சிந்திக்கலாம்.

எந்தக் கருத்துடனும் நீங்கள் ஒத்துப்போக வேண்டும் என்கிற முயற்சி இதில் மேற்கொள்ளப்படவில்லை. நீங்கள் ஒத்துப்போகா விட்டால், இந்தப் புத்தகத்தில் சொல்லியுள்ள கருத்துகள் உங்கள் சிந்தனையை தூண்டியிருக்கிறது என்று அர்த்தம். அப்போதும் இந்தப் புத்தகத்தின் நோக்கம் நிறைவேறி விட்டதாகவே சொல்ல வேண்டும்.

பொழுது போகாத நேரத்தில், எப்படியாவது நேரத்தைப் போக்க வேண்டுமே என்று எண்ணுகின்ற சமயத்தில் கூட இந்தப் புத்தகத்தை நீங்கள் படிக்கலாம். பயணம் செய்யும்போது, யாருக்காகவாவது காத்திருக்கும்போதும் இதைப் படிக்கலாம்.

எண்ணங்களை மேலும் மேலும் கட்டுவதற்கு இந்தப் புத்தகம் பெருமளவில் உங்களுக்கு உதவும். சுயமாகச் சிந்திப்பதற்குத் துணையிருக்கும்.

"ஒரு மனிதன் என்ன நினைக்கிறானோ அதுவாகவே ஆகிறான்."

★